# પોતાની કારકિર્દીને નવી દિશા કેવી રીતે આપશો

ડેલ કારનેગી

ડાયમંડ બુક્સ

www.diamondbook.in

© લેખકાધીન

પ્રકાશક : ડાયમંડ પૉકેટ બુક્સ પ્રા. લિ.
X-30, ઓખલા ઇંડસ્ટ્રિયલ એરિયા, ફેઝ-II,
નવી દિલ્હી-110020
ફોન : 011- 40712200
ઈ-મેઇલ : sales@dpb.in
વેબસાઈટ : www.diamondbook.in
સંસ્કરણ : 2021

---

પોતાની કારકિર્દીને નવી દિશા કેવી રીતે આપશો
Potani Karkirdine Navi Disha Kevi Rite Aapsho (Gujarati)
*By - Dale Carnegie* (ડેલ કારનેગી)

# પ્રસ્તાવના

કોઈએ સાચું જ કહ્યું છે, ''જે પોતાના નિર્ણયનું સન્માન નથી કરી શકતો, દુનિયા પણ એ વ્યક્તિનું સન્માન નથી કરતી.'' આથી જીવન સૌથી વધારે મહત્ત્વપૂર્ણ હોય છે. વ્યક્તિના પોતાના નિર્ણય જ એના જીવનમાં એને સફળતાની ટોચ ઉપર પહોંચાડી દે છે અથવા એક ખોટો નિર્ણય એને ઉપરથી નીચે પછાડી દે છે. વ્યક્તિના નિર્ણય જ એને રાજામાંથી રંક અથવા રંકમાંથી રાજા બનાવે છે. કોઈપણ વ્યક્તિ માટે એનો પરિવાર સૌથી મહત્ત્વપૂર્ણ હોય છે. વ્યક્તિના બધા કામ-ધંધા પરિવાર સાથે જ જોડાયેલા રહે છે. ભલે આપણે કોઈ ફૅક્ટરીમાં હોઈએ અથવા કોઈ ઓફિસમાં ક્લાર્ક હોઈએ, સેલ્સમેન હોઈએ કે પછી ડૉક્ટર હોઈએ, નાના વ્યવસાયના માલિક હોઈએ, એન્જિનિયર હોઈએ કે પછી કૉલેજના પ્રોફેસર હોઈએ, આપણે આપણા કામ-ધંધામાં જેટલો વધારે સમય વિતાવીએ છીએ, એમાં મહત્ત્વપૂર્ણ ચિંતા પરિવારની જ હોય છે.

આથી ઘણા બધા લોકો ખૂબ જ જાણકારી પ્રાપ્ત કર્યા પછી જ પોતાની કારકિર્દી પસંદ કરે છે. કેટલાક લોકો ઊંડું શિક્ષણ-પ્રશિક્ષણ લીધા પછી પોતાની કારકિર્દીને પસંદ કરી છે. કેટલાક લોકો જે કાર્ય મળે તેને પ્રેમ કરે છે, કેટલાક એનાથી નફરત કરે છે બાકી મન મારીને એ કાર્ય કરે છે અને એનાથી એમને કોઈ ખુશી નથી મળતી.

કેટલાક લોકો પોતાની વર્તમાન કારકિર્દીને સીડીના રૂપમાં ઉપયોગ કરે છે- દરેક પગથિયું એમને વધારે ઊંચાઈ પર લઈ જાય છે. એમને જરૂરી યોગ્યતાઓ અને જ્ઞાન પ્રાપ્ત કરવા માટે અથાગ મહેનત કરવી પડે છે. જો કે, એમાં કોઈ શરમની વાત નથી કે, વ્યક્તિ રિટાયરમેન્ટ સુધી પોતાના વર્તમાન પદથી જ સંતુષ્ટ રહે. જો આપણે એ લોકોમાંથી છીએ, જે પોતાની કારકિર્દીમાં ખરેખર પ્રગતિ કરવા ઇચ્છે છે, તો આપણે સારી રીતે તપાસ કરવી જોઈએ કે, કારકિર્દીની સીડી પર ચઢતા સમયે આપણે કયા પદો પર કામ કરીશું. કારોબારના સંસારમાં

બે માર્ગ હોય છે, જેના પર ચાલીને આપણે પોતાની કારકિર્દીમાં પ્રગતિ કરી શકીએ છીએ. પ્રથમ છે વ્યવસ્થાપકનો માર્ગ, જેમાં આપણે કર્મચારીઓ અને પ્રક્રિયાઓનું નિરીક્ષણ કરવાનું હોય છે. બીજો છે કર્મચારીનો માર્ગ, જેમાં આપણી પાસે સુપરવાઈઝરની જવાબદારી ભલે જ નથી રહેતી, પરંતુ આપણે પ્રશાસકીય મુદ્દાઓ સંભાળીએ છીએ.

આ પુસ્તકના પ્રથમ અધ્યાયમાં આપણે એ વિષય પર વાત કરીશું કે, પ્રગતિના લાયક બનવા માટે આપણએ કેવી તૈયારી કરવી જોઈએ. ભલે કાર્ય સુપરવાઈઝરનું હોય કે, પ્રશાસકીય પ્રબંધક (વ્યવસ્થાપક)નું હોય, એમાં સફળ થવા માટે આપણે પ્રૉફેશનલ વ્યવહાર કરવો જોઈએ. પોતાના અધિકારીઓ, અધીનસ્થો અને સહકર્મીઓની સામે આપણી છબી પ્રૉફેશનલ હોવી જોઈએ. એ ઉપરાંત, આપણે ખુદને બ્રાન્ડ પણ બનાવવા જોઈએ કે, આપણે અન્ય કર્મચારીઓ કરતાં કેવી રીતે અલગ છીએ (અને એમના કરતાં શ્રેષ્ઠ છીએ), જે પ્રમોશન માટે આપણા પ્રતિસ્પરધી હોઈ શકે છે. પોતાની કારકિર્દીમાં પ્રગતિ કરવી ખૂબ જ પુરસ્કારદાયક અને રોમાંચક અનુભવ હોય છે. એનાથી ના ફક્ત આપણને આર્થિક લાભ થાય છે, બલ્કે સંગઠન અને સમુદાયમાં આપણું કદ પણ વધે છે. સૌથી મહત્ત્વની વાત, કાર્યમાં આપણી સંતુષ્ટિ પણ વધી જાય છે. કારકિર્દીમાં પ્રગતિ કરવી કોઈ સરળ કામ નથી, પરંતુ જો આપણા મનમાં આપણા પસંદગીના ક્ષેત્રમાં આગળ વધવાની સાચી ઇચ્છા હોય અને આપણે મહેનત કરવા માટે તૈયાર છીએ, તો બધું જ સાર્થક થઈ જાય છે.

-લેખક

# અનુક્રમ

એનાથી કોઈ ફરક નથી
પડતો કે, દરવાજો કેટલો
સાંકડો છે, તાડપત્ર પર
કેટલા દંડ લખ્યા છે, હું મારા
ભાગ્યનો સ્વામી છું : હું
મારા આત્માનો કપ્તાન છું.

— વિલિયમ ઈ. હેનલી

# ૧. પ્રોફેશનલ વ્યવહાર અપનાવો

શેક્સપિયરે કહ્યું હતું કે, કેટલાક લોકો સફળ પેદા થાય છે, કેટલાક સફળતા પ્રાપ્ત કરે છે અને કેટલાક પર સફળતા થોપી દેવામાં આવે છે. આપણામાંથી મોટાભાગના લોકો ના તો સફળ પેદા થાય છે, ના તો સફળતા આપણા પર થોપવામાં આવે છે. આપણે એને પ્રાપ્ત કરવાની હોય છે. આપણે સારી યોજના બનાવીને, અથાગ મહેનત કરીને અને સૌથી મહત્ત્વની વાત, સફળ કારકિર્દી પ્રતિ સમર્પિત થઈને એને પ્રાપ્ત કરવાની હોય છે. આથી, આપણે બીજાઓના ભરોસે નહીં બલ્કે આ કામ આપણે ખુદ કરવું પડશે. આપણે પ્રારંભથી જ પોતાના કારકિર્દીની લગામ થામી લેવી જોઈએ અને એને ક્યારેય છોડવી ના જોઈએ.

સફળતાનું પ્રથમ પગલું વ્યક્તિગત છબી બનાવવાનું છે, જેનાથી કારકિર્દી પ્રતિ આપણું સમર્પણ બધાને નજર આવી જાય. વ્યક્તિગત છબી, જે બીજા આપણા વિશે વિચારે છે. આપણે વ્યક્તિગત છબી પોતાના શબ્દો અને કાર્યોના માધ્યમથી બીજાઓ સુધી પહોંચાડીએ છીએ. ભીડથી અલગ દેખાઓ અને લોકો આપણને યાદ રાખે. લોકો આપણને સમસ્યાનું નિરાકરણ કરનારા, અસાધારણ અને પરિવર્તનકર્તા માને. આપણે સુસંસ્કૃત, વ્યાવસાયિક અને મિત્રતાપૂર્ણ છબી બનાવવાનો પ્રયાસ કરવો જોઈએ. છબીનું નાટક ના હોય બલ્કે તે સત્ય હોવી જોઈએ.

વ્યક્તિગત છબી બનાવવા અને બનાવીને જાળવી રાખવા માટે મુખ્ય વાતોનું ધ્યાન રાખવું જરૂરી છે :

## સ્વયંને સ્વીકાર કરો

સ્વ-સ્વીકૃતિના માધ્યમથી માણસે ખુદની કાબેલિયતને સ્વીકાર કરવી જોઈએ. એમાં એવા સકારાત્મક પાસા, શક્તિઓ, સકારાત્મક ગુણ અને વિશેષતાઓ છે, જેમ આપણે છીએ. જ્યારે આપણે આ સકારાત્મક પાસાઓ પર જઈશું, તો આત્મવિશ્વાસ અને આત્મ-ગૌરવ પર સકારાત્મક અસર થશે. જો કે, સામાન્ય

રીતે લોકો પોતાની શક્તિઓને બદલે પોતાની નબળાઈઓ પર ધ્યાન આપે છે, જેનાથી ફાયદો ઓછો, નુકસાન વધારે થાય છે. આપણે આપણું ધ્યાન સકારાત્મક ગુણો પર આપવું જોઈએ અને એવું કરવામાં બીજાઓની પણ મદદ કરવી જોઈએ.

## આત્મ-સન્માન

આત્મ-સન્માન વધારવા માટે પાછલી સફળતાઓ અને ઉપલબ્ધિઓ પર ધ્યાન આપવું જોઈએ. પોતાના સારા કામો માટે ખુદનું સન્માન કરવું જોઈએ. આમ તો, પોતાની અસફળતાઓ પર ધ્યાન કેન્દ્રિત કરવું સરળ છે; કેમ કે ઘણા લોકો એની યાદ અપાવતા રહે છે. આથી, સફળતા વિશે વિચારો અને પોતાનો ગુમાવેલો આત્મવિશ્વાસ પ્રાપ્ત કરો. પ્રત્યેક વ્યક્તિએ પોતાની ''સફળતાઓની યાદી'' બનાવવી જોઈએ. આ અભ્યાસથી આપણે એ બધી સફળતાઓ અને ઉપલબ્ધિઓને લખીશું, જે આપણને જીવનમાં અત્યાર સુધી મળી છે.

યાદી બનાવવી થોડું મુશ્કેલ જરૂર છે, પરંતુ લગન રાખીને આપણેપોતાની યાદીને વધારી શકીએ છીએ. યાદી વધવાની સાથે-સાથે આપણો આત્મવિશ્વાસ પણ વધતો જશે. આજે જ એક ફાઇલ ફોલ્ડર બનાવીને આ દિશામાં કાર્ય શરૂ કરો. એમાં પોતાની સફળતાના રેકોર્ડ અને સકારાત્મક પ્રતીક રાખો, જેવી રીતે સ્કૂલમાં શિક્ષકો પાસેથી મળેલા પ્રશંસા-પત્ર, કંપનીના અધિકારીઓની પ્રશસ્તિ/ સન્માન, ગ્રાહકોના આભાર-પત્ર, પ્રશંસા-પત્ર અથવા બિન-લાભકારી સંગઠનોના આભાર-પત્ર, જ્યો આપણે સમય અને પ્રયાસનું યોગદાન આપ્યું હતું. એ ઉપરાંત એક લૉગ બનાવીને પોતાની સફળતાઓ અને એવી વસ્તુઓને એમાં રાખો, જેના પર આપણને વિશેષ ગર્વ છે. જ્યારે પણ આપણે કોઈ વર્તમાન સ્થિતિ વિશે નિરાશા કે અક્ષમતા અનુભવીએ, ત્યારે આપણે આ ફાઇલને વાંચી શકીએ છીએ અને ખુદને યાદ અપાવી શકીએ છીએ કે, આપણે પહેલા પણ સફળ થયા હતા અને આપણે ફરીથી પણ સફળ થઈ શકીએ છીએ.

## આત્મ-ચર્ચા

આપણે બધા ''આત્મ-ચર્ચા'' કરીએ છીએ. એટલે કે, આપણે પોતાના વિશે કેટલીક વાતો મનોમન જ દોહરાવીએ છીએ. જ્યારે આપણે ઉપર જણાવવામાં આવેલી સકારાત્મક વસ્તુઓ પર ધ્યાન કેન્દ્રિત કરીએ છીએ, તો આપણી આત્મ-ચર્ચા સકારાત્મક થાય છે, જેના સમર્થનમાં મજબૂત પુરાવા હોય છે. આ એક એવો તર્ક બની જાય છે, જે તપાસમાં ખરા ઉતરે છે. પુરાવા જેટલા વધારે શક્તિશાળી અને વિશ્વસનીય હોય છે, સંદેશ પણ એટલો જ વધારે વિશ્વસનીય

અને શક્તિશાળી હોય છે. આ સકારાત્મક આત્મ-ચર્ચા એ એકમાત્ર વસ્તુને નિયંત્રિત કરવાનું સાધન છે, જેના પર હંમેશાં આપણું પૂરું નિયંત્રણ હોવું જોઈએ અને એ છે- આપણી વિચારધારા.

## જોખમ લેવું

જોખમ લેવાથી પણ આત્મવિશ્વાસ વધે છે. નવા અનુભવોને જીત કે હારના અવસર ના માનો. એમને શીખવાનો અવસર માનો. એનાથી આપણે નવી સંભાવનાઓના દ્વાર ખોલી લઈએ છીએ અને આપણા આત્મગૌરવનો અહેસાસ વધી શકે છે. એવું ન કરવા પર વ્યક્તિગત વિકાસમાં બાધા આવી શકે છે અને આપણા મનમાં એ ખોટી ધારણા મજબૂત થઈ શકે છે કે, નવી સંભાવના અસફળતાનો અવસર છે.

## પોતાની છબી (છાપ)ને કેવી રીતે બનાવશો?

પ્રથમ છબી વધારે લાંબા સમય સુધી જળવાઈ રહે છે. વ્યક્તિ ખૂબ જ દશ્યાત્મક હોય છે, આથી આપણી છોડેલી અડધાથી વધારે છબી લોકોને દેખાનારી વસ્તુઓથી નક્કી થાય છે.

લોકો મહદ્અંશે આપણા દેખાવના આધાર પર જ આપણી છબી નક્કી કરે છે. એનો અર્થ એ નથી કે, બીજાઓને પ્રભાવિત કરવા માટે આપણે હીરો-હીરોઇન જેવા દેખાવું જોઈએ, પરંતુ આપણે સાફ-સુથરા, સારી રીતે તૈયાર અને યોગ્ય પોશાકમાં તો દેખાઈ જ શકીએ છીએ. જયારે આપણે પહેલીવાર એ અધિકારીઓને મળવા જઈ રહ્યા હોઈએ, જે કંપનીમાં આપણું ભવિષ્ય નક્કી કરી શકે છે અથવા જયારે આપણે કોઈ નવી નોકરીનું ઇન્ટરવ્યૂ આપવા જઈ રહ્યા હોઈએ, તો આપણો દેખાવ (પર્સનાલિટી) ખૂબ જ મહત્ત્વ રાખે છે. આપણે કેવા દેખાઈએ છીએ, એનાથી આપણી સફળતાની સંભાવનાઓ વધી કે ઘટી શકે છે. આપણો પોશાક, આપણી હેર સ્ટાઇલ, આપણે સાફ-સુથરા છીએ કે નહીં અને આપણી મુદ્રાઓ-હાવભાવનો આપણી પ્રથમ છબી પર ખાસ પ્રભાવ પડે છે. અહીં કેટલીક રીત બતાવવામાં આવી રહી છે, જેનાથી પ્રથમ મુલાકાતમાં હાથ મિલાવવાથી પહેલાં જ દેખાવથી સારી છાપ છોડી શકાય છે:

એક સરળ નિયમ એ છે કે, સામાન્ય રીતે ઔપચારિક પોશાક (વસ્ત્ર)ની પસંદગી સૌથી સારી રહે છે. અસામાન્ય પોશાક પહેરવાથી બચો, કેમ કે એનાથી તમારા પર ઓછું, પોશાક પર ધ્યાન વધારે જાય છે. પોશાક નવો હોવો જોઈએ. એ પણ ક્યારેય ના ભૂલો કે, સારી રીતે કાપેલા વાળ, પોલિસ કરેલા જૂતા, યોગ્ય

મેકઅપ અને સારી તૈયારીના અન્ય સરળતાથી દેખાય તેવા સંકેત, લોકો આપણને મળતા જ જોઈ લે છે.

ગંદા નખ, દાગવાળી બગલ, ગંદા વાળ, જેમ-તેમ વધેલી દાઢી અને ઘસાયેલા જૂતા લાપરવાહી અને ખરાબ પસંદગીનો સંકેત આપે છે.

એક યુવતીએ થોડા સમય પહેલા જ કૉલેજનો અભ્યાસ પૂરો કર્યો હતો. તે ગત વસંતમાં એક હોસ્પિટલની પ્રયોગશાળામાં શોધ સહાયકનો ઇન્ટરવ્યૂ આપવા ગઈ. ઇન્ટરવ્યૂમાં તે બેકલેસ સેન્ડલ પહેલીને ગઈ હતી. સુપરવાઇઝરે એને નોકરી પર ના રાખી. કારણ પૂછવા પર એમણે બતાવ્યું કે, 'એમને ડર હતો કે, યુવતી પોતાના કાર્યને પર્યાપ્ત ગંભીરતાથી નહીં લે' અને આ અનુમાન એમણે એના અનૌપચારિક બેકલેસ સેન્ડલને જોઈને લગાવ્યું હતું.

પોતાનું આલોચનાત્મક મૂલ્યાંકન ખુદ કરીને તમે ચૂક કે ભૂલોને દુરસ્ત કરી શકો છો. નવા લોકોને મળવાથી પહેલાં અરીસામાં પોતાના દેખાવની તપાસ કરી લો. પોતાના દેખાવના ગુણ-દોષોની સમીક્ષા માટે સફળ લોકો પાસેથી પણ અભિપ્રાય લો. કેટલાય લોકો આપણને સલાહ આપવા માટે ઉત્સુક હોય છે કે, આપણે પોતાના દેખાવને યોગ્ય કેવી રીતે બનાવીએ અને આપણે જે વ્યક્તિને મળવા જઈ રહ્યા છીએ, એના અથવા કંપની પ્રમાણે કયો પોશાક પહેરવો ઉચિત રહેશે.

કયો પોશાક કે વાળની શૈલી સાચી છે, એ પદ, કંપની કે ઉદ્યોગ પ્રમાણે નક્કી થાય છે. ઉદાહરણ તરીકે, ફેશન ઉદ્યોગમાં સ્ત્રી-પુરુષ નવીનતમ ફેશન પ્રવૃત્તિઓ વિશે જાગૃત હોય છે અને એમણે એ જ અનુરૂપ પોશાક પસંદ કરવા જોઈએ.

મનોરંજન ઉદ્યોગમાં કામ કરતા મોટાભાગના લોકો અનૌપચારિક પોશાક પહેરે છે અને નવીનતમ હેર સ્ટાઇલ રાખે છે. જો કોઈ ગ્રાફિક ડિઝાઇનર સ્પોર્ટ્સ પોશાક પહેરીને કારોબારી મિટિંગમાં આવે છે, તો એના પર આંખની પાંપણો એટલી નહીં ચઢે, જેટલી કોઈ બેન્કરના અનૌપચારિક પોશાક પર ચઢશે.

જ્યારે આપણે અધિકારીઓ, ગ્રાહકો કે સહયોગીઓથી ભરેલા રૂમમાં પ્રવેશ કરીએ છીએ, તો એમનામાંથી દરેક વ્યક્તિ મનોમન ખુદને એ પ્રશ્ન પૂછે છે કે, શું આપણે મિલનસાર દેખાઈએ છીએ? જો જવાબમાં હા હોય, તો આપણી વાતચીત આરામથી અને સરળતાથી થશે. આપણે નવા મિત્ર બનાવી લઈશું. આપણા નવા સંપર્ક બની જશે. પરંતુ જો જવાબ ના છે, તો કોઈ અર્થપૂર્ણ વાતચીત

નહીં થાય. આ કારણે આપણે સંબંધ બનાવવાની અને નેટવર્ક બનાવવાની તક ગુમાવી દઈશું.

હંમેશાં કોઈને સાથે આપણો પ્રથમ સંપર્ક ફોન પર થાય છે. એ ગ્રાહક હોઈ શકે છે, પ્રતિષ્ઠિત વ્યક્તિ હોઈ શકે છે, આપણા વિભાગ કેટીમમાં કોઈ પદનો અરજદાર હોઈ શકે છે અથવા કોઈ શાસકીય સંસ્થાનો સદસ્ય હોઈ શકે છે. આપણે ફોન પર જેવી છાપ છોડીએ છીએ, બરાબર એનાથી એ નક્કી થાય છે કે, સામેવાળો આપણા અથવા કંપની વિશે કેવો દૃષ્ટિકોણ રાખશે. જો તમે ફોન કરનારાઓ પર સારો પ્રભાવ નાખવા ઇચ્છો છો, તો ફોનનો જવાબ તુરંત આપો. જો આપણે જાણીએ છીએ કે, એ વ્યક્તિને થોડીવાર રાહ જોવી પડશે, તો એને જણાવી દો કે એણે લગભગ કેટલી રાહ જોવી પડશે અને અભિપ્રાય આપો કે આપણને એને ફોન કરવામાં ખુશી અનુભવાશે. જો તે વ્યક્તિ રાહ જોવાની પસંદગી કરે છે, તો એને જણાવો કે, આપણે હજુ પણ લાઇન પર છીએ. આથી, એની પાસે રાહ જોવા કે આપણા ફરીથી ફોન કરવાના વિકલ્પ હજુપણ ઉપસ્થિત છે.

ફોન કરનારને હંમેશાં ત્યાં સુધી બોલવા દો, જ્યાં સુધી તે પોતાની ફરિયાદ કે સંદેશ પૂરો ના કરી લે. વચ્ચે કોઈ વાતને કાપો નહીં. જો આપણે મદદ ના કરી શકીએ, તો એ વ્યક્તિને વધારેમાં વધારે જાણકારી આપો કે, એને ક્યાંથી મદદ મળી શકે છે. ફોન રાખવાથી પહેલાં સામેવાળાથી પૂછો કે, શું એને બધી ગમતી જાણકારી મળી ગઈ છે અથવા આપણે એની સમસ્યા દૂર કરવા માટે બીજું કંઈ કરી શકીએ છીએ. ફોન રાખવાથી પહેલાં ''તમારો આભાર'' કહેવાનું ના ભૂલો.

આપણો પત્ર લોકોની સામે આપણો પ્રતિનિધિ હોય છે. આપણો લેટરહેડ એવો હોવો જોઈએ કે, આ આપણી એ જ છાપ રજૂ કરે, જે આપણે રજૂ કરવા ઇચ્છીએ છીએ. જોડણી અને ટાંકવાની ભૂલોને લાપરવાહી કે અકુશળતાનું પ્રતીક માની શકાય છે. સમજદાર વાચક શબ્દોની ખરાબ પસંદગી કે ખોટા વ્યાકરણને તુરંત પકડી લે છે. કોઈપણ પત્રને મોકલવાથી પહેલાં એને ફરીથી વાંચો. એ સુનિશ્ચિત કરો કે, આખો પત્ર ભૂલરહિત હોય. પોતાના કૉમ્પ્યુટરના સ્પેલ ચેક પ્રોગ્રામના ભરોસે ના બેસો. એ અનુચિત શબ્દોને નહીં પકડી શકે. ઉદાહરણ તરીકે, જો તમે 'મેં'ના બદલે 'મૈં' ટાઇપ કરી દીધું, તો આ એને નહીં પકડી શકે. હંમેશાં પત્ર પર હસ્તાક્ષર કરતાં પહેલા અને એને મોકલવાથી પહેલાં સારી રીતે પ્રૂફરીડિંગ કરી લો. તમારો પત્ર તમારા લેખનની વિષય-વસ્તુ અને શૈલીનો

મજબૂત રેકૉર્ડ હોય છે. જો પ્રથમ છાપ ખરાબ છૂટી જાય, તો એમાંથી બહાર નીકળવું મુશ્કેલ થાય છે. જો પ્રથમ સંપર્કમાં નકારાત્મક કે અણગમતી છબી બની જાય છે, તો આ કેટલાય વર્ષો સુધી સંબંધોને પ્રભાવિત કરી શકે છે. સારી છબી બનાવવા માટે થોડા વિચાર અને પ્રયાસની જરૂર હોય છે અને એ પ્રયાસ કરવો જોઈએ.

વર્તમાન યુગ પ્રૌદ્યોગિકીનો છે, આથી કોઈ સાથે આપણો પ્રથમ સંપર્ક બહુધા ઈ-મેઇલ, સોશિયલ નેટવર્કિંગ સાઇટ કે આપણી કંપનીની અથવા પોતાની ખાનગી વેબસાઇટના માધ્યમથી થાય છે. આપણે હવે પછીના અધ્યાયમાં એના વિષયમાં વાત કરીશું કે, આપણે પ્રૌદ્યોગિકીનો ઉપયોગ કરીને પોતાની કારકિર્દીને કેવી રીતે સફળતા તરફ આગળ વધારી શકીએ છીએ.

જ્યારે આપણે કોઈ નવા વ્યક્તિને મળીએ છીએ, તો મોટાભાગના લોકો હંમેશાં શરૂઆતમાં જ પૂછે છે, ''તમે શું કરો છો?'' આ આપણા 'વ્યક્તિગત બ્રાન્ડ કથન'ના ઉપયોગનો સમય છે.

આપણું વ્યક્તિગત બ્રાન્ડ કથન આપણી યોગ્યતાઓ અને શક્તિઓને પ્રગટ કરે છે. આ આપણી રુચિઓ બતાવે છે. એ બતાવે છે કે, સામેવાળા માટે આપણું મહત્ત્વ અનોખું કેમ છે, ભલે તે ગ્રાહક હોય, કર્મચારી હોય, સહકર્મી હોય, પ્રતિષ્ઠિત વ્યક્તિ હોય કે અન્ય મહત્ત્વપૂર્ણ સંપર્ક હોય. પોતાનું વ્યક્તિગત બ્રાન્ડ કથન તૈયાર કરવા ખુદને નીચે આપેલા સવાલ પૂછો :

- આપણામાં એવા કયા ગુણ કે વિશેષતાઓ છે, જેના કારણે આપણે પોતાના ક્ષેત્રમાં બીજાઓથી અલગ છીએ?
- આપણા સહકર્મીઓ કે ગ્રાહકોની દૃષ્ટિમાં આપણી સૌથી મોટી શક્તિ શું છે?
- આપણે એવું શું કરીએ છીએ, જે બીજા લોકો અને સંગઠનો પ્રતિ ઉલ્લેખનીય, માપવા યોગ્ય, સ્પષ્ટ રૂપથી મહત્ત્વપૂર્ણ છે?

સામાન્ય ચર્ચાનો ઉદ્દેશ્ય પરિચય કરવાનો અને તાલમેલ બેસાડવાનો છે. તાલમેલ બનાવવો એ સંબંધ બનાવવાનો પાયો છે. એ લક્ષ્ય રાખો કે, આપણે પોતાનો ૮૦ ટકા સમય સાંભળવામાં અને ૨૦ ટકા સમય બોલવામાં લગાવીશું. જેમ કે ડેલ કારનેગીએ લખ્યું હતું, ''સામેવાળામાં રુચિ લો. સારા શ્રોતા બનો અને બીજાઓને એમના ખુદના વિશે બોલવા માટે પ્રોત્સાહિત કરો.''

નીચે કેટલીક સલાહ આપવામાં આવી છે, જેના પર અમલ કરીને તમે કોઈ નવા કારોબારી સહયોગી સાથે સફળ વાતચીત કરી શકો છો.

> આપણી ઉંમર, પદ કે કારોબાર ભલે જે હોય, આપણે બધાને બ્રાન્ડ બનાવવાનું મહત્ત્વ સમજવું જોઈએ. આપણે પોતાની કંપનીના સીઈઓ છીએ. કારોબારમાં જળવાઈ રહેવા માટે આપણું સૌથી મહત્ત્વપૂર્ણ કામ 'હું' બ્રાન્ડના મુખ્ય પ્રચારક બનવાનું છે.
> - ટૉમ પીટર્સ

પરિચય સમયે હાથ મિલાવવો યોગ્ય હોય છે. દૃઢતાપૂર્વક હાથ મિલાવવાથી સારો પ્રભાવ પડે છે. બસ એટલું ધ્યાન રાખો કે, સામેવાળાના હાથનું હાડકું ચકનાચૂર કરવાનો પ્રયાસ ન કરવામાં આવે. સ્મિત આપો. સામેવાળાથી સીધી જ નજર મિલાવો. એનું નામ દોહરાવો અને એની વાતોમાં સાચો રસ લો.

ઘટના કે આસપાસના વાતાવરણ વિશે પ્રશ્ન પૂછો. ''વક્તા કેટલો જબરદસ્ત હતો?'', ''તમને આજની મિટિંગ કેવી લાગી?''

પૂછો, ''તમે અહીં કેમ આવ્યા?'' હંમેશાં કાર્યક્રમમાં સામેવાળા પણ એ જ કારણે આવે છે, જે કારણે આપણે આવ્યા હતા.

જો આપણને એ ખબર નથી કે, સામેવાળો કયા વ્યવસાયમાં છે, તો પૂછી લો. સાચી રુચિ દાખવો અને એના વ્યવસાયના કોઈ વિશેષ રસપ્રદ પાસા વિશે પ્રશ્ન પૂછો, જેનો જવાબ 'હા' કે 'ના'માં આપી ના શકે.

થોડી સામાન્ય ચર્ચા પછી એને પોતાના વિશે બતાવો. અહીંયા આપણે પોતાના વ્યક્તિગત બ્રાન્ડ કથન અને ''સ્વ-વિજ્ઞાપન''નો ઉપયોગ કરી શકીએ છીએ, જેના વિશે આગળ આવનારા અધ્યાયમાં વિસ્તારપૂર્વક જણાવવામાં આવશે.

પોતાની વાતચીત સમાપ્ત કરતા સમયે વ્યાવસાયિક કાર્ડ (વિઝિટિંગ કાર્ડ)નું આદાન-પ્રદાન કરો. જો ઉચિત હોય, તો એ વ્યક્તિને પોતાના ઑનલાઇન વ્યાવસાયિક નેટવર્કમાં જોડાવાનો આગ્રહ કરો.

યાદ રાખો, આપણું બિઝનેસ કાર્ડ પણ આપણી વ્યક્તિગત બ્રાન્ડનો હિસ્સો હોય છે. પારંપરિક બિઝનેસ કાર્ડથી પણ આપણે વ્યક્તિગત છાપ છોડી શકીએ છીએ અને યાદગાર બની શકીએ છીએ. જો આપણે વિજ્ઞાપન જેવા ક્ષેત્રમાં ના હોઈએ, તો વિચિત્ર બિઝનેસ કાર્ડથી બચવું જ ઉત્તમ થાય છે.

બિઝનેસ કાર્ડ આપતા સમયે તૈયાર રહો. બિઝનેસ કાર્ડ એ રીતે રાખો કે, એને સરળતાથી કાઢી શકાય. કાર્ડ એ પ્રકારે આપો, જેનાથી એના મૂલ્યવાન હોવાનો અહેસાસ થાય. પ્રાઇવેટ નંબર, નિકનેમ વગેરે વ્યક્તિગત વિવરણ જોડો. કાર્ડ પર છપાયેલા શબ્દ ઉપર અને સામેવાળાની તરફ રહેવા જોઈએ.

જ્યારે કોઈ આપણને બિઝનેસ કાર્ડ આપે, તો રોકાઓ અને કાર્ડને ધ્યાનથી વાંચો. એ વ્યક્તિના પદનામ પર ધ્યાન આપો અને એના પર ટિપ્પણી કરો. એની અનોખી કે સર્જનાત્મક ડિઝાઇન પર ટિપ્પણી કરો. કોઈ એવો પ્રશ્ન પૂછો, જેનાથી આપણી રુચિ પ્રગટ થતી હોય. એ જુઓ કે, શું એના પર મોબાઇલ નંબર લખ્યો છે. જો નથી, તો પૂછી લો. જુઓ કે, શું એમાં ઈ-મેઇલ ઍડ્રેસ લખ્યું છે. જો નથી, તો પૂછી લો. યાદ રાખવા માટે કાર્ડની પાછળ મુલાકાતની તારીખ, જગ્યા અને સંક્ષિપ્ત વિવરણ લખી લો. જાણકારીને પોતાની સંપર્ક પ્રબંધન પ્રણાલીમાં નોંધી લો. ફરીથી સંપર્ક કરો અને એ વ્યક્તિને પોતાના નેટવર્કમાં સામેલ થવાની જાણકારી મોકલો.

વાતચીતને સૌમ્ય રીતથી સમાપ્ત કરવા માટે બસ એટલું જ પર્યાપ્ત હોય છે : ''તમને મળીને ખૂબ જ આનંદ થયો (એનું નામ લો); કદાચ આપણે જલ્દી જ ફરી મળીશું,'' અથવા ''તમારી સાથેની મુલાકાત શ્રેષ્ઠ રહી (એનું નામ જોડો); હું તમને કાલે ફોન કરીને મારા ઑનલાઇન બિઝનેસ નેટવર્કની લિંક બતાવી દઈશ.''

પ્રથમ છાપ સારી રીતે છોડવી પ્રૉફેશનલ છબીનું ફક્ત પ્રથમ પગથિયું છે, જેનાથી એ નક્કી થાય છે કે, બીજા લોકો આપણને કઈ રીતે જુએ છે. આપણે હંમેશાં એ વિશે સજાગ રહેવું જોઈએ કે, આપણે પોતાના સંપર્કમાં આવનારા દરેક વ્યક્તિની સામે કેવા દેખાઈએ છીએ, કેવી રીતે કામ કરીએ છીએ અને કેવો વ્યવહાર કરીએ છીએ. એ ઉપરાંત આપણામાં એ જોવા-સમજવાની આવડત પણ હોવી જોઈએ કે, બીજા આપણી સામે કેવી છાપ રજૂ કરી રહ્યા છે.

પ્રૉફેશનલ છબી બનાવવા અને જાળવી રાખવા માટે વિશ્વસનીય બનો અને ગોપનીયતા જાળવી રાખો. હંમેશાં ધ્યાન રાખો કે, વરિષ્ઠ પ્રબંધનની ચર્ચાઓ અને રણનીતિઓ વિશે કઈ વાતો બતાવવી યોગ્ય છે અને કઈ વાતો બતાવવી યોગ્ય નથી. ''ખુલ્લા દરવાજા''ની નીતિ રાખો. બીજાના બોલતા સમયે એમના પર પૂરું ધ્યાન આપો. એમને એમની રુચિઓ અને શોખ વિશે બોલવા માટે પ્રોત્સાહિત કરો. સાથે જ એ બાધાઓ તેમજ ચિંતાઓ વિશે બતાવવા માટે પણ પ્રોત્સાહિત કરો, જે એમને સફળ થવાથી રોકી રહી છે. વચ્ચે-વચ્ચે પ્રોત્સાહન અને પ્રશંસા આપતા રહો. હંમેશાં સારો શિષ્ટાચાર, સાંભળવાની યોગ્યતાઓ અને ઉચિત ભાષાનો ઉપયોગ કરો. શબ્દો તેમજ કાર્યોની વચ્ચે એકરૂપતા બતાવો. આંતરિક અને બાહ્ય ગ્રાહકો તેમજ સપ્લાયરો સાથે સારા સંબંધ બનાવો. આત્મવિશ્વાસી, ઊર્જાવાન અને સ્વ-પ્રેરિત બનો. પડકારો અને એમાંથી બહાર નીકળવાના વિકલ્પોને તપાસો. આજકાલ કર્મચારીઓને બે શ્રેણીમાં રાખવામાં આવે છે :

''પર-પ્રેરિત કર્મચારી'' અને ''સ્વ-પ્રેરિત કર્મચારી''. આપણે ઇચ્છીએ છીએ કે, લોકો આપણને પછીવાળી શ્રેણીમાં રાખે. આપણે ખુદને એ પ્રકારે ઢાળવા જોઈએ કે, આપણે પોતાની પૂરી જવાબદારી લઈએ અને અસાધારણ પરિસ્થિતિ વગર સમસ્યાઓ ઉત્પન્ન નહીં કરીએ. બધા સામેલ લોકોને વિસ્તૃત વિવરણ આપો. વિશ્વસનીય, એકરૂપ અને જવાબદેહ બનો.

વિનાશકારી આદતોને છોડો, જેમ કે- આપણા પર સહકર્મીઓ, સમકક્ષો અને અધીનસ્થોનો વિશ્વાસ ના હોવો. વારંવાર ઘડિયાળ જોવી, ખૂબ વધારે તેમજ અયોગ્ય રજાઓ લેવી, આવશ્યક કાર્યોને અધૂરા છોડવા તેમજ સંદેશાઓનો જવાબ ના આપવો. નિર્ણય થવાથી પહેલાં વરિષ્ઠ પ્રબંધનને પોતાનો દષ્ટિકોણ ના બતાવવો. નિર્ણય થયા પછી પોતાનો દષ્ટિકોણ સતત બતાવવાની જિદ પકડવી. અયોગ્ય પોશાક, ભાષા અને ભિન્નતાના મામલામાં સંવેદનહીનતા. વરિષ્ઠ પ્રબંધન અને સ્ટાફની સાથે ચર્ચાઓમાં સામેલ ના થવું. અસફળતા પછી તુરંત ખુદને ના સંભાળવા અથવા કુંઠાજનક અથવા મુશ્કેલ સમય પછી સંતુલન પ્રાપ્ત ના કરી શકવું. આ બધી આદતોને વહેલીતકે છોડી દેવી જોઈએ.

આપણે બધા માત્ર શબ્દોથી જ અભિવ્યક્તિ નથી કરતા, આપણા શરીરની મુદ્રાઓ હંમેશાં આપણા શબ્દોના અર્થને બદલી શકે છે. આપણે ચહેરાના હાવ-ભાવ, આપણો બેસવાનો કે ઊભા રહેવાનો અંદાજ દરેક વસ્તુ સામેવાળાને કંઈક ને કંઈક બતાવે છે. કેટલું સારું થતું, જો આપણે બોડી લેંગ્વેજની એક ડિકશનેરી ખરીદી શકતા, જે આપણને બતાવતી કે,દરેક મુદ્રા કે અભિવ્યક્તિનો શું અર્થ હોય છે? પછી આપણે એ સમજી જતા કે, દરેક વ્યક્તિ ખરેખર શું કહી રહ્યો છે.

કેટલાક લોકોએ એવી ''ડિકશનેરી'' લખવાનો પ્રયાસ કર્યો છે, જેમાં અલગ-અલગ ''સંકેતો''ના અર્થ બતાવવામાં આવ્યા છે. ઉદાહરણ સ્વરૂપે, દાઢીવાળા ભાગને થપથપાવવાનો શું અર્થ હોઈ શકે છે? ''અરે! હું સમજી ગયો, તે સ્થિતિ પર વિચાર કરી રહ્યો છે.'' જુઓ, બની શકે છે કે, તે વિચાર કરી રહ્યો હોય, પરંતુ એનો એ અર્થ પણ હોઈ શકે છે કે, એણે આજે સવારે દાઢી નથી બનાવી, જેના કારણે એને દાઢીમાં ખંજવાળ આવી રહી હોય.

આપણી સામે એક યુવતી હાથ બાંધીને બેઠી છે. કેટલાક ''વિશેષજ્ઞ'' એની વ્યાખ્યા એ કરે છે કે, તે ખુદને અસુરક્ષિત સમજી રહી છે, આપણને દૂર રાખી રહી છે અથવા આપણો અસ્વીકાર કરી રહી છે. બકવાસ! કોઈ ક્લાસ, લેક્ચર કે નાટકમાં બેઠેલા લોકોને જુઓ. તમને ઘણા બધા લોકો હાથ બાંધીને બેઠેલા નજરે પડશે. શું એનો અર્થ એ છે કે, તેઓ ખુદને અસુરક્ષિત સમજી રહ્યા છે

અથવા શિક્ષકો કે અભિનેતાઓનો અસ્વીકાર કરી રહ્યા છે? સ્પષ્ટ છે કે, ના. આ બેસવાની આરામદાયક રીત છે અને એનાથી ઠંડીની ઋતુમાં આપણે ગરમ રહીએ છીએ. બીજી તરફ, જો વાતચીત દરમિયાન સામેવાળો અચાનક પોતાની અદબ વાળી લે, તો એનો અર્થ એ હોઈ શકે છે કે, એ બિંદુ પર તે આપણાથી સંમત નથી.

કોઈ બોડી લેંગ્વેજ સર્વવ્યાપી નથી હોતી, જેની સો ટકા સચોટ વ્યાખ્યા કરી શકાય. પરંતુ એનો અર્થ એ નથી કે, આપણે બોડી લેંગ્વેજને સમજી જ ના શકીએ. વિચારો અને ભાવનાઓને વ્યક્ત કરવાનો દરેકનો પોતાનો એક ખાસ અંદાજ હોય છે. એવું કેમ? કેમ કે બોડી લેંગ્વેજનો મોટાભાગનો હિસ્સો આપણે બીજાઓ પાસેથી શીખીએ છીએ. આપણામાં બીજાઓની નકલ કરવાની પ્રવૃત્તિ હોય છે અને આપણે સામાન્ય રીતે પોતાના માતા-પિતા પાસેથી બોડી લેંગ્વેજ શીખીએ છીએ. આપણી બોડી લેંગ્વેજ હંમેશાં આપણી પ્રજાતીય પૃષ્ઠભૂમિ સાથે પણ જોડાયેલી હોય છે. ઉદાહરણ સ્વરૂપ, બે છોકરા ડેટ્રૉઇટ, મિશિગનમાં પેદા થયા; પરંતુ એમના માતા-પિતા બે અલગ-અલગ દેશોથી અમેરિકામાં જઈને વસ્યા હતા. એક પરિવાર એ દેશથી આવ્યો હતો, જ્યાં ભાવ-ભંગિમાઓની સાથે અભિવ્યક્તિ સામાન્ય હતી. ત્યાં લોકો પોતાના હાથોનો ઉપયોગ કર્યા વગર ભાષા બોલી શકતા ન હતા. બીજો પરિવાર એક એવા દેશથી આવ્યો હતો, જ્યાં ખૂબ જ ભાવુક હોવાની સ્થિતિમાં ભાવ-ભંગિમાઓનો ઉપયોગ કરવામાં આવતો હતો, નહીંતર એનાથી દૂર રહેવામાં આવતું. આ બંને છોકરા હાઈસ્કૂલમાં પહેલીવાર મળ્યા. પહેલો છોકરો પોતાની સામાન્ય રીતથી સ્થિતિ પર ચર્ચા કરી રહ્યો હતો. એના હાથ સતત હલી રહ્યા હતા. એ જોઈને બીજા છોકરાએ વિચાર્યું, ''હે ભગવાન! તે આ વિશે ખૂબ જ રોમાંચિત છે.'' પછી એણે પોતાની સામાન્ય શાંત રીતથી પ્રતિક્રિયા કરી, જેને જોઈને પહેલા છોકરાએ વિચાર્યું, ''આને તો કોઈ રુચિ જ નથી.''

આગળની વાર્તામાં બતાવવામાં આવ્યું છે કે, સાંસ્કૃતિક ભિન્નતાઓ કયા પ્રકારે આપણા બિન-શાબ્દિક સંપ્રેષણને પ્રભાવિત કરે છે. ન્યૂયૉર્ક સિટીમાં કોઈએ એક હાઈસ્કૂલના કેફેટેરિયામાંથી પૈસા ચોરી લીધા. પ્રાચાર્યએ હાઈસ્કૂલની બધી વિદ્યાર્થિનીઓ સાથે વાત કરી, જે કેશ રજિસ્ટર સુધી પહોંચી શકી હતી. વાતચીત પછી તેઓ એ નિષ્કર્ષ પર પહોંચ્યા કે, ચોરી એક લેટિન અમેરિકી છોકરીએ કરી હતી. એમણે એને સસ્પેન્ડ કરી દીધી. આ મામલામાં એક સામાજિક કાર્યકર્તાએ પ્રાચાર્યનો સંપર્ક કર્યો અને પૂછ્યું કે, એ છોકરી એમને ચોર કેમ લાગી? પ્રાચાર્યએ

કહ્યું, ''એ બધી બીજી વિદ્યાર્થિનીઓ મારાથી નજરો મિલાવીને કહ્યું કે, એમણે ચોરી નથી કરી. આ છોકરીએ મારાથી નજરો ના મિલાવી. તે પૂરી વાતચીતમાં પોતાના પગ તરફ જોતી રહી. તે સ્પષ્ટ રૂપથી અપરાધી છે.'' સામાજિક કાર્યકર્તાએ એમને બતાવ્યું કે, દરેક સભ્ય લેટિન અમેરિકી છોકરીને બાળપણથી જ એ જ શીખવાડવામાં આવે છે કે, તે પ્રાચાર્ય જેવા ઉચ્ચ પદસ્થ વ્યક્તિથી ક્યારેય નજરો ના મિલાવે, બલ્કે એમની સાથે વાત કરતાં સમયે જમીન તરફ જુઓ. છોકરીનો વ્યવહાર એની સાંસ્કૃતિક ઉછેરનું પરિણામ હતો, પરંતુ પ્રાચાર્યએ એની ખોટી વ્યાખ્યા કરી લીધી. એ જ રીતે બૉડી લેંગ્વેજની આદતો પારિવારિક આદતોથી પણ નક્કી થાય છે. નિકોલના પરિવારનો દરેક સદસ્ય વાત કરતા સમયે વારંવાર માથું હલાવે છે. આપણામાંથી મોટાભાગના એની વ્યાખ્યા કરીને એ અર્થ કાઢશે કે, માથું હલાવનારો વ્યક્તિ આપણી વાતથી સંમત થઈ રહ્યો છે. પરંતુ જેવું નિકોલે જણાવ્યું કે, એનો અર્થ તો બસ એ બતાવવાનો હતો કે, એમણે સામેવાળાની વાત સાંભળી લીધી છે.

જો બૉડી લેંગ્વેજ સંપ્રેષણનું એક મહત્ત્વપૂર્ણ પાસું છે, તો શું એને વાંચવા કે સમજવાની કોઈ રીત છે? બૉડી લેંગ્વેજને વાંચવાની કોઈ સો ટકા સચોટ નીતિ તો નથી, પરંતુ કોઈ વ્યક્તિને જાણ્યા પછી આપણે એની બિન-શાબ્દિક ક્રિયાઓ અને પ્રતિક્રિયાઓની સારી વ્યાખ્યા કરી શકીએ છીએ. જ્યારે આપણે એ જ લોકોને વારંવાર મળીએ છીએ, તો એમના હાવભાવ પર ધ્યાન આપીને આપણે એમની બૉડી લેંગ્વેજને સમજી શકીએ છીએ. આપણે એ વાત પર ધ્યાન આપીએ છીએ કે, જ્યારે ક્લૉડિયા આપણી વાતથી સંમત થાય છે, તો તે આગળની તરફ ઝૂકી જાય છે અને જ્યારે પૉલ સંમત થાય છે, તો તે પોતાનું માથું જમણી તરફ ઝુકાવી લે છે. આપણે જોઈએ છીએ કે, નિકોલ આપણી કહેલી દરેક વાત પર માથું હલાવે છે, પરંતુ જ્યારે તે સંશયમાં હોય છે, તો માથું હલાવવાની સાથે-સાથે એના ચહેરાપર ચિંતાનો ભાવ પણ આવી જાય છે.

આપણે જે લોકો સાથે વાતચીત કરીએ છીએ, એમાંથી પ્રત્યેકની આદતોને યાદ રાખો. એનાથી આપણે બિન-શાબ્દિક સંકેતોને સમજી શકીશું અને એમની સાચી વ્યાખ્યા કરવામાં સક્ષમ બનીશું. થોડા સમય પછી આપણે એ ધ્યાન કરી શકીએ છીએ કે, જે લોકોની સાથે આપણે વાતચીત કરી શકીએ છીએ, એમનામાં કેટલીક મુદ્રાઓ કે અભિવ્યક્તિઓ વધારે સામાન્ય છે. નવા લોકોને મળવા પર આપણે પોતાના પરિચિતોની બૉડી લેંગ્વેજના આધાર પર સામાન્ય નિષ્કર્ષ કાઢી શકીએ છીએ, પરંતુ આપણે સાવધાન રહેવું જોઈએ કે, આપણે પોતાની વ્યાખ્યા

પર જરૂર કરતાં વધારે વિશ્વાસ ના કરીએ - સૌથી સારું એ રહે છે કે, કોઈની સાથે વાતચીતનો સારો અનુભવ થયા બાદ જકોઈ માન્યતા બનાવવામાં આવે કે, એની બૉડી લેંગ્વેજ શું કહે છે.

જ્યારે બૉડી લેંગ્વેજ શબ્દોના અર્થના વિરુદ્ધ નજર આવે છે અથવા વિપરીત દેખાય છે અથવા આપણને વિશ્વાસ નથી થતો કે, જે સંકેત મોકલવામાં આવી રહ્યો છે, એનો ખરેખર શું અર્થ છે, તો સવાલ પૂછી લો. એ વ્યક્તિને પૂછો કે, એનો સાચો આશય શું છે? સારા સવાલ પૂછીને આપણે બિન-શાબ્દિક વર્તણૂકથી ઉત્પન્ન થનારી શંકાઓનું નિરાકરણ લાવી શકીએ.

અંતમાં, આપણે પોતાની બૉડી લેંગ્વેજ વિશે પણ જાગૃત રહેવું જોઈએ. સંયમ જ નિયમ છે. સકારાત્મક બૉડી લેંગ્વેજના વધારે પડતા ઉપયોગનો પ્રભાવ પણ નકારાત્મક થઈ શકે છે, કેમ કે સામેવાળો આપણને નાટકબાજ માની શકે છે.

ઉપયોગી વાતચીત માટે બંને પક્ષને સાંભળવા અનિવાર્ય હોય છે. આપણે સામેવાળાની વાત પર પૂરું ધ્યાન આપવું જોઈએ, પરંતુ આપણે એ વિશે પણ જાગૃત રહેવું જોઈએ કે, શું સામેવાળી વ્યક્તિ આપણી વાત સાંભળી રહી છે? અહીંયા સાંભળવાની કેટલીક સૌથી સામાન્ય સમસ્યાઓ છે, જે વારંવાર સામે આવે છે. સૌથી પહેલાં તો આપણે સ્વયંને એ પૂછવું જોઈએ કે, શું આપણે એમનામાંથી કોઈ એક કે વધારે શ્રેણીઓમાં આવીએ છીએ. જો એવું છે, તો આપવામાં આવેલા અભિપ્રાયો પર અમલ કરીને એને સુધારી લો. ત્યારબાદ એ નક્કી કરો કે, શું સામેવાળી વ્યક્તિ કોઈ એક કે અધિક શ્રેણીઓમાં આવે છે. જો એવું છે, તો આપવામાં આવેલી સલાહો પર અમલ કરો, જેથી સામેવાળી વ્યક્તિ ખરેખર આપણી વાત સાંભળી શકે.

સાંભળવાની કેટલીય શૈલી હોય છે, જેના આધાર પર શ્રોતાઓને શ્રેણીબદ્ધ કરી શકાય છે. આ યાદી વાંચતા સમયે એ નક્કી કરો કે, શું આપણે અથવા જેની સાથે આપણે સંપ્રેષણ કરી રહ્યા છીએ, તે આગળની શ્રેણીમાં આવે છે :

**બેચેન** - આ લોકો હડબડીમાં નજરે આવે છે, સતત આસપાસ જુએ છે અથવા કોઈ બીજી વસ્તુ કરતા રહે છે. તેઓ સ્થિર બેસીને સાંભળી નથી શકતા. **સલાહ:** જો આપણે બેચેન શ્રોતા છીએ, તો આપણે એ સંકલ્પ લેવો જોઈએ કે, જ્યારે કોઈ આપણી સાથે વાતચીત કરી રહ્યું હોય, તો આપણે પોતાના કામને અલગ રાખી દીએ. **સલાહ:** જો આપણી સામે કોઈ બેચેન શ્રોતા હોય, તો આપણે એ પૂછી શકીએ છીએ, ''શું આ સારો સમય છે?'' અથવા કહો, ''મને એક મિનિટ માટે તમારો

સમય આપી શકો છો?'' એવા કથનથી શરૂઆત કરો, જે વ્યક્તિનું ધ્યાન આકર્ષિત કરી લે. સંક્ષિપ્તમાં અને ફટાફટ વાત પૂરી કરી દો, કેમ કે આવા શ્રોતાઓની ધ્યાનની અવધિ ઓછી હોય છે.

**ખોવાયેલા શ્રોતા** - ''ખોવાયેલા શ્રોતા'' એટલે એવા શ્રોતા જેઓ શારીરિક દૃષ્ટિથી તો ઉપસ્થિત હોય છે, પરંતુ માનસિક રૂપથી નથી હોતા. એમના ચહેરા પર એકલતાનો ભાવ સ્પષ્ટ નજરે આવે છે. તેઓ આપણી કહેલી વાત સાંભળવાના બદલે કોઈ દિવાસ્વપ્ન જોઈ રહ્યા હોય છે અથવા તો કોઈ બીજા વિચારોમાં ખોવાયેલા હોય છે. **સલાહ :** જો આપણે ''ખોવાયેલા શ્રોતા''ની શ્રેણીમાં આવીએ છીએ, તો સચેત બનો કે આપણે ક્યારે સાંભળવાનું છોડી દઈએ છીએ. સતર્ક રહો. આંખોનો સંપર્ક બનાવો. આગળ ઝૂકીને અને પ્રશ્ન પૂછીને રુચિ બતાવો. જો આપણી સાથે વાત કરનાર વ્યક્તિ ''ખોવાયેલો શ્રોતા''ની શ્રેણીમાં આવે છે, તો આપણે એમને ક્યારેક-ક્યારેક એ પૂછી શકીએ છીએ કે, શું તે આપણી વાતનો અર્થ સમજી ગયા છે. જેમ ''બેચેન''ની સાથે થાય છે, એવા કથનની શરૂઆત કરો, જે એમનું ધ્યાન આકર્ષિત કરી લે. સંક્ષિપ્ત અને મુદ્દા પર રહો, કેમ કે આ શ્રોતાના ધ્યાનની અવધિ ઓછી હોય છે.

**ટોકનારા શ્રોતા** - ''ટોકનારા શ્રોતા'' કોઈપણ સમય પર વચ્ચે કૂદવા માટે તૈયાર રહે છ. તેઓ ઉકડૂ બેસી રહે છે અને જરા પણ તક મળતા જ આપણી તરફથી આપણું વાક્ય પૂરું કરવાની તકમાં રહે છે. તેઓ આપણી વાત નથી સાંભળી રહ્યા. એમનું પૂરું ધ્યાન તો એ વાત પર કેન્દ્રિત છે કે, તેઓ શું કહેવા ઇચ્છે છે. **સલાહ :** જો આપણે ''ટોકનારા શ્રોતા'' સાથે વાત કરીએ છીએ, તો એની વચ્ચે કૂદવા પર તુરંત રોકાઈ જાઓ અને એને બોલવા દો, નહીંતર તે આપણઈ વાત ક્યારેય સાંભળશે જ નહીં. જયારે એની વાત પૂરી થઈ જાય, તો આપણે કહી શકીએ છીએ, ''જેમ હું પહેલા કહી રહ્યો હતો...'' જેથી એનું ધ્યાન એ તરફ ચાલ્યું જાય કે, એણે આપણી વાત કાપી નાખી હતી. પછી આપણે પોતાની વાત ત્યાંથી જ શરૂ કરવી જોઈએ, જયાંથી આપણે અધૂરી છોડી હતી.

**ભાવહીન** - ''ભાવહીન'' લોકો એકાકી રહે છે અને સાંભળતા સમયે ખૂબ જ ઓછો ભાવ બતાવે છે. તેઓ એ આભાસ મહેસૂસ કરાવે છે કે, આપણે જે બોલી રહ્યા છીએ, એની એમને રત્તીભર પણ પરવાહ નથી. **સલાહ:** જો આપણે ''ભાવહીન'' છીએ, તો માત્ર શબ્દો પર નહીં, બલ્કે પૂરા વ્યક્તિ પર ધ્યાન કેન્દ્રિત કરો. આંખ-કાન અને હૃદયથી સાંભળવાનું ના ભૂલો. **સલાહ :** જો સામેવાળો

''ભાવહીન'' શ્રોતાની શ્રેણીમાં આવે છે, તો પોતાના વિચારોનું નાટકીયકરણ કરો અને એને વાતચીતમાં સામેલ કરવા માટે સવાલ પૂછો.

**લડાકૂ**- લડાકૂ શ્રોતા હથિયારબદ્ધ હોય છે અને લડાઈ માટે તત્પર રહે છે. એમને અસહમત થવા અને બીજાઓને દોષ આપવામાં મજા આવે છે. **સલાહ:** જો આપણે ''લડાકૂ'' શ્રોતા છીએ, તો આપણે ખુદને વક્તાની જગ્યા પર રાખવાનો પ્રયાસ કરવો જોઈએ. આપણે એના દષ્ટિકોણને સમજવો અને સ્વીકાર કરવો જોઈએ તથા એમાંથી સારી વસ્તુ શોધવી જોઈએ. **સલાહ :** ''લડાકૂ'' શ્રોતા જ્યારે કોઈ સાથે અસહમત હોય અથવા કોઈને દોષ આપે, તો પાછળની બદલે આગળ જુઓ. એ વિશે વાત કરો કે, આપણે અસહમત થવા માટે કેવી રીતે સહમત થઈ શકીએ છીએ અથવા આગલી વખતે કરી રીતે અલગ કરી શકાય છે.

**વિશ્લેષક** - ''વિશ્લેષક'' સતત પરામર્શદાતા કે મનોચિકિત્સકની ભૂમિકા નિભાવે છે. તેઓ હંમેશાં જવાબ આપવા માટે તૈયાર રહે છે, ભલે જ આપણે એમનો અભિપ્રાય ના માગ્યો હોય. તેઓ વિચારે છે કે, તેઓ ઉત્તમ શ્રોતા છે. એમને મદદ કરવાનું સારું લાગે છે. તેઓ સતત વિશ્લેષણાત્મક માનસિકતામાં ''એને ઠીક કરો'' અવસ્થામાં રહે છે. **સલાહ :** જો આપણે ''વિશ્લેષક'' છીએ, તો આપણે આરામદાયક અવસ્થામાં રહેવું જોઈએ અને એ સમજી લેવું જોઈએ કે દરેક વ્યક્તિ જવાબ, સમાધાન કે સલાહની શોધ નથી કરી રહ્યો. કેટલાક લોકો તો બસ પોતાના વિચારોને એમ જ ઉછાળી રહ્યા છે, જેથી તેઓ ખુદ જવાબોને વધારે સ્પષ્ટતાથી જોઈ શકે. **સલાહ:** જો આપણી સામે ''વિશ્લેષક'' શ્રોતા છે, તો આપણે એ કહીને શરૂઆત કરી શકીએ છીએ, ''મારે બસ મારા દિલમાંથી ભાર કાઢવો છે. હું કોઈ સલાહની શોધ નથી કરી રહ્યો.''

**રુચિવાન શ્રોતા** - ''રુચિવાન શ્રોતા'' ચેતન રૂપથી જાગૃત શ્રોતા હોય છે. તેઓ પોતાની આંખો, કાનો અને હૃદયથી સાંભળે છે. તેઓ ખુદને વક્તાની જ ગ્યા પર રાખવાનો પ્રયાસ કરે છે. આ સાંભળવાનું સર્વોચ્ચ સ્તર છે. એમની સાંભળવાની યોગ્યતાઓ આપણને બોલવા માટે પ્રોત્સાહિત કરે છે. તેઓ આપણને પોતાના ખુદના સમાધાન શોધવા અને પોતાના વિચારોને પ્રગટ કરવાનો અવસર આપે છે. આપણે રુચિવાન શ્રોતા બનવાનું લક્ષ્ય રાખવું જોઈએ.

પોતાની સાંભળવાની યોગ્યતાને વધારવા માટે બોલનારા વ્યક્તિ સાથે આંખોનો સંપર્ક બનાવો. જે કહેવામાં આવી રહ્યું છે, એના પ્રતિ સંવેદનશીલ બનો. અસંગત સંદેશાઓ માટે બૉડી લૅંગ્વેજ પર ધ્યાન આપો. ધૈર્ય રાખો; સામેવાળાની વાત પૂરી

થવા પર જ બોલો. હસ્તક્ષેપ ના કરો, વક્તાનું વાક્ય પૂરું ના કરો, વિષય ના બદલો. સાંભળવાનું શીખો; કલ્પના કરો કે, વાતચીતના અંતમાંથી તમને પ્રશ્ન પૂછવામાં આવશે. જ્યારે સામેવાળો પોતાની વાત પૂરી કરી લે, તો કોઈપણ પ્રકારના સંશયની સ્થિતિમાં સ્પષ્ટ કરવાનું કહો. આપણે જે સાંભળ્યું છે, એને પોતાના શબ્દોમાં દોહરાવીને એ સુનિશ્ચિત કરો કે, આપણે કહેલી વાતનો પૂરો અર્થ સમજી ગયા છીએ. નિષ્કર્ષો પર ના કૂદો; માન્યતાઓ ના રાખઘો. ખરેખર સાંભળવાનો અભ્યાસ કરો; બધા વ્યવધાન હટાવી દો. બોલતા સમયે વસ્તુઓને શ્રોતાઓના દષ્ટિકોણથી જોવાનો પ્રયાસ કરો.

આપણી પાસે બે કાન અને એક મ્હોં એ માટે છે, જેથી આપણે જેટલું બોલીએ છીએ, એનાથી બમણું સાંભળી શકીએ.

આપણામાંથી કેટલાય લોકો માટે એક પ્રકારનું સંપ્રેષણ ખૂબ જ પડકારજનક હોય છે. એ છે આલોચના કરવી અને આલોચના ગ્રહણ કરવી. કેમ કે આલોચના ખાસ ઉપયોગી નથી હોતી, આથી આપણે સર્જનાત્મક ફીડબેક પર ધ્યાન કેન્દ્રિત કરીશું. એનો અર્થ છે એ વ્યાવહારિક જાણકારી, જે ઉત્તમ સેવા આપવા કે ઉત્તમ પ્રદર્શન કરવામાં કોઈની મદદ માટે આપવામાં આવે. આ બેતરફી પ્રક્રિયા છે. આપણે સામેવાળાને નિર્દેશ, અભિપ્રાય, વિચાર કે સમાલોચના આપી રહ્યા છીએ: અથવા સામેવાળો આપણને એ બધું આપી રહ્યો છે. આપણે એ સુનિશ્ચિત કેવી રીતે કરી શકીએ છીએ કે, આપણે સામેવાળાનો કે એણે આપણો સંદેશ પૂરી રીતે ગ્રહણ કરી લીધો છે? પ્રભાવી ઢંગથી અને શાલિનતાથી સર્જનાત્મક ફીડબેક આપવા વિશે કેટલીક સલાહો પર ધ્યાન આપો : બધી હકીકત પ્રાપ્ત કરો. સ્થિતિ પર તુરંત અને એકલામાં ચર્ચા કરો. વ્યક્તિ પર નહીં, કાર્ય કે વ્યવહાર પર ધ્યાન કેન્દ્રિત કરો. સુધારના ક્ષેત્ર પર વાતચીત કરવાથી પહેલાં સામેવાળાને વાસ્તવિક અભિનંદન કે પ્રશંસા આપો.

પહેલા પરાનુભૂતિ રાખો અને પછી આલોચના કરો. પોતાની ખુદની એવી જ ભૂલોનો ઉલ્લેખ કરો અને સામેવાળાને બતાવો કે, આપણે એને ઠીક કરવા માટે શું કર્યું. પોતાના ઇરાદાઓની તપાસ કરો કે, આપણે ફીડબેક કેમ આપી રહ્યા છીએ. પૂરી પુષ્ટિ કરી લો કે, આપણે સામેવાળાની ખરેખર મદદ કરવા ઇચ્છીએ છીએ. પોતાની લોક-વ્યવહાર સંબંધી યોગ્યતાઓનો ઉપયોગ કરો. આદેશ ના આપો; એના બદલે અભિપ્રાય આપો. વ્યવહાર બદલવાના લાભ બતાવો. ચર્ચાને મૈત્રીના અંદાજમાં સમાપ્ત કરો અને એ વિશે સંમતિ બનાવો કે, આગળ કેવી રીતે વધવાનું છે.

સર્જનાત્મક ફીડબેક સ્વીકાર પણ કરવો જોઈએ, જેમ કે : શાંત રહો અને સામેવાળાની વાત પૂરી સાંભળો. પુષ્ટિ કરો કે, તમે સ્થિતિને પૂરી રીતે સમજી રહ્યા છો. સ્વ-સુધાર તેમજ પરિવર્તન પ્રતિ ખુલ્લી માનસિકતા રાખો. વિશ્વાસ કરો કે, સામેવાળો સારા ઇરાદાથી ફીડબેક આપી રહ્યો છે. રક્ષાત્મક અંદાજમાં પ્રતિક્રિયા ના કરો. બહાના ના બનાવો; બસ તથ્ય બતાવો. ફીડબેક આપવા માટે સામેવાળાનો આભાર વ્યક્ત કરો. એ વિશે સંમત થાઓ કે, આગળ કેવી રીતે વધવાનું છે.

## સાર

- બીજાઓની સાથે વ્યવહારમાં આપણે સંકેત મોકલીએ છીએ. આ સંકેતોને કઈ રીતે ગ્રહણ કરવામાં આવે છે, એનાથી જ એ નક્કી થાય છે કે, આપણી કેવી છાપ છૂટે છે અને લોકો આપણને કેવી રીતે યાદ રાખે છે.

- પ્રબળ વ્યાવહારિક સંકેત બનાવવા અને જાળવી રાખવામાં આત્મવિશ્વાસ મુખ્ય ઘટક છે. પ્રથમ છાપ સૌથી વધારે સ્થાયી હોય છે. કેમ કે માણસ દર્શ્યાત્મક હોય છે, આથી આપણી અડધાથી વધારે છાપ એ વસ્તુઓના આધાર પર બને છે, જેને લોકો જુએ છે.

- આપણું વ્યક્તિગત બ્રાન્ડ કથન આપણી યોગ્યતાઓ અને શક્તિઓને પ્રકટ કરે છે. આ આપણી રુચિઓ બતાવે છે. એ બતાવે છે કે, સામેવાળા માટે આપણું મહત્ત્વ અનોખું કેમ છે, ભલે તે ગ્રાહક હોય, કર્મચારી હોય, સહકર્મી હોય, પ્રતિષ્ઠિત વ્યક્તિ હોય કે અન્ય મહત્ત્વપૂર્ણ સંપર્ક હોય.

- આપણું બિઝનેસ કાર્ડ આપણી ઓળખ દર્શાવવા સિવાય એ પણ બતાવે છે કે, આપણે કઈ સેવાઓ આપી રહ્યા છીએ. એને વ્યક્તિગત સ્પર્શ આપીને યાદગાર બની જાઓ.

- એક પ્રથમ સારી છાપ છોડવી ખુદ માટે પેશેવર (પ્રૉફેશનલ) છાપ બનાવવાની દિશામાં પ્રથમ પગલું છે, જે એ નક્કી કરશે કે બીજા આપણને કેવી રીતે જુએ છે. આપણે સતત ધ્યાન આપવું જોઈએ કે, આપણે જેના પણ સંપર્કમાં આવીએ છીએ, એની સામે કેવા દેખાઈએ છીએ, કેવી રીતે કામ કરીએ છીએ અને કેવી રીતે વ્યવહાર કરીએ છીએ.

- આપણે ફોન અને કારોબારી પત્રાચારનો જે રીતે ઉપયોગ કરીએ છીએ, એનાથી આપણી પ્રથમ છાપ છૂટે છે.

- સફળ લોકો એ શીખે છે કે, પોતાની બૉડી લેંગ્વેજનો સૌથી સારો પ્રભાવી ઉપયોગ કેવી રીતે કરવાનો છે અને બીજાઓની બૉડી લેંગ્વેજને કેવી રીતે સમજવાની છે.

- બીજાઓની વાત ધ્યાનથી સાંભળવાની આદત નાખો, ભલે એમનું પદ, શ્રેણી કે આપણા માટે મહત્ત્વનું સ્તર જે પણ હોય, તેમની વાતને ધ્યાનથી સાંભળો.

અંતિમ તસવીરને દિમાગમાં રાખીને શરૂ કરવાની સૌથી પ્રભાવી રીત એ છે કે, આપણે વ્યક્તિગત ધ્યેય કથન કે દર્શન અથવા સિદ્ધાંત તૈયાર કરી લઈએ. એમાં એ વાત પર ધ્યાન કેન્દ્રિત કરવામાં આવે છે કે, તમે શું 'બનવા' ઇચ્છો છો (ચરિત્ર) અને શું 'કરવા' ઇચ્છો છો (યોગદાન અને ઉપલબ્ધિઓ). એમાં એ મૂલ્યો કે સિદ્ધાંતો પર ધ્યાન કેન્દ્રિત કરવામાં આવે છે, જેના પર 'બનવું' અને 'કરવું' આધારિત છે.

–સ્ટીફન કવી

# ૨. પોતાની વ્યક્તિગત બ્રાન્ડ બનાવો

કારકિર્દીમાં પ્રગતિ કરવા માટે કેટલાક માપદંડોનું પાલન અનિવાર્ય છે. આ માપદંડ આપણું માર્ગદર્શન કરશે કે, આપણે કેવી રીતે જીવીએ અને પોતાના કામમાં કઈ રીતે ક્રિયા કે પ્રતિક્રિયા કરીએ - આપણી વ્યક્તિગત બ્રાન્ડ. આપણી છબી આપણી વ્યક્તિગત બ્રાન્ડ પર આધારિત હોવી જોઈએ. આપણે પોતાના બૉસ, અધીનસ્થો, સહકર્મીઓ, ગ્રાહકો અને દરેક મળનારા વ્યક્તિને જે સંકેત મોકલીએ છીએ, તે આપણી વ્યક્તિગત બ્રાન્ડના સામંજસ્યમાં હોવા જોઈએ.

## સપના અને લક્ષ્ય

મોટાભાગની મોટી કંપનીઓની પાસે સ્વપ્ન કથન (વિઝન સ્ટેટમેન્ટ) અને ધ્યેય કથન (મિશન સ્ટેટમેન્ટ) બંને હોય છે. જે રીતે કોઈ કંપની પોતાની વિશેષ ઓળખવાળી બ્રાન્ડ બનાવે છે, એ જ રીતે આપણા સ્વપ્ન કથન અને ધ્યેય કથન વ્યક્તિગત બ્રાન્ડ બનાવવામાં આપણી મદદ કરી શકે છે.

સામાન્ય સ્વપ્ન કથનમાં સંગઠન કે ટીમની આદર્શ છબી સામેલ હોય છે. આ સર્વોત્કૃષ્ટ લક્ષ્ય અને અસ્તિત્વનું કારણ બતાવે છે. દુર્ભાગ્યથી ઘણા ઓછા લોકો પોતાનું સ્વપ્ન કથન બનાવે છે. વ્યક્તિગત સ્વપ્ન કથન બનાવતા સમયે એ વિશે વિચારો કે, આપણે પોતાના પ્રયાસોના ફળસ્વરૂપ અંતતઃ શું પ્રાપ્ત કરવા ઇચ્છીએ છીએ. આ મોટી તસવીર બતાવનારું કથન છે. આપણે કેટલીક ટોચની કંપનીઓના સ્વપ્ન કથનો પર નજર નાખીને પોતાના ખુદનું સ્વપ્ન કથન બનાવવા વિશે માર્ગદર્શન લઈ શકીએ છીએ.

**વેસ્ટઈન હોટલ્સ :** ''વર્ષે-વર્ષે વેસ્ટઈન અને એના કર્મચારીઓને ઉત્તર અમેરિકામાં સર્વશ્રેષ્ઠ હોટલ તેમજ રિસોર્ટ મેનેજમેન્ટ સમૂહના રૂપમાં ઓળખવામાં આવશે અને સૌથી વધારે પસંદ કરવામાં આવશે.''

**ઍલ્કોઆ :** ''આપણું સ્વપ્ન વિશ્વમાં સર્વશ્રેષ્ઠ બનવાનું છે - પોતાના ગ્રાહકો, શેરધારકો, સમુદાયો અને લોકોની નજરોમાં. આપણે ઍલ્કોઆના મૂલ્યોને હંમેશાં દિમાગમાં સૌથી ઉપર રાખીને સર્વશ્રેષ્ઠ આપીએ છીએ, જેની આપણે અપેક્ષા અને માંગ કરીએ છીએ.''

**જનરલ મોટર્સ :** ''આપણું સ્વપ્ન યાતાયાત ઉત્પાદનો અને સંબદ્ધ સેવાઓમાં વિશ્વમાં અગ્રણી બનવાનું છે. આપણે જનરલ મોટર્સના લોકોની પ્રામાણિકતા, ટીમવર્ક અને નવીનીકરણથી સંચાલિત સતત સુધાર દ્વારા પોતાના ગ્રાહકોનો ઉત્સાહ અર્જિત કરીએ છીએ.''

**આઇકિયા :** ''આપણું સ્વપ્ન ઘણા લોકોના રોજબરોજના જીવનને ઉત્તમ બનાવવાનું છે. આપણે સારી ડિઝાઇનવાળા ઉપયોગી ઘરેલું સામાનોની વ્યાપક શ્રૃંખલા આપીને, એટલી ઓછી કિંમત પર આપીને એને સંભવ બનાવીએ છીએ કે, વધારેને વધારે લોકો એનો ખર્ચ ઉઠાવી શકે.''

## વ્યક્તિગત સ્વપ્ન આપો

કેટલાય લોકો સપના જુએ છે કે, આપણે જીવનમાં શું કરવા ઇચ્છીશું, પરંતુ આપણામાંથી ઘણા ઓછા લોકો પોતાના સપનાને વ્યક્તિગત સ્વપ્ન કથનમાં બદલે છે. એનો એ અર્થ નથી કે, આપણે દરેક કલ્પનાને પોતાનું સ્વપ્ન બનાવી લેવું જોઈએ. જ્યાં સુધી આપણી પાસે વધારે સ્પષ્ટ યોગ્યતાઓ ના હોય, ત્યાં સુધી સુપર બાઉલમાં ગોલ કરવા કે કોઈ હિટ મૂવીમાં હીરો બનવાની આપણી ઇચ્છા આપણું સ્વપ્ન નથી હોઈ શકતી. આપણે પોતાની ક્ષમતાઓની ભીતર યથાર્થવાદી પાયા પર પોતાના સ્વપ્નનું નિર્માણ કરવું જોઈએ. સ્વપ્ન કથન કારકિર્દી કે જીવનના કોઈ બીજા ક્ષેત્ર પર કેન્દ્રિત હોઈ શકે છે. વ્યક્તિગત સ્વપ્ન કથન બતાવે છે કે, આપણે ભવિષ્યમાં ખુદને ક્યાં જોઈએ છીએ. આ આપણી આશાઓ અને સપનાઓનું વર્ણન કરે છે. આ ઉપલબ્ધિ તથા પૂર્ણતાનો અહેસાસ ઉત્પન્ન કરે છે.

ધ્યેય કથન સ્વપ્નના ક્રિયાન્વયન વિશે વાત કરે છે. આ સારગર્ભિત રૂપરેખા બતાવે છે કે, સ્વપ્નને પ્રાપ્ત કરવા માટે સંગઠન, ટીમ કે વ્યક્તિએ શું કરવું જોઈએ? એ સીધું સ્વપ્ન કથનથી પ્રવાહિત થાય છે અને બતાવે છે કે, આપણે સ્વપ્ન સુધી કેવી રીતે પહોંચીશું? એ વિશિષ્ટ હોવું જોઈએ. એ આપણા સંગઠન, ટીમ કે

ખુદના પ્રમાણે અનોખું હોવું જોઈએ. ધ્યેય કથન સમજવામાં સરળ, યથાર્થવાદી અને માપવા યોગ્ય હોવું જોઈએ. વ્યક્તિગત ધ્યેય કથન લખતા સમયે એ વિશે વિશિષ્ટ બનો કે, આપણે શું પ્રાપ્ત કરવા ઇચ્છીએ છીએ. પોતાનું ધ્યેય કથન તૈયાર કરતા સમયે આવા વિચાર કરો : પ્રોત્સાહિત કરવું, વિકસિત કરવું, સંલગ્ન કરવું, પરિવર્તન કરવું, વિસ્તાર કરવો, સહયોગ કરવો, ઉત્પાદન કરવું, સમર્થન કરવું, બળ આપવું.

કથન લખ્યા પછી, એને જોરથી વાંચો. શું આપણે ખુદને એ રીતે જોઈએ છીએ? આ કથનોને આપણા કાર્ય વિશે જાણનારા કેટલાક મિત્રો કે સહકર્મીઓને ઈ-મેલ કરીને એમની પાસે સમીક્ષા તેમજ ટિપ્પણીઓનો આગ્રહ કરો. પ્રતિક્રિયાઓનું આકલન કરીને ઉચિત ફેરબદલ કરો.

> જીવનમાં દરેક વ્યક્તિનું પોતાનું વિશિષ્ટ ઈશ્વરીય આહ્વાન કે ધ્યેય હોય છે... એમાં કોઈ બીજું એની જગ્યા નથી લઈ શકતું, ના તો એના જીવનને દોહરાવી શકાય છે. આ રીતે દરેક વ્યક્તિનું કામ એટલું જ અનોખું છે, જેટલું કે એને કરવાનો એનો વિશિષ્ટ અવસર.
>
> – વિક્ટર ફ્રૈંકલ
> (દાર્શનિક અને લેખક)

## સફળતા માટે નૈતિક જીવન જરૂરી

આપણા મૂલ્ય જ એ નક્કી કરે છે કે, શું સારું છે અને શું ખરાબ છે? આપણી નૈતિકતા જ નક્કી કરે છે કે, આપણે સારું કાર્ય કરીશું અને ખરાબ કાર્યથી બચીશું. નૈતિકતામાં માપદંડોનો સમૂહ સામેલ હોય છે, જે આપણને બતાવે છે કે આપણે કેવી રીતે વ્યવહાર કરવાનો છે. શક્તિશાળી ચરિત્રવાળો કોઈપણ વ્યક્તિ નૈતિક સંહિતા વગર નથી જીવતો.

વ્યક્તિગત નૈતિક સંહિતા આપણી વ્યક્તિગત બ્રાન્ડમાં એક મુખ્ય ઘટક છે. એ આપણા માટે શું સાચું અને શું ખોટું, એના માપદંડ નક્કી કરે છે. એ આપણને પ્રલોભનનો પ્રતિરોધ કરવામાં આપણી મદદ કરે છે. એ નૈતિક દૃષ્ટિથી સુદૃઢ નિર્ણય લેવાનો પાયો બની જાય છે.

નૈતિકતામાં સાચા અને ખોટાની વચ્ચેનો ફરક જોવાનું સામેલ હોય છે. એમાં સાચું, સારું અને સન્માનજનક કામ કરવાનો સંકલ્પ પણ સામેલ હોય છે. આપણે ખુદને પૂછવું જોઈએ કે, શું આપણે અનૈતિક વિકલ્પ પસંદ કરવાની કિંમત ચૂકવવા

સાચી એકાગ્રતાથી સાચી બુદ્ધિમત્તા ઉત્પન્ન થાય છે; સાચી બુદ્ધિમત્તાથી સાચી મુક્તિ ઉત્પન્ન થાય છે.

— બુદ્ધનો મુક્તિનો માર્ગ

ઇચ્છીએ છીએ? શું આપણે અનૈતિક પસંદગી માટે પોતાના ગર્વ, પ્રામાણિકતા, પ્રતિષ્ઠા અને સન્માનનું બલિદાન કરવા ઇચ્છીએ છીએ?

પરંતુ નૈતિકતાનો અર્થ અનિવાર્ય કામ કરવું એ નથી. એ તો એ કરવાનું છે, જે આપણે કરવું જોઈએ. કેમ કે સન્માનજનક કામમાં કેટલીયવાર આપણે પોતાની ઇચ્છાઓ પર કાબૂ કરવાનો હોય છે, આથી નૈતિકતામાં આત્મ-નિયંત્રણની આવશ્યકતા હોય છે.

સાચી સમજથી જ સાચા વિચાર ઉત્પન્ન થાય છે; સાચા વિચારથી જ સાચી ભાષા ઉત્પન્ન થાય છે; સાચી ભાષાથી જ સાચી ક્રિયા ઉત્પન્ન થાય છે; સાચી ક્રિયાથી જ સાચી આજીવિકા ઉત્પન્ન થાય છે; સાચી આજીવિકાથી જ સાચા પ્રયાસ ઉત્પન્ન થાય છે; સાચા પ્રયાસથી જ સાચી જાગરૂકતા ઉત્પન્ન થાય છે; સાચી જાગરૂકતાથી જ સાચી એકાગ્રતા ઉત્પન્ન થાય છે.

## નૈતિકતાની વ્યક્તિગત સંહિતા

નૈતિક સંહિતાની કોઈ સીમા નથી હોતી - આ એક વાક્યમાં પણ આવી શકે છે અથવા એમાં વ્યક્તિગત વિચાર અને સંકલ્પથી કેટલાય વાક્યોની જરૂર પણ પડી શકે છે. નૈતિક વ્યવહારની તાર્કિક સીમાઓ નક્કી કરો. મહત્ત્વપૂર્ણ શબ્દ છે 'તાર્કિક'. કોઈપણ કઠોર નિયમ કે દિશાનિર્દેશ પસંદ નથી કરતું. સીમાઓની પાછળ એક સ્પષ્ટ ઉદેશ્ય રાખો. ''શું''ની પાછળ ''કેમ''ને સ્પષ્ટ અને સુદૃઢ કરો. ''કેમ કે મેં એવું કહ્યું હતું,''એ ત્યારે કામ કર્યું ન હતું, જ્યારે આપણે બાળક હતા અને હવે એ પણ કામ નથી કરતું. સકારાત્મક અંદાજમાં સીમાઓ સંપ્રેષિત કરો અને **શું નથી કરવાનું**એના બદલે **શું કરવાનું છે** એના પર **ધ્યાન** કેન્દ્રિત કરો. ઉદારણ તરીકે, ''ગોપનીય રાખો'' એના બદલે ''ગપશપ''ના કરો. કાર્યસ્થળમાં ઉચિત સીમાઓ સ્થાપિત કરવાની પ્રક્રિયા પ્રતિ યોગદાન આપવાનો અવસર બીજાઓને આપો. હંમેશાં પ્રબંધકોના બદલે કર્મચારી વધારે કઠોર સીમાઓ નક્કી કરે છે. સીમાઓને દૃઢતાથી લાગુ કરો. એમની પાછળ ઊભા રહેવાનું સાહસ રાખો. સીમાઓને નિરંતરતા અને નિષ્પક્ષતાથી લાગુ કરવી જોઈએ.

# નૈતિક નિર્ણય

નૈતિક દૃષ્ટિથી સંવેદનશીલ સ્થિતિ નૈતિક માનદંડ નક્કી કરવાનો સૌથી ખરાબ સમય હોય છે. કામ કરવાથી પહેલાં આપણે જાણકારીની સમીક્ષા કરવાની હોય છે, પરિણામોનું અનુમાન લગાવવાનું હોય છે, બીજાઓ વિશે વિચારવાનું હોય છે અને પોતાની ભાવનાઓનું પ્રબંધન કરવાનું હોય છે. નૈતિક નિર્ણય જલ્દી જ લઈ શકાય છે, પરંતુ એના પરિણામ આજીવન સ્થાયી રહી શકે છે. આથી સાવધાનીપૂર્વક વિચાર-વિમર્શ કરવો મહત્ત્વપૂર્ણ છે. નૈતિક સંહિતાથી મદદ મળી શકે છે. એ આપણા જીવનની દિશા નક્કી કરે છે.

આપણે બધા ભાગીદારોએ કોઈ નિર્ણયથી પ્રભાવિત થનારા બધા લોકો પર કામના પ્રભાવ વિશે વિચારવું જોઈએ. કંઈક કરવાથી પહેલાં આપણે એ નક્કી કરી લેવું જોઈએ કે, જે કામને કરવા વિશે વિચારવામાં આવી રહ્યું છે, એનાથી કોને મદદ મળવાની અથવા કોને નુકસાન પહોંચવાની સંભાવના છે. જો કોઈને નુકસાન પહોંચશે, તો એ નુકસાનને સમાપ્ત અથવા ઓછું કરવા માટે આપણે શું કરી શકીએ છીએ? ખુદથી પૂછવા માટે સારા સવાલ આ છે : ''જો ભૂમિકાઓ વિપરીત થઈ જાય, તો શું થશે?, જો હું કોઈ ભાગીદારની જગ્યા પર હોત, તો મને કેવું લાગતું?''

આપણે દરરોજ વિકલ્પ પસંદ કરીએ છીએ. આપણા રોજબરોજના મોટાભાગના નિર્ણયોમાં સાચા કે ખોટાની પસંદગી કરવાનું સામેલ નથી હોતું; એના બદલે એમાં પ્રાથમિકતાઓ, કાર્યકુશળતા, યોજના અને સંસાધનોનું પ્રબંધન સામેલ હોય છે. જો કે, આપણે એવા નિર્ણય પણ લેવાના હોય છે, જેમાં નૈતિક દૃષ્ટિથી સાચા અને ખોટા વિકલ્પની વચ્ચે પસંદગી કરવાની હોય છે. આ સ્થિતિઓ હંમેશાં તણાવપૂર્ણ, ભાવનાત્મક અને જટિલ હોય છે. પ્રલોભનના વશીભૂત થઈને આંખો બંધ કરી લેવી ઘણું વધારે સરળ બની જાય છે. આપણને હંમેશાં પ્રતિક્રિયાશીલતા દ્વારા નૈતિક પસંદગી કરવા માટે વિવશ કરવામાં આવે છે.

આપણી નૈતિક સંહિતા આપણા જીવનના પાયાના નિયમ નક્કી કરી દે છે. વિકલ્પો તેમજ પસંદગીઓને તોલીને નિર્ણય લો કે, શું એ આપણી નૈતિક સંહિતાના અનુરૂપ છે? સ્પષ્ટ છે કે, જે કાર્યો કરવાથી વિશ્વાસ અને સન્માન ઉત્પન્ન થાય અને જે કાર્યો જવાબદારી, નિષ્પક્ષતા અને સામુદાયિક સેવાના અહેસાસને પ્રદર્શિત કરે, તે કાર્યો પૈસા, શક્તિ કે લોકપ્રિયતાની ઇચ્છાથી કરાતા કાર્યો કરતાં પહેલાં આવે છે અને તે વધારે મહત્ત્વપૂર્ણ હોય છે. એ જ પ્રકારે દીર્ઘકાલીન દૃષ્ટિથી ઉઠાવવામાં આવેલા પગલાં હંમેશાં અલ્પકાલીન લાભ માટે

કરવામાં આવેલા કાર્યો કરતાં વધારે શ્રેષ્ઠ હોય છે. પૂછો, ''મારા કાર્યોના સંભાવિત પરિણામ શું છે...અલ્પકાલીન અને દીર્ઘકાલીન બંને?'' જ્યારે કઠોર નિર્ણય લેવાના હોય, ત્યારે આપણા નૈતિક મૂલ્યોના વિપરીત વિકલ્પોને ફગાવી દો. પછી જે નૈતિક મૂલ્ય બચે, એમાંથી સૌથી વધારે યોગ્ય નૈતિક મૂલ્યને પસંદ કરો. કોઈ ખાસ સ્થિતિમાં શું કરવાનું છે? એના વિશે હજુપણ સંશય રહેવા પર એ વિકલ્પને પસંદ કરો, જેનાથી સૌથી વધારે લોકોને સૌથી વધારે ફાયદો થશે.



## નૈતિકતાનું મૂલ્યાંકન

હંમેશાં આપણે નિર્ણય લેવા કે કામ કરવાના દબાવમાં હોઈએ છીએ. બની શકે છે કે, આ પરિસ્થિતિઓમાં આપણે નૈતિક સિદ્ધાંતો પર પૂરો વિચાર ના કરીએ. જો આપણને કોઈ ખાસ નિર્ણય વિશે કોઈ શંકા ના હોય, ત્યારે પણ એ ખૂબ મદદરૂપ થાય છે કે, આપણે એને લઈને બીજાઓના સન્માનની કલ્પના કરવામાં એક મિનિટ લગાવીએ. આપણે જે કહી રહ્યા છીએ કે કરી રહ્યા છીએ, શું આપણે ઇચ્છીશું કે તે આપણા માતા-પિતા, દાદા-દાદી કે પ્રિય સગા-સંબંધીઓને ખબર પડે? આપણે જે કહી કે કરી રહ્યા છીએ, શું આપણે ઇચ્છીશું કે તે આપણા પુત્ર-પુત્રીને ખબર પડે? આપણો પસંદ કરેલો વિકલ્પ સ્થાનિક સમાચારપત્રના મુખપૃષ્ઠ પર કેવો દેખાશે? શું આપણે પોતાની વિચારધારા અને નૈતિક પસંદગીને સ્પષ્ટતાથી અને પૂરી રીતે તર્કસંગત સાબિત કરી શકીએ છીએ? જો મોટાભાગની જનસંખ્યા એ જ કામ કરે, જે આપણે કરવાનું વિચારી રહ્યા છીએ, તો શું આ એક સારી વાત હશે? અંતમાં, શું આ કાર્ય ધર્મગ્રંથોમાં બતાવવામાં આવેલા સ્વર્ણિમ નિયમના અનુરૂપ છે? શું હું બીજાઓની સાથે એવો વ્યવહાર કરી રહ્યો છું, જેવો હું મારી સાથે ઇચ્છું છું?

**સ્વર્ણિમ નિયમ** - બીજાઓની સાથે એવું જ વર્તન કરો, જેવું આપણે પોતાની સાથે ઇચ્છીએ છીએ.

પોતાની નૈતિક સંહિતાના અનુરૂપ જીવન જીવવાથી ના ફક્ત આપણને એક શક્તિશાળી બ્રાન્ડ બનાવવામાં માર્ગદર્શન મળશે, બલ્કે એનાથી બીજાઓને એ હંમેશાં યાદ રહેશે કે, આપણે પ્રામાણિકતા અને સન્માનની સાથે કામ કરીએ છીએ.

## પોતાની ઉપલબ્ધિનું સન્માન

સફળ લોકો જે વ્યક્તિગત છબી પ્રક્ષેપિત કરે છે, એમાં લક્ષ્ય પ્રાપ્ત કરવા પ્રતિ એમનું સમર્પણ સામેલ હોય છે. સંભવ છે કે, આપણે ક્યારેક એવું સમર્પણ કર્યું હોય અને એની દિશામાં કામ પણ શરૂ કરી દીધું હોય - પરંતુ થોડા જ સમયમાં એને ભૂલી ગયા હોઈએ.

કોઈ લક્ષ્ય પૂરું કરી લેવામાં આવશે, એ સુનિશ્ચિત કરવા માટે આપણે એને પ્રાપ્ત કરવા માટે સમર્પિત થવાનું હોય છે. સમર્પણ સંકલ્પ કરતાં વધારે મોટી વાત છે. આ એક ગંભીર સોગંદ છે કે, પોતાના નક્કી કામને કરવા માટે આપણે એ બધું કરીશું, જે આપણે કરી શકીએ છીએ. એને હળવાશથી નથી લઈ શકાતું. જો આપણે પોતાના સમર્પણોને ગંભીરતાથી લઈએ અને આગળ આપવામાં આવેલા દિશાનિર્દેશોનું અનુસરણ કરીએ, તો આપણા સફળ થવાની સંભાવના પ્રબળ થઈ જાય છે.

## અંતિમ લક્ષ્ય

એ ના કહો, ''હું વજન ઓછું કરવા ઇચ્છું છું.'' એના બદલે એ બતાવો કે ''તમે કેટલા કિલો વજન ઓછું કરવા ઇચ્છો છો?'' આ રીતે આપણે દરેક દિવસે પોતાની પ્રગતિની તપાસ કરી શકીએ છીએ અને જોઈ શકીએ છીએ કે, આપણે એ લક્ષ્ય સુધી પહોંચવાના કેટલા નજીક છીએ.

જો કોઈ લક્ષ્યને સંખ્યામાં નક્કી ના કરી શકાતું હોય, તો લક્ષ્યોને વધારેમાં વધારે વિશિષ્ટ રાખો. ઉદાહરણ તરીકે, ''ઍક્સેલમાં મહારત પ્રાપ્ત કરવી'' કે ''પોતાના પ્રૉફેશનલ સંગઠનમાં વ્યાખ્યાન આપવું.''

## મધ્યવર્તી લક્ષ્ય

''મારા રિપોર્ટની ડેડલાઇન ૩૦ માર્ચ છે. ૧૦ માર્ચ સુધી હું બધી પ્રારંભિક શોધ પૂરી કરી લઈશ; ૨૦ માર્ચ સુધી હું આંકડાઓનું વિશ્લેષણ પૂરું કરી લઈશ.''

મધ્યવર્તી લક્ષ્ય નક્કી કરવાથી અંતિમ લક્ષ્ય પ્રાપ્ત કરવું વધારે સરળ બની જાય છે. એકવારમાં એક-એક પગલું ઉઠાવીને વસ્તુઓને લો. એમાં ત્રીસ દિવસની ડેડલાઇન સુધી કામ પૂરું કરવાની ચિંતા નથી રહેતી. એના બદલે આપણે પ્રથમ

> આ સંસારમાં સૌથી મહત્ત્વપૂર્ણ વસ્તુઓ એ લોકોએ પ્રાપ્ત કરી છે, જે ત્યારે પણ પ્રયાસ કરતા રહ્યા, જ્યારે સહેજપણ આશા નજરે આવી રહી ન હતી.
>
> - ડેલ કારનેગી

ચરણની ડેડલાઇન પૂરી કરવાના સંદર્ભમાં વિચારીએ છીએ અને એના પછી આગલા ચરણની ડેડલાઇન.

''નિયંત્રણ બિંદુ'' નક્કી કરવાથી પણ મદદ મળે છે. એ આપણા માર્ગનું અતિ મહત્ત્વપૂર્ણ પગલું છે, જેના માધ્યમથી આપણે પોતાની પ્રગતિની ગુણવત્તાને માપી શકીએ છીએ. સ્કૂલમાં આ નિયંત્રણ બિંદુ ત્રિમાસિક કે છ-માસિક પરીક્ષાઓ હોઈ શકે છે. નોકરીમાં એ સમય-સમય પર થનારી પ્રદર્શન સમીક્ષાઓ હોઈ શકે છે. જો આપણે પોતાની ઉપલબ્ધિ પ્રતિ સમર્પિત છીએ, તો આપણે પોતાના ખુદના નિયંત્રણ બિંદુ નક્કી કરીને એ તપાસ કરતાં રહેવું જોઈએ કે, શું આપણો પ્રોજેક્ટ ઉત્કૃષ્ટ છે. જ્યારે આપણે સારી ગુણવત્તાતી કામ કરતાં-કરતાં પોતાના મધ્યવર્તી લક્ષ્યને પૂરા કરીએ છીએ, તો એનાથી કામ પૂરું કરવાનું આપણું સમર્પણ મજબૂત થાય છે. જો આપણું કામ યોજના અનુરૂપ દમદાર નથી, તો એ પ્રકારના પ્રામાણિક આકલનથી આપણે એ નક્કી કરી શકીએ છીએ કે, આપણે ફરીથી પાટા પર પરત ફરવા માટે કયા પગલાં ઉઠાવી શકીએ છીએ.

## એક અનુબંધ કરો

અનુબંધ એક બાધ્યકારી સહમતિ છે. જ્યારે નાણાંકીય સમસ્યાઓએ જૈસનને મજબૂર કરી દીધો કે, તે એક વર્ષ પછી કોલેજ છોડી દે, તો તેણે સંકલ્પ લીધો કે, તે પાંચ વર્ષની અંદર પોતાની ડિગ્રી પ્રાપ્ત કરી લેશે. એને ખબર હતી કે, એના માટે તેને રાત્રે અને વીકઍન્ડમાં ભણવું પડશે, પોતાની મોટાભાગની આવક પોતાના શિક્ષણ પર ખર્ચ કરવી પડશે અને જીવનના મોટાભાગના સામાજિક તેમજ મનોરંજક પાસાઓનો ત્યાગ કરવો પડે. આ બધું સુનિશ્ચિત કરવા માટે તેણે ખુદની સાથે એક લિખિત અનુબંધ કર્યો. તેણે પોતાના દીર્ઘકાલીન લક્ષ્યને લખ્યા - ડિગ્રી પ્રાપ્ત કરવી. પછી તેણે ધ્યવર્તી લક્ષ્ય લખ્યા : કયા કોર્સ કરવાના છે અને તે એને ક્યારે પૂરા કરશે. જ્યારે મુશ્કેલીઓ સામે આવતી હતી કે આળસનું પ્રલોભન જાગતું હતું, તો તે પોતાના અનુબંધને ફરીથી વાંચતો હતો અને પોતાના સમર્પણને ફરીથી શક્તિશાળી બનાવી લેતો હતો.

## કોઈ બીજાને પોતાના સંકલ્પ બતાવી દો

સ્વ-પ્રેરણાના મહાન લેખક નેપોલિયન હિલે એ સલાહ આપી હતી કે, તમારે પોતાના સંકલ્પ કોઈ બીજા વ્યક્તિને બતાવી દેવા જોઈએ. જૈસને પોતાના અનુબંધની નકલ પોતાના ભાઈને આપી દીધી, જેણે સાક્ષીના રૂપમાં અનુબંધ

પર હસ્તાક્ષર કર્યા અને એ વચન આપ્યું કે, તે જૈસનને એના પર ચલાવવા માટે કટિબદ્ધ રહેશે. આગલા થોડા વર્ષોમાં જ્યારે કામકાજ અને ભણતરના ભારે દબાવોના કારણે જૈસનના મનમાં કોર્સ છોડવાનું પ્રલોભન આવ્યું, તો એને પોતાના ભાઈ તરફથી સમર્થન મળ્યું, જેનાથી તેને એનો સંકલ્પ જાળવી રાખવામાં મદદ મળી.

એ પસંદગી ખૂબ જ મહત્ત્વપૂર્ણ છે કે, આપણે આપણો સંકલ્પ કોને બતાવીએ? આપણે કોઈ એવા વ્યક્તિને પસંદ કરવો જોઈએ, જેનું આપણે સન્માન કરતા હોઈએ અને જેને આપણે નિરાશ ના કરવા ઇચ્છતા હોઈએ. તે આપણા લક્ષ્ય સુધી પહોંચવા વિશે ઉત્સાહી હોવો જોઈએ. જો લક્ષ્ય વ્યક્તિગત છે, તો તે વ્યક્તિ આપણી પત્ની પરિવારનો સદસ્ય કે નજીકનો મિત્ર હોઈ શકે છે. જો લક્ષ્ય કારોબારી છે, તો પોતાનો સંકલ્પ પોતાના માર્ગદર્શક, નજીકનો સહકર્મી, પ્રોફેશનલ સંગઠનનો કોઈ સદસ્ય કે પોતાના બૉસને બતાવી દો, જો એની સાથે સારા સંબંધ હોય તો.

## ખુદને પુરસ્કાર આપો

જ્યારે આપણે પોતાનું લક્ષ્ય પ્રાપ્ત કરી લઈએ છીએ, તો આપણે એક મહત્ત્વપૂર્ણ પુરસ્કાર મેળવવા પાત્ર બની જઈએ છીએ. મેક્સ હાર્પર ૧૨ વખત સિગારેટ છોડી ચુક્યો હતો, પરંતુ થોડા મહીના પછી ફરીથી સિગારેટ પીવા લાગતો હતો. એણે સ્થાયી રૂપથી સિગારેટ છોડવાનો સંકલ્પ લીધો અને ખુદને વચન આપ્યું કે, જો તે એક વર્ષ સુધી પોતાના સંકલ્પ પર અડગ રહેશે, તો તે એક સ્માર્ટફોન ખરીદી લેશે. સિગારેટો પર જેટલા પૈસા ખર્ચ થતા હતા, એને બચાવીને એણે એક વર્ષ પછી પોતાનો મનગમતો ફોન ખરીદી લીધો.

લક્ષ્ય પૂરું કરવાથી માનસિક સંતુષ્ટિ તો મળે જ છે, પરંતુ એ ઉપરાંત પણ કોઈ મૂર્ત પુરસ્કાર મળશે, એ ખબર પડવાથી કેટલાક લોકો પોતાના લક્ષ્ય પ્રાપ્ત કરવા માટે વધારે પ્રેરિત થાય છે.

ઉપલબ્ધિ પ્રતિ ખુદને સમર્પિત કરવા આપણી વ્યક્તિગત બ્રાન્ડનું એક મહત્ત્વપૂર્ણ ઘટક છે. તમે જીવનમાં જે પણ કામના કરો છો, એને પ્રાપ્ત કરવા

> ઘણા સમય પહેલાંથી મારા ધ્યાનમાં છે કે, સફળતા પ્રાપ્ત કરનારા લોકોએ બેસીને વસ્તુઓને પોતાની સાથે થવા નથી દીધી. એમણે બહાર નીકળીને એ વસ્તુઓને સંભવ બનાવી છે.
>
> – ઍલીનોર રુઝવેલ્ટ

માટે સાચા સમર્પણની જરૂર હોય છે. જો આપણે સ્પષ્ટ અને વિશિષ્ટ લક્ષ્ય નક્કી કરીએ છીએ, પોતાની પ્રગતિ પર નજર માટે મધ્યવર્તી લક્ષ્ય બનાવીએ છીએ, ખુદની સાથે અનુબંધ કરીએ છીએ, કોઈ નજીકના વ્યક્તિને પોતાનું લક્ષ્ય બતાવીએ છીએ અને લક્ષ્ય સુધી પહોંચવા પર ખુદને પુરસ્કાર આપીએ છીએ, તો આપણે નિશ્ચિત રૂપથી એ લક્ષ્યો સુધી પહોંચી જઈશું, જે આપણી નોકરી કે જીવનના કોઈ બીજા પાસામાં આપણા માટે મહત્ત્વપૂર્ણ છે.

## વિશ્વાસ ઉત્પન્ન કરવો

વિશ્વાસ આપણી વ્યક્તિગત બ્રાન્ડને બનાવનારું એક મુખ્ય ઘટક છે. વિશ્વાસનો અર્થ છે કે, એ દઢ ભાવના કે આસ્થા કે કોઈ વ્યક્તિ કે વસ્તુ પર ભરોસો કરી શકાય છે. જ્યારે આપણે કોઈ વ્યક્તિ, કોઈ સંગઠન કે ખુદ પર વિશ્વાસ કરીએ છીએ, તો આપણે એના ચરિત્ર, યોગ્યતા, શક્તિ કે સત્ય પર નિર્ભર હોઈએ છીએ. ઘણો ઓછો કે ઘણો વધારે વિશ્વાસ જોખમકારક હોઈ શકે છે. વિશ્વાસની સ્વસ્થ માત્રા એ છે – જ્યારે આપણે સારા નિર્ણય લેવા માટે દિમાગ અને સાહસનો ઉપયોગ કરીએ, તથ્યો અને સહજ બોધના સંતુલનનો ઉપયોગ કરીએ તથા સારા વિવેકનો ઉપયોગ કરીએ.

> લોકો પર વિશ્વાસ કરીશું, તો તે તમારા પ્રતિ પ્રામાણિક રહેશે; એમની સાથે મહાન વ્યક્તિ જેવો વ્યવહાર કરશો, તો તે ખુદને મહાન સાબિત કરી દેશે.
>
> – રેલ્ફ વૉલ્ડો ઍમર્સન

જો કોઈ કંપનીનો કર્મચારી કંપની અને પ્રબંધકો પર ભરોસો કરે છે, તો એ કંપની માટે હંમેશાં લાભદાયક હોય છે. આજના યુગમાં કોઈ કંપની પ્રતિ વફાદારી વધારે મૂલ્યવાન ગુણ નથી અને આપણા કર્મચારી 'આપણે'ની સંભાવના એટલી જ વધારે સારી રહેશે. શોધથી એ ઉજાગર થયું છે કે, કર્મચારીઓના વિશ્વાસ અને નફાની વચ્ચે ખૂબ જ મહત્ત્વપૂર્ણ સંબંધ હોય છે. કર્મચારીઓ અને નિયોક્તાનો એક-બીજા પર વિશ્વાસ સંગઠનના સંપૂર્ણ પ્રદર્શનના સ્તરને વધારવા માટે અતિ મહત્ત્વપૂર્ણ હોય છે. ના માત્ર આપણે ખુદમાં વિશ્વાસ પેદા કરવો જોઈએ, બલ્કે વિશ્વાસનો પરિવેશ જાળવી રાખવો પણ અનિવાર્ય છે.

વિશ્વાસ કઈ હદ સુધી એક મુદ્દો છે, એ લક્ષણો પરથી નક્કી કરી શકાય છે. ઉદાહરણ તરીકે, જો આપણે દિવસમાં પ્રોજેક્ટ પર ન્યૂનતમ કામ કરીએ છીએ, જો આપણામાં સમર્પણ અને જવાબદારીની કમી હોય છે, જો આપણે પડકારોથી

બચીએ છીએ અને દિવસમાં પણ ''નિદ્રામાં ચાલતા'' નજરે આવીએ છીએ, તો આપણે પોતાના સંગઠનમાં અવિશ્વાસ બતાવી રહ્યા છીએ. જો આપણામાં વિશ્વાસનો વધારે ગંભીર અને દીર્ઘકાલીન મુદ્દો છે, તો આપણે નકારાત્મક દૃષ્ટિકોણ અપનાવીને પોતાની અપ્રસન્નતા વ્યક્ત કરી શકીએ છીએ, જે બીજાઓને પ્રભાવિત કરે છે અને જેના ફળસ્વરૂપ પ્રદર્શન ઘટે છે, અનુપસ્થિતિ વધે છે અને મનોબળ ઓછું થાય છે. જે કર્મચારી અત્યંત અવિશ્વાસી પરિવેશમાં કામ કરે છે, એમનામાં સમસ્યાઓ પર ધ્યાન કેન્દ્રિત કરવા, પરિવર્તનનો પ્રતિરોધ કરવા અને વિશ્વાસ કરનારા સહકર્મીઓની ઉપલબ્ધિઓને નબળી કે અવરુદ્ધ કરવાની પ્રવૃત્તિ હોય છે.

## વિશ્વસનીય કાર્ય પરિવેશના લાભ

આપણામાંથી કેટલાય લોકોની બાબતમાં એ હોય છે કે, જે પ્રથમ પદ પર આપણને પ્રમોશન મળે છે, એમાં આપણા પ્રદર્શનના આધાર પર જ કંપનીમાં આપણું ભવિષ્ય નક્કી થાય છે. આપણે ભલે ટીમ લીડર હોઈએ કે, વિભાગના સુપરવાઇઝર, આપણા પદનું એક મુખ્ય કામ એ છે કે, આપણે એક વિશ્વસનીય કાર્યપરિવેશ બનાવીને એક પ્રેરિત, ઉત્પાદક ટીમ કે વિભાગને વિકસિત કરીએ.

## આત્મવિશ્વાસી સ્ટાફ

લગભગ દરેક ધંધામાં - ભલે વિધિ હોય કે પત્રકારિતા, નાણાકીય હોય કે ચિકિત્સા, શિક્ષણ જગત હોય કે કોઈ નાના વ્યવસાયને ચલાવવો - લોકો પોતાનું કામ કરવા માટે ગોપનીય સંપ્રેષણો પર વિશ્વાસ કરે છે. આપણે વિશ્વાસના એ સ્થાન પર નિર્ભર હોઈએ છીએ, જે આ ગોપનીયતા પ્રદાન કરે છે. જ્યારે કોઈ એ વિશ્વાસને તોડે છે, તો આપણા બધા પર એની ખરાબ અસર થાય છે.

## વિશ્વાસ બનાવવાના સિદ્ધાંત

ઑફિસમાં વિશ્વસનીય પરિવેશ બનાવવા માટે બીજાઓના હિતોને હૃદયમાં રાખીને તાલમેલ બનાવો. સવાલ પૂછો, એમની પ્રેરણાઓને જાણો અને વિકાસ તેમજ શીખવાના પરિવેશ બનાવો. પોતાના કાનો, પોતાની આંખો અને હૃદયથી સાંભળો. પૂરી નિષ્ઠાથી પૂર્વગ્રહ વગર આલોચનાને સાંભળો. અભિપ્રાયની ભિન્નતાઓ, પૂર્વગ્રહો અને વિવિધતાઓમાં લાભ શોધો અને એમનું સન્માન કરો. બતાવો નહીં, પૂછો. નિર્ણયોમાં બીજાઓની સાથે સહયોગ કરો. ખુલ્લો અને સ્વીકાર કરનારો દૃષ્ટિકોણ પ્રદર્શિત કરો. નવા વિચારો, પદ્ધતિઓ તથા પ્રૌદ્યોગિકીઓને સ્વીકાર કરવા માટે તૈયાર રહો. પોતાના લક્ષ્ય પ્રાપ્ત કરવા માટે સોદાબાજી અને સમાધાન કરવાની ઇચ્છા રાખો. બોલવાથી પહેલાં વિચારો.

પોતાના શબ્દો તેમજ કાર્યોની પસંદગી કરતા સમયે દર્શકો, સંબંધ અને પરિવેશ પર વિચાર કરો. ''આપણે''ના સંદર્ભમાં વિચારો અને બોલો. જોડે એવી ભાષા અને યોગ્ય ભાવોનો ઉપયોગ કરો. કૂટનીતિ, કુશળતા અને સંવેદનશીલતાની સાથે સંવાદ કરો. મુદ્દાઓને તુરંત સંભાળો. વિશ્વાસની સાથે, નિર્ણાયક રૂપથી અને અધિકારની સાથે બોલો. અભિપ્રાય જણાવતા સમયે પુરાવા રજૂ કરો. સુદૃઢ નિર્ણય લેતા સમયે સહજ બોધ અને તથ્યોનો ઉપયોગ કરો. પ્રામાણિકતાનું પ્રદર્શન કરો. પોતાના વિશ્વાસો અને મૂલ્યો માટે મજબૂતાઈ સાથે ઊભા થાઓ. વિનમ્ર બનો. નજરોમાં આવો. પોતાના સ્ટાફને બતાવો કે, આપણે ''મોરચા'' પર એમની સાથે ઊભા છીએ. પોતાની વિશેષજ્ઞતા વિશે વિનમ્ર બનો અને બીજા લોકોની વિશેષજ્ઞતા સ્વીકાર કરવાની ઇચ્છા રાખો. મનોદશાના ઉતાર-ચઢાવથી બચો. ધૈર્યવાન અને વિશ્વસનીય બનો. નિરંતરતાથી, તાર્કિક રૂપથી અને નિષ્પક્ષતાથી કામ કરો. મુલાયમ બનો નિરાશાના દલદલમાંથી બહાર આવી જાઓ. ઉત્કૃષ્ટ રોલ મૉડલ બનો. પ્રૉફેશનલ દૃષ્ટિથી કામ કરો અને જેવી કથની એવી કરણીનો હંમેશાં પરિચય આપો. બીજાઓને સંદેહનો લાભ આપો. લોકોમાં સન્માન, વિશ્વાસ અને આસ્થા બતાવો. કામ સોંપો, સશક્ત બનાવો અને પછી એમને એમનું કામ કરવા દો. જોખમ લેવા માટે પ્રોત્સાહિત કરો અને જ્યારે જરૂરી હોય, મદદ માટે ઉપસ્થિત રહો. પ્રામાણિક બનો. પોતાના શબ્દો અને કાર્યોમાં સામંજસ્ય પ્રદર્શિત કરો. પોતાની ભાવનાઓ અને વિચારોને ખુલીને ઉજાગર કરો અને જરૂર પડવા પર સર્જનાત્મક ફીડબેક આપો. ઉદાર, શિષ્ય અને સુલભ બનો. સંસાધનના રૂપમાં ઉપલબ્ધ રહો. સ્વપ્ન, લક્ષ્ય અને પરિણામ બતાવતા સમયે યથાર્થવાદી બનો. વિકાસ, પ્રશિક્ષણ અને માર્ગદર્શનના અવસર રજૂ કરો. માણસ બનો. જવાબદારીનો સ્વીકાર કરો, ભૂલો, પરાજયો અને નુકસાનને સ્વીકાર કરો. બીજાઓની સાથે સીધો વ્યવહાર કરો. ગપશપમાં હિસ્સો ના લો, અફવાઓ ના ફેલાવો અને પીઠ પાછળ બીજાઓ વિશે વાત ના કરો.

પોતાના સ્ટાફનો સાથ આપો. પોતાના કર્મચારીઓની શક્તિઓ પર ધ્યાન કેન્દ્રિત કરો, એમને પ્રોત્સાહન આપો અને એમનો વિશ્વાસ વધારો. એમની કદર કરો, એમને માન્યતા આપો અને ઉપલબ્ધિઓ માટે એમને શ્રેય આપીને પ્રશંસાના હકદાર બનાવો.

## જ્યારે વિશ્વાસ તૂટી જાય

વિશ્વાસપૂર્ણ પરિવેશ બનાવવા પ્રતિ આપણે ભલે જેટલા પણ સમર્પિત હોઈએ, કેટલાય અવસરો પર આપણે પોતાના સમૂહના એક કે વધારે લોકોનો વિશ્વાસ ગુમાવી શકીએ છીએ. એ કોઈ ગેરસમજના કારણે થઈ શકે છે અથવા આપણા કોઈ ખરાબ નિર્ણય કે ખરાબ કામના કારણે થઈ શકે છે. આપણે વિશ્વાસને પુન: સ્થાપિત કરવા માટે તુરંત પગલાં ઉઠાવવા જોઈએ. પોતાના અહમ્ને એક તરફ રાખી દો અને પોતાની અસુરક્ષા ઉજાગર થવા દો. આપણે માત્ર સત્તાધારી નહીં, બલ્કે માણસના રૂપમાં પણ ખુદને પ્રગટ કરવા જોઈએ. પોતાની અનુભૂતિઓની સમીક્ષા પ્રામાણિકતાથી કરો અને વિશ્વાસ તૂટવા પર પોતાની ભૂમિકાની પૂરી જવાબદારી લો. પોતાની માન્યતાઓની પૂરી પ્રામાણિકતાથી તપાસ કરો. વિચારો કે, આપણે એવું શું કર્યું હશે, જેના કારણે સામેવાળાનો વિશ્વાસ તૂટ્યો. એ વ્યક્તિ સાથે એકાંતમાં મળીને પોતાની અનુભૂતિઓ તેમજ ચિંતાઓ ઉજાગર કરો. એનો દૃષ્ટિકોણ પૂછો. ખૂલ્લું દિમાગ રાખો, ખરેખર સાંભળો અને ખુદને એની જગ્યા પર રાખીને જુઓ. એ જાણો કે, તૂટેલા વિશ્વાસની મરામત કરવા માટે સામેવાળો આપણી પાસે શું ઇચ્છે છે? બતાવો કે, આપણે એની પાસેથી શું ઇચ્છીએ છીએ. સમજ અને સ્વીકૃતિની તપાસ કરો. પ્રગતિનું આકલન કરવા માટે સમય-સમય પર મળવાની વ્યવસ્થા કરો. અનુબંધના પોતાના હિસ્સાને પૂરો કરવા વિશે જાગૃત રહો. આપણા કામ ઘણું બધું બતાવી દેશે.

## લીડરના રૂપમાં બ્રાન્ડ

આપણી વ્યક્તિગત બ્રાન્ડમાં જે અન્ય એક ઘટક યોગદાન આપે છે, તે છે- લીડરના રૂપમાં આપણી પ્રતિષ્ઠા. સુપરવાઇઝર, ટીમ લીડર કે માર્ગદર્શકના રૂપમાં આપણે પોતાની ટીમના નવા સદસ્યોનું પ્રબંધન કેવી રીતે કરીએ છીએ,

> આપણે અવસરના દરવાજા ખોલવા જોઈએ. પરંતુ આપણે પોતાના કર્મચારીઓને એ રીતે તૈયાર પણ કરવા જોઈએ, જેથી તેઓ એ દરવાજાઓમાંથી પસાર થઈને આગળ વધી શકે.
>
> - લિંડન બી. જૉનસન

એ બાબત નોકરીમાં આપણી વ્યક્તિગત બ્રાન્ડના પ્રદર્શનમાં મહત્ત્વ રાખે છે.

આપણે એ પ્રાથમિકતા નક્કી કરવી જોઈએ કે, આપણે શરૂઆતમાં પોતાના સ્ટાફના નવા સદસ્યોની મદદ કરીએ. નોકરીનો પ્રથમ દિવસ સફળતા કે અસફળતા, ખુશી કે અસંતુષ્ટિ, સહયોગ કે વિદ્રોહનો મંચ તૈયાર કરી શકે છે. આપણે ભલે કેટલા પણ વ્યસ્ત હોઈએ, નવો કર્મચારી કામ પર આવે એના પ્રથમ દિવસે એની સાથે વધારે સમય પસાર કરવો જોઈએ.

## તાલમેલ

નવા વ્યક્તિના આગમનની યોજના બનાવો અને એની સાથે ઓછામાં ઓછા બે કલાક વીતાવો. પ્રથમ દિવસે એને લંચ પર લઈ જાઓ. એ કંપની અને વિભાગ વિશે અનૌપચારિક વાતચીત કરવાનો અવસર છે. આ આપણા સમૂહના નવા સદસ્ય વિશે ઘણું બધું જાણવાનો પણ અવસર છે.

નવા કર્મચારીનો પરિચય પોતાના વિભાગ સિવાય બીજા વિભાગોના લોકો સાથે પણ કરાવો, જેમની સાથે તે કામ કરશે. પરિચય કરાવતા સમયે હંમેશાં સ્પષ્ટ કરો કે, સામેવાળો શું કામ કરે છે અને આપણો નવો કર્મચારી શું કામ કરશે.

‘‘મેરિલિન, આ આપણી નવી માર્કેટ વિશ્લેષક ગ્લોરિયા છે. ગ્લોરિયા, મેરિલિન આંકડા વિભાગની હેડ છે.’’ ઉચ્ચ પદવાળા અધિકારીઓ સાથે ગ્લોરિયાનો પરિચય કરાવતા સમયે કંપનીની પરંપરાનું અનુસરણ કરો કે, પ્રથમ નામનો ઉપયોગ કરવામાં આવે અથવા વધારે ઔપચારિક સંબોધનનો. ભલે જ આપણે પોતાના બૉસને ડૉન કહીને બોલાવતા હોઈએ, પરંતુ જો ગ્લોરિયાએ એમને મિ.ડીન કહીને બોલાવવા જોઈએ, તો એમનો પરિચય મિ. ડીન કહીને કરાવો.

## ઉન્મુખીકરણ

કેટલીય કંપનીઓમાં માનવ સંસાધન વિભાગ નવા સ્ટાફ સદસ્યો માટે ઔપચારિક ઉન્મુખીકરણ કાર્યક્રમ આયોજિત કરે છે. ઉન્મુખીકરણ કાર્યક્રમમાં સામાન્ય રીતે કંપનીનો ઇતિહાસ, પ્રદત્ત પ્રૉડક્ટ્સ કે સેવાઓ, લાભોનું વર્ણન વગેરે પર વાતચીત થાય છે. આ ઉન્મુખીકરણ કાર્યક્રમ ઉપરાંત, એના સુપરવાઇઝર હોવાના સંબંધે આપણે એને પોતાના વિભાગનો ધ્યેય બતાવવો જોઈએ અને એ

પણ કે, આપણો વિભાગ કંપનીમાં કઈ મહત્ત્વપૂર્ણ ભૂમિકા નિભાવે છે.

એ મહત્ત્વપૂર્ણ છે કે, નવો કર્મચારી જલ્દીથી જલ્દી વિભાગ અને કંપનીના લોકો વિશે જાણકારી પ્રાપ્ત કરી લે. સંગઠનના ચાર્ટના ઉપયોગથી મદદ મળે છે, પરંતુ હંમેશાં સંગઠનનો ચાર્ટ પૂરી વાર્તા નથી બતાવી શકતો. ચાર્ટમાં માર્કેટિંગના ડાયરેક્ટર ડૉન ડીન આપણા બૉસ છે. પરંતુ ડૉન રિટાયર થવાના છે અને રાષ્ટ્રીય સેલ્સ મેનેજર કેન મેનાર્ડને એમની જગ્યા લેવા માટે તૈયાર કરવામાં આવી રહ્યા છે. આ જાણકારી નવા કર્મચારી માટે મહત્ત્વપૂર્ણ હોઈ શકે છે, પરંતુ એની જાણ પારંપરિક ચાર્ટથી નથી થઈ શકતી.

કોઈ નવા કર્મચારીને કંપનીની સંસ્કૃતિ બતાવવી વધારે મુશ્કેલ થાય છે. દરેક કંપનીમાં વર્ષોથી એક દર્શન, સમસ્યાઓમાંથી ઉગરવાની ખાસ નીતિ અને અનોખાપણું આવી જાય છે, જેના કારણે કંપની પોતાના વર્તમાન સ્વરૂપ સુધી પહોંચી છે. આ ''સંસ્કૃતિ''ને શબ્દોમાં બતાવવી મુશ્કેલ હોય છે અને હંમેશાં નવો કર્મચારી સમયની સાથે જ એને સમજી શકે છે. કંપનીની સંસ્કૃતિના કેટલાક પાસા હોય છે, જેમાં નવા કર્મચારીઓને શરૂઆતથી જ પ્રશિક્ષિત કરી દેવા જોઈએ.

ઉદાહરણ તરીકે, સ્ટ્યૂ લિયોનાર્ડના સુપરમાર્કેટ, ગ્રાહકોની સેવા પ્રતિ સમર્પિત છે. નવા કર્મચારીઓને નોકરીની પ્રથમ મિનિટથી જ એ શીખવાડી દેવામાં આવે છે. હકીકતમાં, આ નિયમ દરેક સ્ટોરના પ્રવેશ દ્વાર પર પથ્થરમાં અંકિત છે:

નિયમ ૧ - ગ્રાહક હંમેશાં સાચો છે.

નિયમ ૨ - જો શંકા હોય, તો નિયમ ૧ને ફરીથી વાંચો.

શરૂઆતમાં કંપનીની આંતરિક ક્રિયાવિધિ શીખવામાં કોઈ નવા કર્મચારીની મદદ કરવાની એક રીત એ છે કે, આપણે દરેક નવા કર્મચારી માટે માર્ગદર્શક અથવા એનાથી પણ ઉત્તમ છે કે, બે માર્ગદર્શક નિયુક્ત કરી દઈએ. આ માર્ગદર્શક આપણા હાજર ન રહેવા પર એના સવાલોના જવાબ આપશે અને કંપનીની પરંપરાઓની ભૂલભૂલૈયામાં એનું માર્ગદર્શન કરશે.

સૌથી મહત્ત્વનું છે કે, રોલ મૉડલ બનો. આપણા સહયોગી માર્ગદર્શન માટે આપણી તરફ

જુએ છે અને આપણા વ્યક્તિત્વનું અનુસરણ કરે છે. આપણે માત્ર બતાવવું જ ના જોઈએ - આપણે કરવું પણ જોઈએ. જ્યાં સુધી આપણે પોતાની કથની અનુસાર કામ નહીં કરીએ, આપણા કર્મચારી આપણા પર વિશ્વાસ નહીં કરે અને આપણી વ્યક્તિગત બ્રાન્ડને ગંભીર નુકસાન પહોંચશે.

## અર્થપૂર્ણ કાર્ય

કાર્યની પ્રકૃતિ પર લાંબા વિચાર-વિમર્શથી કાર્ય વિવરણ સંબંધી કોઈપણ પ્રકારની ગેરસમજો દૂર થઈ જાય છે.

સ્ટાફના કોઈ નવા સદસ્યને માર્ગદર્શન આપતા સમયે એક સારી શરૂઆત એ છે કે, એના પદનું કાર્ય વિવરણ ફરીથી વાંચવામાં આવે. શું આ ખરેખર એના પદનું યોગ્ય વર્ણન છે? જો નવો કર્મચારી આ વિવરણ અનુસાર કામ કરે, તો શું તે એ જ બધું કરશે, જે એના પદ પર એની પાસેથી આશા કરવામાં આવે છે? બની શકે છે કે, કેટલીય કંપનીઓમાં કાર્ય વિવરણ ત્યારે લખવામાં આવ્યું હોય, જ્યારે તે પદ પહેલીવાર બનાવવામાં આવ્યું હોય અને એ કેટલાય વર્ષથી બદલાયું ના હોય. મોટાભાગના પદ પ્રગતિશીલ હોય છે - એમના કામ હંમેશાં બદલાતા રહે છે. એ મહત્ત્વપૂર્ણ છે કે, બધા કાર્ય વિવરણોની વાર્ષિક સમીક્ષા કરવામાં આવે અને એ પદ પરના વ્યક્તિના કામના સાચા વર્ણન માટે એમાં ફેરબદલ કરવામાં આવે.

જ્યારે નવો કર્મચારી કાર્ય વિવરણ વાંચી લે, તો આપણે એના પર એની સાથે વાતચીત કરવી જોઈએ. એ વ્યક્તિને એ વર્ણન કરવાનું કહો કે, એ પદ પર એની જવાબદારીઓ શું હશે?

## પ્રશિક્ષિત કરો

પ્રશિક્ષણ આપવાના કામ કોણે કરવા જોઈએ? કેટલાક સંગઠનોમાં વિશેષ પ્રશિક્ષકોનો ઉપયોગ કરવામાં આવે છે, પરંતુ મોટાભાગની કંપનીઓમાં સુપરવાઈઝર પોતાના અધીનસ્થોને પ્રશિક્ષિત કરે છે. કેમ કે આપણે પોતાના સ્ટાફના કામ માટે જવાબદાર છીએ, આથી એ મહત્ત્વપૂર્ણ છે કે, આપણે પ્રશિક્ષણમાં એક મહત્ત્વપૂર્ણ ભૂમિકા નિભાવીએ. તેમ છતાં, આપણા માટે એ હંમેશાં સંભવ નથી થઈ શકતું કે, આપણે પૂર્ણ પ્રશિક્ષણ માટે આવશ્યક સમય આપી શકીએ, આથી સહાયતા કરવા માટે બીજા કર્મચારીઓનો ઉપયોગ પણ કરી શકાય છે.

આપણા ક્ષેત્રમાં કોઈ વ્યક્તિની પાસે ભલે જેટલો અનુભવ હોય, એ

મહત્ત્વપૂર્ણ છે કે, આપણે એ વ્યક્તિને આપણા દ્વારા ઉપયોગ કરવામાં આવતી પદ્ધતિઓ અને તકનીકોનું વિશિષ્ટ પ્રશિક્ષણ આપી દઈએ. બની શકે છે કે, પાછલી નોકરીઓમાં એણે અલગ પ્રકારની વસ્તુઓ કરી હોય, બની શકે છે કે એના માપદંડ સખ્ત રહ્યા હોય, બની શકે છે કે, એણે અલગ સમસ્યાઓનો સામનો કર્યો હોય. વિભાગના નવા કર્મચારીને શરૂઆતમાં પ્રશિક્ષિત કરવામાં જેટલો વધારે સમય લગાવવામાં આવશે, પછીથી એટલી જ ઓછી સમસ્યાઓ ઉત્પન્ન થશે.

નવા કર્મચારીઓને પ્રશિક્ષિત કરવામાં આપણી મદદ કરવામાં કોઈ અન્યને પસંદ કરતાં સમયે પ્રશિક્ષક એ પદના કામોથી સારી રીતે પરિચિત હોય. પ્રશિક્ષકને શીખવાડો કે પ્રશિક્ષણ કેવી રીતે આપવાનું છે? એ માનીને ના ચાલો કે, કોઈ કોઈ વ્યક્તિ એ કામને જાણે છે, આથી તે બીજાઓને પણ પ્રશિક્ષિત કરી શકે છે. એ સુનિશ્ચિત કરો કે, પ્રશિક્ષકનો કંપની અને કામ પ્રતિ પ્રબળ સકારાત્મક દષ્ટિકોણ હોય. જો આપણે પ્રશિક્ષણ આપવા માટે કોઈ અસંતુષ્ટ કર્મચારીનો ઉપયોગ કરીશું, તો તે વ્યક્તિ પ્રશિક્ષુમાં અસંતુષ્ટિનો વાયરસ ભરી દેશે. નવા કર્મચારીઓની સાથે સમય-સમય પર ફીડબેક મિટિંગ કરીને સમીક્ષા કરો કે, એમણે શું શીખ્યું છે?, એમને ક્યાં વધારાના પ્રશિક્ષણની જરૂર છે અને એમને માર્ગદર્શન આપો કે, તે કેવી રીતે સુધાર કરી શકે છે.

પોતાની કારકિર્દીમાં પ્રગતિ કરવા માટે આપણે જરૂરી વ્યક્તિગત યોગ્યતાઓ તો શીખવી જ જોઈએ, સાથે-સાથે બીજાઓનું પ્રબંધન કરવાની સર્વશ્રેષ્ઠ તકનીકો પણ શીખવી જોઈએ. સ્ટાફનું પ્રબંધન હંમેશાં કારકિર્દીની સીડી પર ઉપર ચઢવાનો અનિવાર્ય હિસ્સો હોય છે.

‘‘જે મેનેજર સફળતાપૂર્વક પરિવર્તન કરી લે છે, તે સંગઠન પ્રતિ પોતાના યોગદાનને ૨૦૦-૩૦૦ ટકા વધારી લે છે’’

– જિન ડાલ્ટન અને પૉલ થૉમસન

# ૩. પ્રબંધનની યોગ્યતા

## પ્રબંધન અને નેતૃત્વ

પ્રભાવી મેનેજર લોકો અને પ્રક્રિયાના પાસાઓને સંતુલિત કરે છે. પ્રક્રિયા પર ભાર આપવાથી ઉત્તમ તંત્ર વિકસિત થઈ શકે છે, પરંતુ એમાં એ સ્થિતિ પણ બની શકે છે કે, કોઈપણ એમને ના સમજી શકે અથવા એમના હાથ નીચે કામ કરવા ના ઇચ્છે.

આપણું પ્રબંધન અને નેતૃત્વના પદો પર પ્રગતિ આપવાનું મુખ્ય કારણ એ હોય છે કે, આપણે પોતાના પાછલા પદ પર પ્રભાવી કામ કર્યું છે. હવે મેનેજરના રૂપમાં આપણું કામ એ છે કે, આપણે બીજાઓને આપણા જેટલા જ સારા કે આપણા કરતાં પણ વધારે કામ કરવામાં સક્ષમ બનાવીએ.

કર્મચારી અને મેનેજરના કામમાં બિલકુલ જ અલગ યોગ્યતાઓની જરૂર હોય છે. સફળ થવા માટે એ જરૂરી છે કે, આપણે પોતાની યોગ્યતાઓ અને સમયનું કુશળ પ્રબંધન કરીને નેતૃત્વ કરવાનું શીખી લઈએ. યોગ્ય સંતુલન બનાવવા પર ઉત્પાદકતા અને સમર્પણ બંને જ સર્વોચ્ચ સ્તર પર જળવાઈ રહે છે.

જો કે, વ્યક્તિગત શક્તિઓ અને યોગ્યતાઓ અલગ-અલગ હોઈ શકે છે, પરંતુ શોધ બતાવે છે કે સાધારણ મેનેજર સંસારને એક સમાન રીતથી જુએ છે. એમનામાં પ્રબળ મૂલ્ય અને ઉચ્ચ નૈતિક માનદંડ હોય છે. મેનેજર ઉદાહરણ રજૂ કરીને નેતૃત્વ કરે છે. મેનેજર પોતાના પ્રોફેશનલ અને વ્યક્તિગત જીવન બંનેમાં પ્રામાણિકતાની સાથે કામ કરે છે. એમને કંપની અને વિભાગના લક્ષ્યોનું જ્ઞાન હોય છે. મેનેજર પરિવર્તનોની જાણકારી રાખે છે. મેનેજર ભવિષ્યનું સ્વપ્ન જુએ છે, પહેલ કરે છે અને પરિણામ પ્રાપ્ત કરવા માટે સ્વ-પ્રેરિત હોય છે. મેનેજર શક્તિશાળી સંપ્રેષક અને અસાધારણ શ્રોતા હોય છે. તે વિશ્વાસ, વિશ્વસનીયતા

અને સન્માન અર્જિત કરે છે. મેનેજર દબાવ હેઠળ મુલાયમ હોય છે અને પોતાની ભાવનાને કાબૂમાં રાખે છે. મેનેજર સર્જનાત્મક વિરોધ અને અસહમતિને આમંત્રિત કરે છે. મેનેજર પરિવર્તન તથા નવા વિચારો પ્રતિ ખુલ્લી માનસિકતા રાખે છે. મેનેજર વિચારો, અવધારણાઓ અને પ્રક્રિયાઓને સરળ બનાવે છે. મેનેજર ટીમવર્કને પોષણ આપે છે અને વિવિધતાઓનું સન્માન કરે છે. મેનેજર એ જાણવાનો સમય કાઢે છે કે, ટીમના દરેક સદસ્યને કઈ વસ્તુ પ્રેરિત કરે છે. મેનેજર દરેક સદસ્યને પ્રોત્સાહિત કરવા અને સફળ થવામાં એની મદદ કરવામાં આનંદિત થાય છે. મેનેજર બીજાઓની શક્તિઓને ઓળખે છે અને બીજાઓને એમની શક્તિઓની વૃદ્ધિ કરવામાં મદદરૂપ થાય છે. મેનેજર પરિણામો માટે ખુદને અને બીજાઓને જવાબદાર ગણે છે. મેનેજર કાર્યકુશળ હોય છે અને પોતાના સમયનું પ્રભાવી પ્રબંધન કરે છે. મેનેજર સર્જનાત્મક અને નવાચારી હોય છે. સમસ્યાઓનું નિરાકરણ કરતા સમયે, નિર્ણય લેતા સમયે અને સંઘર્ષનું નિરાકરણ કરતા સમયે તેઓ ઉત્કૃષ્ટ વિવેકનું પ્રદર્શન કરે છે. મેનેજર નિરંતર શીખવા અને સુધાર કરવા પ્રતિ સમર્પિત હોય છે.

**ભલાઈના હકદાર લોકોનું ભલું કરો, જ્યારે એને કરવું તમારી શક્તિમાં હોય.**

**– પ્રોવર્બ્સ ૩:૨૭**

ઓછો અનુભવ ધરાવતા પ્રબંધકોમાં કામ શીખતા સમયે એક સમાન ભૂલો કરવાની પ્રવૃત્તિ હોય છે. જેમ કે, સન્માન પ્રાપ્ત કરવા માટે પોતાના પદનામ પર નિર્ભર હોવું, પોતાની કહેલી વાતના વિપરીત જવું કે પોતાની વાતથી ફરી જવું. કામકાજ સંબંધી મુદ્દાઓને વ્યક્તિગત રૂપથી લેવા.

કર્મચારીઓના અલગ-અલગ ગુણો તેમજ પ્રેરક ઘટકોને સમજવાના બદલે બધા કર્મચારીઓથી સમાન વ્યવહાર કરવો. કંપનીના ઉદ્દેશ્યો અને રણનીતિઓને પૂરી રીતે સમજ્યા વગર લક્ષ્ય નક્કી કરવા. પોતાના વિભાગના લક્ષ્યોની યોજના બનાવવા અને પ્રાથમિકતા નક્કી કરવાની ઉપેક્ષા કરવી.

ઉદ્દેશ્યોને સ્પષ્ટતાથી બતાવવા અને સર્વસંમતિ બનાવવામાં અસફળ થવું, એવા કામ ખુદ કરતા રહેવું, જે કર્મચારીઓને સોંપી દેવા જોઈએ. જ્યારે કર્મચારીઓમાં પરિવર્તનની જરૂર હોય તો નિર્ણયાત્મક પગલાં ઉઠાવવાના બદલે ટાલમટોલ કરતાં રહેવું. પ્રશંસા અને માન્યતા પ્રદર્શિત કરવાનું ભૂલી જવું.

# કર્મચારીઓને પ્રેરિત કરવા

કર્મચારીની સંતુષ્ટિ અને ઉત્પાદકતાનું એક મુખ્ય સૂચક કર્મચારીનો વિશ્વાસ છે કે, બૉસ એની પરવાહ કરે છે અને બૉસ પર ભરોસો કરી શકાય છે.

જ્યારે આપણે સંગઠનાત્મક શ્રેણીઓમાં ઉપર ઉઠીએ છીએ, તો આપણે સૌથી પહેલા તો એ ઓળખી લેવું જોઈએ કે, આપણી સફળતા આપણી સાથે કામ કરતા લોકોની સફળતા પર નિર્ભર કરે છે : આપણી ટીમ, આપણો વિભાગ અને એ બધા કર્મચારી, જેમની સાથે આપણે વ્યવહાર કરીએ છીએ.

ગૈલપ સંગઠને ૪૦૦ કંપનીઓમાં કર્મચારીઓના રોકાઈ રહેવા (કંપની છોડીને ન જવું) પર સર્વે કરાવ્યો. એણે એ પુષ્ટિ કરી કે, કંપનીમાં રોકાઈ રહેવા માટે બૉસની સાથે કોઈ કર્મચારીનો સંબંધ પગાર કે નોકરીની સુવિધાઓ સાથે વધારે જવાબદાર હતો. કોચિંગ અને માર્ગદર્શન આપનારા નિષ્પક્ષ તેમજ પ્રેરક પ્રબંધકોને કારણે કર્મચારી કંપની છોડીને નથી જતા.

> પ્રબંધનની પારંપરિક પરિભાષા કર્મચારીઓના માધ્યમથી કામ કરાવવાનું છે, પરંતુ સાચું પ્રબંધન કામના માધ્યમથી કર્મચારીઓનો વિકાસ કરવાનું છે.
>
> – આગા હસન આબેદી

## પ્રેરક કાર્ય

જે કર્મચારી ઘણા બધા મુદ્દાઓ પર નિર્ણય લેવામાં સક્રિય સહભાગી હોય છે, તેઓ પોતાનો પસંદગીનો પરિવેશ બનાવી લે છે, જેમાં તેઓ સ્થાયી રહેવા ઇચ્છે છે. ઑક્ટોબર ૨૦૦૩માં અમેરિકન સોસાયટી ફોર ટ્રેનિંગ એન્ડ ડેવલપમેન્ટના ન્યૂઝલેટરમાં બતાવવામાં આવ્યું કે, સમૃદ્ધિના સમયમાં મોટાભાગના કર્મચારી પ્રેરક અને મૂલ્યવાન કાર્યને પોતાના પગાર અને પ્રગતિ કરતાં વધારે મહત્ત્વપૂર્ણ માને છે. નોકરી પ્રતિ ઉત્સાહ અને રોમાંચની કિંમતનું આકલન કરવું મુશ્કેલ થાય છે. જે મેનેજર પોતાના કર્મચારીઓની સંલગ્નતાને વધારે છે અને એમને જલ્દી જ પ્રોજેક્ટોમાં સામેલ કરી લે છે, એમના કર્મચારી વધારે સર્જનાત્મક વિચાર આપે છે. એના કારણે કર્મચારીઓનું રોકાણ અને ગર્વ વધે છે.

## અવસર

કર્મચારી એ કંપનીઓમાં વધારે રોકાય છે, જે કંપનીઓમાં કારકિર્દી માર્ગ

(જરૂરી રૂપથી પદક્રમમાં સીધી પ્રગતિ નહીં)માં સારા પ્રદર્શનને પુરસ્કાર આપવામાં આવે છે, એનાથી કર્મચારી સમર્પિત બને છે.

જ્યારે વ્યક્તિગત અને પ્રૉફેશનલ વિકાસના અવસર ઉપલબ્ધ થાય છે, તો કર્મચારીઓની નોકરી છોડીને કોઈ બીજી કંપનીમાં જવાની સંભાવના ઓછી થાય છે. નવી યોગ્યતા અને કારકિર્દી વિકાસના સંદર્ભમાં પ્રશિક્ષણના અવસર આપવા એ વાતનો સંકેત છે કે, મેનેજર કર્મચારીમાં રોકાણ કરવા ઇચ્છે છે. એ કર્મચારીઓને કંપનીમાં સ્થાયી રાખવા માટે અતિ મહત્ત્વપૂર્ણ છે. જો સદસ્યતા શુલ્ક આપીને કર્મચારીઓને પ્રૉફેશનલ સંગઠનોમાં સામેલ થવા માટે પ્રોત્સાહિત કરવામાં આવે, સંમેલનોમાં જવા માટે રજા અને પ્રવેશ શુલ્ક આપવામાં આવે, તો એનાથી કર્મચારી પ્રેરિત થાય છે.

## સંતુલિત જીવન

કંપનીઓએ નોકરી અને અંગત જીવન બંનેની ગુણવત્તા વિશે જાગૃત રહેવું જોઈએ. કંપનીઓએ કામના સુગમ સમયની રજૂઆત કરવી જોઈએ અને બેવડી કારકિર્દી, બાળકોની સારસંભાળ તથા માતા-પિતાની સારસંભાળ જેવા પડકારો વિશે સંવેદનશીલ રહેવું જોઈએ. જે કંપનીઓ સંતુલિત જીવનના મહત્ત્વને સમજે છે, એવી કંપનીઓમાં કર્મચારીઓ વધારે રોકાય છે. કર્મચારી ત્યાં વધારે નથી ટકતા, જ્યાં એ માનવામાં આવે છે કે, કર્મચારીઓએ ભોજન કરતા સમયે, શ્વાસ લેતા સમયે અને સુતા સમયે પણ કામ કરવું જોઈએ. જ્યારે કર્મચારીઓના પારિવારિક અને અંગત જીવનના મહત્ત્વને સ્વીકાર કરવામાં આવે છે અને એનું સન્માન કરવામાં આવે છે, તો કર્મચારી ઓછા થાકે છે અને વધારે વફાદાર બને છે.

> અનુયાયી સંગઠનમાં જે પ્રતિભાઓ લાવે છે અને કયા પ્રકારનું યોગદાન આપવા ઇચ્છે છે, એ વિશે અનુયાયી સાથે સાર્થક વાતચીત કરવી લીડરનું કર્તવ્ય છે, જેથી કામ એ રીતે તૈયાર કરી શકાય, જેનાથી એ વ્યક્તિને આશા પ્રાપ્ત થાય.
> – મેક્સ ડેપ્રી, ચેરમેન ઍમેરિટસ, હર્મૈન મિલર, ઇંક.

## પ્રતિસ્પર્ધી લાભ

પૈસા મહત્ત્વપૂર્ણ છે, પરંતુ એ એટલા મહત્ત્વપૂર્ણ નથી, જેટલા આપણે એને

માનીએ છીએ. કર્મચારી ન્યાયોચિત અને પ્રતિસ્પર્ધી વળતર મેળવવાની આશા કરે છે. તેઓ સ્વાસ્થ્ય વીમો અને રિટાયરમેન્ટ યોજનાના સામાન્ય લાભ મેળવવા ઇચ્છે છે, જે પ્રતિસ્પર્ધી કંપનીઓ આપી રહી છે.

## સ્ટાફનું નેતૃત્વ કરવું

આપણા સ્ટાફના સદસ્યોનું શીર્ષ પ્રદર્શન પ્રાપ્ત કરવામાં અનિવાર્ય ઘટક શું છે? એ છે- એમને પ્રોત્સાહિત કરવા અને એમને માર્ગદર્શન આપવું, એમને કંપની તેમજ નોકરી વિશે ઉત્સાહી અને રોમાંચિત અનુભવ કરાવવો, એમને એ વિશે પણ ઉત્સાહી અને રોમાંચિત અનુભવ કરાવવો કે, આપણે એમના લીડર છીએ.

જ્યારે કર્મચારી પોતાના કામને સારી રીતે જાણે છે અને એને પ્રોફેશનલ અંદાજમાં કરે છે, તો તે પોતાના કામકાજી જીવનમાં મહારત પ્રાપ્ત કરવાના માર્ગ પર હોય છે. નૈથનનું જ ઉદાહરણ લઈ લો. જ્યારે કંપનીએ એને નોકરી આપી, તો એને મેલરૂમમાં સંદેશવાહક અને ક્લાર્કનું કામ સોંપી દેવામાં આવ્યું. તે એ કામથી નફરત કરતો હતો અને નોકરી છોડવા ઇચ્છતો હતો. એને સ્કૂલમાં કૉમ્પ્યુટરનું થોડું પ્રશિક્ષણ મળ્યું હતું અને એણે એ વિભાગના લોકો સાથે એમના કામ વિશે વાતચીત કરી. કૉમ્પ્યુટર સુપરવાઇઝર આર્ટે કૉમ્પ્યુટરોમાં નૈથનની રુચિ જોઈ અને આગ્રહ કર્યો કે એની બદલી એમના વિભાગમાં કરી દેવામાં આવે. આર્ટે નૈથનને કૉમ્પ્યુટરો અને સૉફ્ટવેયર વિશે વધારેમાં વધારે શીખવા માટે પ્રોત્સાહિત કર્યો. થોડા જ મહિનાઓમાં નૈથન વિભાગના કોઈ બીજા વ્યક્તિ જેટલો જ જ્ઞાની બની ગયો. તે પોતાના નવા કામને પ્રેમ કરતો હતો, આરામદેહ અને આત્મવિશ્વાસી અનુભવતો હતો, એણે પોતાના સહકર્મીઓનું સન્માન પ્રાપ્ત કર્યું અને આર્ટની ટીમના સૌથી સફળ સદસ્યોમાંથી એક બની ગયો. સારા સુપરવાઇઝર પોતાના કર્મચારીઓને શ્રેષ્ઠ પ્રદર્શન કરાવવા માટે કામ કરે છે.

નિયત હિસ્સો નક્કી કરવામાં કર્મચારી વિશેષ રૂપથી મૂલ્યવાન હોઈ શકે છે. કેટલીય નોકરીઓમાં ક્વૉટા (નિયત હિસ્સો) અનિવાર્ય હોય છે. ફેક્ટરી કર્મચારીઓને દરેક કલાકના ઉત્પાદનના ક્વૉટા આપવામાં આવે છે; વર્ડ પ્રોસેસર ઑપરેટરોને દરેક દિવસે પાનાઓ (પેજિસ)ના ક્વૉટા આપવામાં આવે છે; સેલ્સ પ્રતિનિધિઓને દર મહિનાનો સેલ્સ વૉલ્યૂમ આપવામાં આવે છે. સામાન્ય રીતે

ક્વૉટા કોણ નક્કી કરે છે? બૉસ. જો કર્મચારી ક્વૉટા નક્કી કરવામાં સામેલ હોય, તો એ ધાર્યા કરતાં વધારે પ્રભાવી થશે.

જ્યારે કંપની કર્મચારીઓના અભિપ્રાયો અને વિચારોને ગંભીરતાથી લે છે, તો મોટાભાગના કર્મચારીઓને અનુભવાય છે કે, એમનું પોતાની નોકરી પર થોડું નિયંત્રણ છે. એ આશા કોઈ નથી કરતું કે, એના બધા અભિપ્રાય માની લેવામાં આવશે, પરંતુ સ્ટાફના સદસ્ય એ આશા જરૂર કરે છે કે, એમના અભિપ્રાયો પર ગંભીરતાથી વિચાર કરવામાં આવે. આપણે પોતાના કર્મચારીઓમાં સર્જનાત્મક અસંતોષનો દૃષ્ટિકોણ ભરવો જોઈએ. વિચાર-વિમર્શ વગર કોઈપણ પ્રક્રિયા કે પરંપરાનું અનુસરણ ના કરવું જોઈએ. આપણે એ અવધારણાને દૂર કરવી જોઈએ કે, જો આપણે કોઈ કામ હંમેશાં એક નિશ્ચિત રીતથી કરતા રહીએ છીએ, તો એને આગળ પણ એ જ રીતે કરતાં રહેવું જોઈએ.

અભિપ્રાયોનું મૂલ્યાંકન નિષ્પક્ષતાથી કરવું જોઈએ અને વ્યાવહારિક લાગવા પર તેને અજમાવવા પણ જોઈએ. વિચારોનો અભિપ્રાય આપનારા કર્મચારીઓને પ્રગતિ સંબંધી ફીડબેક આપવો જોઈએ અને એમને સ્વીકાર કરવા પર કર્મચારીઓને પુરસ્કાર પણ આપવો જોઈએ.

જો કર્મચારી ખરેખર વિશ્વાસ કરે છે કે, એમનું પોતાની નોકરી પર થોડું નિયંત્રણ છે, તો તે સુચારુ ઢંગથી કામ કરશે અને પોતાના પ્રયાસોમાં સફળ થશે. તેઓ ઉત્કૃષ્ટ પ્રદર્શન પ્રતિ વધારે સમર્પિત થશે અને ઉત્સાહની સાથે દરેક કામકાજ દિવસની પ્રતીક્ષા કરશે.

જ્યારે આપણે પ્રત્યેક કર્મચારીને માણસના રૂપમાં જાણવાનો સમય કાઢીએ છીએ, તો કર્મચારીઓનો એક અત્યંત પ્રેરિત સમૂહ તૈયાર થઈ જાય છે. આપણા સ્ટાફના સદસ્ય રોબોટ નથી, માણસ છે. એમનામાંથી પ્રત્યેકની પોતાની શક્તિઓ અને નબળાઈઓ, વ્યક્તિગત લક્ષ્ય અને કાર્યશૈલી હોય છે. દરેક વ્યક્તિની અંગતતાઓને જાણવી-સમજવી કર્મચારીઓનો પ્રેરિત સમૂહ બનાવવા માટે અનિવાર્ય છે.

મેનેજરના રૂપમાં આપણે પોતાના સમૂહના પ્રત્યેક કર્મચારીની યોગ્યતાઓને એ રીતે નિખારવી જોઈએ, જેથી તે પોતાની શીર્ષ ક્ષમતાથી પ્રદર્શન કરી શકે. એને શરૂ કરવાની સૌથી સારી રીત એ છે કે, દરેક કર્મચારીને માણસ માનીને એના વિશે વધારેમાં વધારે શીખવું અને જાણવું.

આપણે જે કર્મચારીઓની સાથે કામ કરીએ છીએ, ફક્ત એમની નોકરીની યોગ્યતાઓને જાણવી જ પર્યાપ્ત નથી. આપણે એમને માણસના રૂપમાં પણ જાણવાની જરૂર હોય છે. નોકરીની યોગ્યતાઓ નિશ્ચિત રૂપથી એક મહત્ત્વપૂર્ણ હિસ્સો છે, પરંતુ તે પૂરા માણસનો માત્ર એક હિસ્સો છે. જાણો કે, કર્મચારી માટે શું મહત્ત્વપૂર્ણ છે - એની મહત્ત્વાકાંક્ષાઓ અને લક્ષ્ય, પરિવાર, ખાસ ચિંતાઓ - બીજા શબ્દોમાં કહીએ તો, કયા વ્યક્તિને કઈ વસ્તુ કે કયા વિચાર પ્રેરિત કરે છે એ જાણવું.

આપણા બધાની કામ કરવા અને જીવવાની વિશિષ્ટ શૈલી કે અંદાજ હોય છે. મનોવૈજ્ઞાનિક એને ''વ્યવહારની આદત'' કહે છે. જ્યારે આપણે ધ્યાનથી જોઈશું કે, આપણો દરેક કર્મચારી કઈ રીતે કામ કરે છે, તો આપણને એના વ્યવહારની આદતની જાણ થઈ જશે. ઉદાહરણ તરીકે, આપણે જોઈ શકીએ છીએ કે, સ્કૉટ કોઈ વિષય પર ટિપ્પણી કરતાં પહેલાં હંમેશાં વિચાર કરે છે; શીલા પોતાનું કામ સોંપવાથી પહેલાં દરેક બાબતને કેટલીયવાર વાંચે છે. ટૉડ વધારે યોજના બનાવ્યા વગર જ પોતાનામાં કામમાં કૂદી પડે છે.

પોતાના સહયોગીઓને જાણવા, એમની સાથે વાત કરવી, એમને સવાલ પૂછવા અને વિભિન્ન મુદ્દાઓ પર એમની સલાહ લેવી એ કર્મચારીઓને જાણવાની સર્વશ્રેષ્ઠ રીત છે. કદાચ, આપણે એને અનુચિત દખલઅંદાજી માનીએ છીએ, આથી આપણે એ નથી કરવા ઇચ્છતા. વ્યક્તિગત પ્રશ્ન સીધા જ પૂછવા જરૂરી નથી. અવલોકન કરીને અને સાંભળીને આપણે પોતાના સહકર્મીઓ વિશે ઘણું બધું જાણી અને શીખી શકીએ છીએ. જ્યારે તેઓ આપણી સાથે વાત કરે, તો સાંભળો : સાંભળો કે તેઓ શું કહે છે અને એ પણ સાંભળો કે તેઓ શું નથી કહેતા? જ્યારે તેઓ બીજાઓ સાથે વાત કરે છે, ત્યારે પણ સાંભળો.

છુપાઈને વાતો સાંભળવી વિનમ્રતાની શ્રેણીમાં નથી આવતું, પરંતુ એનાથી આપણને ઘણી વધારે એમના વિશે જાણ થઈ શકે છે. એ જુઓ કે, આપણા સહયોગી પોતાનું કામ કયા પ્રકારે કરે છે અને તેઓ કઈ રીતે ક્રિયા કે પ્રતિક્રિયા કરે છે. એમની પસંદ-નાપસંદ, એમની વિચિત્રતાઓને ઓળખવામાં વધારે સમય નથી લાગતો. સાંભળીને અને જોઈને આપણે જાણી શકીએ છીએ કે, એમનામાંથી પ્રત્યેક માટે કઈ વસ્તુઓ મહત્ત્વપૂર્ણ છે. એ ''હૉટ બટન'' કયા છે, જેનાથી એમની સ્વિચ ચાલુ કે બંધ થાય છે.

આપણે જે કર્મચારીઓનું પ્રબંધન કરીએ છીએ, જ્યારે એમની સંખ્યા ઓછી થાય છે, તો આ વ્યક્તિગત વિશેષતાઓને યાદ રાખવી સરળ થાય છે, પરંતુ જો સમૂહ વધારે મોટો છે અથવા આપણા વિભાગમાં કર્મચારીઓનો આવવા-જવાનો દર વધારે છે, તો આપણે એક નોટબુક કે દસ્તાવેજ બનાવી લેવો જોઈએ. એમાં સ્ટાફના પ્રત્યેક સદસ્ય માટે એક પેજ હોવું જોઈએ, જેમાં એમના જીવનસાથીનું નામ, બાળકોનું નામ અને ઉંમર, શોખ, રુચિઓ, અને વ્યવહારના અન્ય ગુણ કે વ્યક્તિત્વના પાસાઓની નોંધ હોવી જોઈએ, જેનાથી એમના અંગત જીવન સુધી ''પહોંચવા''માં મદદ મળે.

## પ્રોત્સાહન

કેટલાય પ્રબંધકોને પ્રોત્સાહનની તકનીકો તો ખબર હોય છે, પરંતુ તેઓ રોજબરોજના વ્યવહારમાં પોતાના સ્ટાફને પ્રોત્સાહિત કરવા માટે એમને લાગુ નથી કરી શકતા. કેટલીક સલાહ આપણી મદદ કરી શકે છે, જેમ કે: પોતાના દરેક કર્મચારીના વ્યક્તિગત લક્ષ્યો તેમજ આકાંક્ષાઓ વિશે વધારે જાણકારી પ્રાપ્ત કરો. જે લોકો સીધા આપણા અધીન છે, એમને મળવા માટે વધારે ઉપલબ્ધ રહો. એમના પ્રશ્નો અને અભિપ્રાયોને ઝાટકી નાખવાને બદલે એમની વાત સાંભળવા, મૂલ્યાંકન કરવા અને પ્રતિક્રિયા કરવાનો સમય કાઢો. દરેક નિર્ણય ખુદ લેવાના પ્રલોભનથી બચો. જ્યારે નિર્ણય લેવાનો આગ્રહ કરવામાં આવે, તો સમસ્યાને સામેવાળાની તરફ પાછી ધકેલી દો, ''તમારા હિસાબે શું કરવું જોઈએ?'' નવા પ્રોજેક્ટ મળવા પર ખુદ કામની યોજના ના બનાવો; એના બદલે પૂરા સમૂહને સામેલ કરો. સહયોગીઓને એમના સામાન્ય કામકાજ કર્તવ્યો સિવાય બીજી યોગ્યતાઓ પ્રાપ્ત કરવા માટે પ્રોત્સાહિત કરો. એમને કેટલીય અલગ-અલગ ભૂમિકાઓમાં પ્રશિક્ષિત કરો. એમને એવું કામ સોંપો, જેમાં એમને સમૂહના બીજા એવા લોકો સાથે સંપર્ક રાખવાનો હોય, જેમની પાસે ભિન્ન યોગ્યતાઓ છે અને જે લોકો અલગ પ્રકારનું કામ કરે છે. સ્ટાફના બધા સદસ્યો સાથે વાતચીત કરીને એ સુનિશ્ચિત કરો કે, તેઓ પૂરી રીતે સમજે છે કે, નોકરીમાં એમની પાસેથી શું અપેક્ષાઓ કરવામાં આવે છે અને એમના પ્રદર્શનનું મૂલ્યાંકન કયા પ્રકારે કરવામાં આવશે. સમય-સમય પર

વિભાગની રોમાંચક અને ઉત્પાદક મિટિંગ આયોજિત કરો. સપ્લાયર્સ અને ઉપ-ઠેકેદારોને કંપનીમાં આવવા અને બેઠકોમાં સામેલ થવા માટે આમંત્રિત કરો.

## નકારાત્મક પ્રેરણાથી બચો

આ ડર સાચી પ્રેરણા નથી; સાચી પ્રેરણા તો કર્મચારીઓને ન્યૂનતમ કરતાં વધારે ઉત્પાદન કરવા માટે પ્રેરિત કરે છે, જે નોકરીને સ્થાયી રાખવા માટે જરૂરી કામ કરતાં ઘણી વધારે હોય છે.

જો કર્મચારી ઉત્પાદનના માપદંડ પૂરા નથી કરતા અથવા કંપનીના નિયમોનું પાલન નથી કરતા, તો એમને નોકરીમાંથી કાઢી મૂકવાની ધમકી કેટલીયવાર અસરકારક હોય છે - ઓછામાં ઓછું થોડા સમય માટે. જયારે નોકરીઓ ઓછી હોય છે અને કર્મચારીઓને જાણ થાય છે કે, બીજી જગ્યાએ નોકરી નહીં મળે, તો તેઓ મન મારીને ત્યાં જ કામ કરે છે. પરંતુ તેઓ કેટલું કામ કરે છે? કેટલાક કર્મચારી તો બસ એટલું જ કામ કરે છે કે, એમને નોકરીમાંથી કાઢવામાં ના આવે અને એનાથી વધારે રત્તીભરનું પણ કામ નથી કરતા. જયારે નોકરીના બજારમાં માંગ હોય છે, તો નોકરીમાંથી કાઢી મૂકવાનો ડર ઓછો પ્રેરક થઈ જાય છે. જો વધારે સુખદ પરિવેશમાં એવું જ પદ ઉપલબ્ધ છે, તો કોઈ તાનાશાહ માટે કામ કેમ કરે?

કેટલાક કર્મચારી નકારાત્મક પ્રેરણા પર સારી પ્રતિક્રિયા કરે છે. કદાચ એમના માતા-પિતાએ એમને બાળપણમાં ધમકાવ્યા હોય અથવા પછી એમણે કોઈ તાનાશાહ બૉસની સાથે એટલા સમય સુધી કામ કર્યું હોય કે, એમને એની આદત પડી ગઈ હોય. પરંતુ સારા લીડરોએ દરેક કર્મચારીને માણસના રૂપમાં જોઈને એમની વિશિષ્ટતાઓને સમજવી જોઈએ. કર્મચારીને જે પણ વસ્તુથી પ્રેરણા મળે છે, સારો લીડર કર્મચારીને એ જ રીતે પ્રેરિત કરે છે.

કેટલીક પ્રેરણાઓ સારી રીતે કામ કરે છે. લક્ષ્ય નક્કી કરવા અને એના સુધી પહોંચવાની રીત નક્કી કરવામાં સહભાગિતાને પ્રોત્સાહિત કરો. બધા કર્મચારીઓને એ વિશે જાગૃત બનાવો કે, એમનું કામ કંપનીના બીજા કામો સાથે કેવી રીતે જોડાયેલું છે. બધા કર્મચારીઓને સફળ થવા માટે જરૂરી સાધન અને પ્રશિક્ષણ પ્રદાન કરો. જે કામ કરવામાં આવે છે, એના માટે ઓછામાં ઓછા બજાર દરથી ચૂકવણી કરો. કામ કરવાની સારી, સુરક્ષિત પરિસ્થિતિઓ પ્રદાન કરો. સ્પષ્ટ નિર્દેશ આપો, જેને સામેવાળા સરળતાથી સમજી અને માની

લે. દરેક કર્મચારીની યોગ્યતાઓની જાણકારી રાખો અને એની યોગ્યતાના અનુરૂપ કામ આપો. લોકોને એમના કામકાજથી સંબંધિત નિર્ણય લેવાની અનુમતિ આપો. સુલભ બનો. સક્રિયતા અને પરાનુભૂતિથી સાંભળો. સારા કામ માટે શ્રેય આપો અને પ્રશંસા કરો. પ્રશ્નોનો તુરંત અને સ્પષ્ટ જવાબ આપો. કર્મચારીઓની સાથે નિષ્પક્ષતા, સન્માન તેમજ પરવાહભર્યો વ્યવહાર કરો. કામકાજ સંબંધી સમસ્યાઓમાં મદદ કરો. કર્મચારીઓને વધારાનું જ્ઞાન અને યોગ્યતાઓ પ્રાપ્ત કરવા માટે પ્રોત્સાહિત કરો. માણસના રૂપમાં કર્મચારીઓમાં રુચિ બતાવો અને પરવાહ જતાવો. કર્મચારીઓની આદતોને જાણો અને એમની સાથે એ જ અનુરૂપ વ્યવહાર કરો. દરેક કર્મચારને ટીમનો અભિન્ન હિસ્સો બનાવો. એવી વ્યવસ્થા કરો, જેથી કર્મચારીઓને કામમાં પડકાર અને રોમાંચ મળે. કર્મચારીઓના વિચારો અને અભિપ્રાયો પર વિચાર કરો. કર્મચારીઓને જાણકારી આપતા રહો કે, તેઓ કેવું પ્રદર્શન કરી રહ્યા છે. કર્મચારીઓને એમનું સર્વશ્રેષ્ઠ પ્રદર્શન કરવા માટે પ્રોત્સાહિત કરો અને પછી એમના પ્રયાસોમાં મદદ કરો.

## અન્ય પ્રોત્સાહન

કેટલાય સર્વેક્ષણોમાં એ તથ્ય બહાર આવ્યું છે કે, પ્રશંસા અને સંલગ્નતા કર્મચારીઓને ખુશ તેમજ ઉત્પાદક રાખવામાં પૈસા કરતાં વધારે મહત્ત્વનું ઘટક હોય છે. મેનેજર જે મુખ્ય પ્રેરણાનો ઉપયોગ કરે છે, તે છે – પૈસા, પગારવૃદ્ધિ કે બોનસનું વચન. એ સત્ય છે કે, કેટલાક કર્મચારી આર્થિક લાભથી પ્રેરિત થાય છે, પરંતુ અન્ય પ્રકારના પ્રોત્સાહન પણ હોય છે, જે વધારે પ્રભાવી ઢંગથી કામ કરવા માટે પ્રેરિત કરે છે. ઉપલબ્ધિઓની માન્યતા અને પ્રશંસા શક્તિશાળી પ્રેરણા છે. લોકોને શાબ્દિક અને બિન-શાબ્દિક ઢંગથી બતાવવાની જરૂર છે કે, મેનેજર એમના સારા કામનું સન્માન કરે છે અને તેઓ કંપનીની સફળતા માટે મહત્ત્વપૂર્ણ છે. તેઓ માઇલસ્ટોન અને વિજયની સાર્વજનિક અને અંગત ઉજવણી કરે છે. તેઓ ત્વરિત તેમજ સાચી માન્યતાની કદર કરે છે, ભલે એ મૌખિક હોય કે લેખિત.

હંમેશાં આપણે એ લોકોની પ્રશંસા કરવાનું ભૂલી જઈએ છીએ, જેના કારણે આપણે સફળ થયા અથવા જે આપણી નોકરીને આનંદદાયક બનાવે છે. પ્રબંધકોના રૂપમાં આપણી પ્રાથમિકતા એ હોવી જોઈએ કે, આપણે પોતાના સ્ટાફના સદસ્યોને એ બતાવી દઈએ કે, આપણે લક્ષ્ય પૂરા કરવામાં એમના આપેલા યોગદાનની કદર કરીએ છીએ. પોતાના કર્મચારીઓ સાથે વ્યવહાર

કરતા સમયે આપણે એમની પ્રશંસા નહીં, બલ્કે આલોચના કરવાની તકો શોધતા રહીએ છીએ. આપણે એ માનીને ચાલીએ છીએ કે, કર્મચારી સારું કામ કરશે, આથી એના માટે આપણે એમને ક્યારેય માન્યતા જ નથી આપતા.

સુપરમાર્કેટ ચેનના માલિક ડૌગ એનું સારું ઉદાહરણ છે. એમણે ટોમની સાથે પોતાના સંબંધ વિશે બતાવ્યું, જે એમના સૌથી વધારે ઉત્પાદક સ્ટોર્સમાંથી એકનું પ્રબંધન કરતો હતો. ''જ્યારે પણ એ સ્ટોરમાં જતો હતો, તો હું ટોમના દરેક કામમાં ભૂલ કાઢતો હતો. હું એની પાસે એક આદર્શ સ્ટોર ચલાવવાની આશા કરતો હતો, કેમ કે હું જાણતો હતો કે તે એ કરી શકે છે, પરંતુ જ્યારે મેં સ્ટોરની પ્રગતિનું વાસ્તવિક મૂલ્યાંકન કર્યું, તો મેં જોયું કે એણે દરેક સમાહે ૧૦,૦૦૦ ડૉલરનું વૉલ્યૂમ ઉઠાવ્યું હતું, એ નુકસાનમાંથી નફામાં આવી ગયો હતો અને એના ગ્રાહક તેમજ કર્મચારી એને ખૂબ જ પસંદ કરતા હતા. હું એની આલોચના કરવામાં એટલો વ્યસ્ત હતો કે, મેં ક્યારેય એને એ વસ્તુઓનો શ્રેય જ આપ્યો ન હતો, જે તેણે પ્રાપ્ત કરી હતી.''

''આગલીવાર જ્યારે હું એના સ્ટોરમાં ગયો, તો પાછળ આવેલા રૂમમાં જઈને મેં એને બતાવ્યું કે, તે ઉત્તમ કામ કરી રહ્યો છે. મેં વ્યવસાય વધવા પર વિશેષ ટિપ્પણી કરી અને ઉત્તમ ગ્રાહક સંબંધો પર એને અભિનંદન પાઠવ્યા. છ ફૂટ બે ઇંચવાળો ટોમ ત્યાં જ ઊભો હતો અને એની આંખોમાં આંસુ હતા. એણે કહ્યું કે, બૉસ! હું અહીંયા આટલા સમયથી કામ કરી રહ્યો છું, પરંતુ તમે મારી સાથે ક્યારેય આ રીતે વાત નથી કરી. મને એ જાણીને આનંદ થયો કે, તમે મારા વિશે ખરેખર કેવી લાગણી રાખો છો.''

કેટલાય બિઝનેસ ઍક્ઝિક્યૂટિવને લાગે છે કે, પગારવૃદ્ધિ કે બોનસ સારા કામની પર્યાપ્ત પ્રશંસા છે. એક કારખાનાનો માલિક ટિમોથી એનાથી વધારે પ્રશંસા કરવા ઇચ્છતો હતો. એનો એક કર્મચારી હંમેશાં બીજાઓ કરતાં વધારે ઉત્પાદન કરતો હતો. ટિમોથી એને બીજાઓ કરતાં વધારે બોનસ આપતો હતો, પરંતુ પૈસાથી ટિમોથીની કૃતજ્ઞતા પૂરી રીતે વ્યક્ત ના થઈ. એમણે એને પ્રશંસાનો વ્યક્તિગત પત્ર લખ્યો, જેને એમણે બોનસ ચેકની સાથે મોકલી દીધો. પત્રમાં એમણે કર્મચારીનો આભાર વ્યક્ત કર્યો અને એને બતાવ્યું કે, તે કંપની માટે કેટલો વધારે મહત્ત્વપૂર્ણ છે. કર્મચારીએ એમનો ખૂબ જ આભાર વ્યક્ત કર્યો. કર્મચારીએ જણાવ્યું કે, પત્ર વાંચીને એના આંસુ નીકળી આવ્યા હતા. એ વાત સાંભળીને ટિમોથીની પણ આંખો ભરાઈ આવી.

એક બેન્કની લીડર, ટેલર વર્જિનિયા એવા સહયોગીઓનું ફરીથી સ્વાગત કરે છે, જેઓ રજાઓ પર ગયા હતા અથવા બીમારીના કારણે થોડા દિવસોથી આવ્યા ન હતા. તેઓ એમનાથી એમની રજાઓ કે એમની તબિયત વિશે પૂછે છે અને એમને કંપનીની તાજી ખબરો બતાવે છે. તે એમને મહેસૂસ કરાવ છે કે, એને એમની કમી વર્તાઈ - અને એની વાત સાચી લાગે છે, કેમ કે એને ખરેખર એમની કમી વર્તાઈ હતી.

તમને કોઈની ખોટ વર્તાઈ હતી કે તમે કોઈની કદર કરો છો, એ જણાવવું બોલનારા અને સાંભળનારા બંને લોકો માટે ખૂબ જ સારો અનુભવ હોઈ શકે છે, ભલે જ તમે એ વાત કોઈ ખાસ ઘટના વગર જ કહી દો.

લોકો પ્રશંસા કેમ નથી કરતા? કદાચ આપણે એ માની લઈએ છીએ કે, જો આપણે આલોચન નથી કરતા, તો એ કહ્યા વગરની પ્રશંસા છે. કેટલીયવાર આપણને એ આથી જરૂરી નથી લાગતી, કેમ કે સામેવાળો ''બસ પોતાનું કામ કરી રહ્યો છે''. ક્યારેક-ક્યારેક પ્રશંસા આથી પણ નથી કરવામાં આવતી, કેમ કે આપણે એને કમજોરીની નિશાની માની લઈએ છીએ.

## પ્રશંસાને દોહરાવો

જો આપણે એ માની લઈએ છીએ કે, સામેવાળો આપણા વગર બોલે જ આપણી પ્રશંસાને સમજ લેશે, તો એ એમની સાથે અન્યાય છે. પ્રશંસા કરવામાં અસંયત થવાની જરૂર નથી. આપણે કરવામાં આવેલા કામ કે સેવા વિશે જે અનુભવીએ છીએ, એની ગંભીર સ્વીકૃતિ જ પર્યાપ્ત છે. આપણે કોઈ વિશેષ ઉપલબ્ધિ પર જે ગર્વ અનુભવીએ છીએ, બસ એને વ્યક્ત કરવો જ પર્યાપ્ત છે. સાચી પ્રશંસા સાંભળવાથી કોઈ નથી થાકતું. એ વ્યક્તિને બતાવી દો કે, આપણે એના કામની કદર કરીએ છીએ અને આપણે પ્રશંસા કેમ કરી રહ્યા છીએ. જ્યારે પ્રશંસા કોઈ વિશેષ કામ માટે કરવામાં આવી રહી હોય, તો એ કામ પૂર્ણ થયા પછી તુરંત જ પ્રશંસા કરી દો. કેક પર ચૉકલેટની પરતની જેમ આપણી પ્રશંસા સામેવાળાની સફળતાની ખુશીને બમણી કરી દેશે.

જો આપણે દીર્ઘકાલીન, નિરંતર જારી રહેનારી ગતિવિધિ માટે પ્રશંસા કરી રહ્યા છીએ, તો કૃતજ્ઞતા સમય-સમય પર વ્યક્ત કરવી જોઈએ. દામ્પત્ય જીવનને સુખદ બનાવવા માટે આપણે પોતાના પતિ કે પત્નીને સમય-સમય પર જણાવવું જોઈએ કે, એની સાથે જીવન આપણા માટે કેટલું મહત્ત્વ રાખે છે અને આપણે

એની નાની-નાની વસ્તુઓની કેટલી કદર કરીએ છીએ. એ જ રીતે કર્મચારીની પ્રશંસા કરવાથી કામકાજ પરિવેશ સુખદ બને છે.

કેટલાય લોકો અનુભવે છે કે, બીજાઓની પ્રશંસા કરવાથી તેઓ નીચા દેખાશે. તેઓ મનોમન વિચારે છે : ''જો હું એમને બતાવી દઉં છું કે, એમણે સારું કામ કર્યું છે, તો તેઓ (અન્ય બીજા લોકો) એ વિચારી શકે છે કે, હું એમના કરતાં હીન છું.'' આ વાત બિલકુલ નિરાધાર છે. બધા મહાન લોકોએ પોતાની સહાયતા કરનારાઓ પ્રતિ વારંવાર કૃતજ્ઞતા વ્યક્ત કરી છે. હકીકતમાં, એનાથી શક્તિની



છબી ઉત્તમ બને છે, જેને એમણે અર્જિત કરી છે. એનાથી એમના અનુયાયી વધારે નિષ્ઠાવાન બને છે.

## ગંભીર બનો

આપણે આ લોકોના એટલા ઋણી છીએ, એ અહેસાસથી આપણા હૃદયના ઊંડાણમાં ભરેલી સાચી કૃતજ્ઞતા વ્યક્ત થવી જોઈએ. એને પ્રવાહિત થવા દો. મ્હોં સુધી પહોંચવાથી પહેલાં એને ના દબાવો. પ્રશંસા સાચી હોવી જોઈએ. આપણે જે કહી રહ્યા છીએ, એની વાસ્તવિકતાને આપણે ખરેખર મહેસૂસ કરવી જોઈએ અને આપણને એના પર વિશ્વાસ હોવો જોઈએ, ત્યારે જ એ સાચી લાગશે. જૂઠી પ્રશંસાને આકર્ષક શબ્દોથી છુપાવી નથી શકાતી. આપણો અવાજ, આપણી આંખો અને આપણી બૉડી લેંગ્વેજ આપણી સાચી ભાવનાઓને ઉજાગર કરી દેશે. નકલી પ્રશંસાનું કોઈ કારણ નથી હોતું. એને સામેવાળાના કાન સુધી જવા દો. એના કારણે એ દિવસે એમનું અને આપણું જીવન થોડું સારું થઈ જશે.

સંભાવિત પ્રબંધકોએ લોકોની સાથે વ્યવહાર કરવાની યોગ્યતાઓને આદર્શ બનાવવી જોઈએ. એની સાથે જ એમણે એ પ્રક્રિયાઓના પ્રબંધનમાં પણ નિપુણ બનવું જોઈએ, જે કંપનીઓ પોતાના લક્ષ્ય સુધી સફળતાપૂર્વક પહોંચવા માટે લાગુ કરે છે. એમાં યોજના બનાવવી, કામ સોંપવું, સમય પ્રબંધન, પ્રાથમિકતાઓ નક્કી કરવી અને નવાચારને પ્રોત્સાહિત કરવાનું સામેલ છે.

"જો આપણે એ નથી જાણતા કે, આપણે કયા બંદરગાહ તરફ જઈ રહ્યા છીએ, તો કોઈપણ હવા આપણા માટે અનુકૂળ નથી હોતી."

– સેનેકા

# ૪. પ્રક્રિયા સંબંધી પ્રબંધન યોગ્યતા

## નિયોજનનની પ્રક્રિયા

સારી રીતે યોજના બનાવ્યા વગર કોઈ કામ સફળતાપૂર્વક નથી કરી શકાતું. આપણી પાસે એ સ્પષ્ટ સમજ હોવી જોઈએ કે, આપણે કયા લક્ષ્ય પ્રાપ્ત કરવા ઇચ્છીએ છીએ. આપણે એ સુનિશ્ચિત કરવું જોઈએ કે, લક્ષ્ય તાર્કિક હોય અને પ્રાપ્ત થઈ શકે છે. આપણે એ યાદી બનાવવી જોઈએ કે, પોતાના લક્ષ્ય પ્રાપ્ત કરવા માટે કયા કામોની જરૂર છે. આપણે યોજનાના ક્રિયાન્વયનની જવાબદારી માટે કોઈ ખાસ વ્યક્તિને નિયુક્ત કરવો જોઈએ. આપણે લક્ષ્ય પૂરા કરવા માટે જરૂરી ધન, ઉપકરણ, કર્મચારી અને અન્ય સંસાધન લગાવવા જોઈએ. આપણે પ્રદર્શનના માપદંડ નક્કી કરી દેવા જોઈએ, જેની કસોટી પર આપણે લક્ષ્યની દિશામાં પોતાની પ્રગતિને માપી શકીએ.

## કેટલાક પગલાં ઉઠાવવાથી સફળતા મળશે

**પગલું ૧ :** વાંછિત પરિણામં એ પરિણામ છે, જેને આપણે અંતતઃ ઇચ્છીએ છીએ. આપણે નક્કી કરવું જોઈએ કે, એનાથી આપણા વિભાગ કે ટીમ, આપણા ગ્રાહકો અને બાકી સંબંધિત લોકોને કેવી રીતે લાભ થશે. એને સ્પષ્ટતાપૂર્વક વ્યક્ત કરવા જોઈએ. આપણા સિવાય વરિષ્ઠ પ્રબંધને પણ આ પરિણામ સાથે સહમત થવું જોઈએ. જો આપણે પ્રોજેક્ટના લક્ષ્યને સારી રીતે સ્પષ્ટ નથી કરતા, તો એની યોજના બનાવવી લગભગ અસંભવ થશે.

**પગલું ૨ :** સ્પષ્ટતાથી જુઓ કે, આજે આપણે ક્યાં છીએ? આ સમયે વાસ્તવિક સ્થિતિ શું છે? પ્રોજેક્ટ અને એના લક્ષ્યને પૂરા કરવાના આપણા પ્રયાસોમાં સહાયક અને બાધક ઘટક કયા છે?

પગલું ૩ : પ્રોજેક્ટને સફળતાપૂર્વક પૂરો કરવા માટે યથાર્થવાદી લક્ષ્ય પરિભાષિત કરો, નક્કી કરો. એવા લક્ષ્યો વગર આપણે ભટકી જઈએ છીએ. લક્ષ્ય અલ્પકાલીન, મધ્યવર્તી અને દીર્ઘકાલીન હોઈ શકે છે. દિન-પ્રતિદિનના લક્ષ્ય (અલ્પકાલીન લક્ષ્ય) પ્રાપ્ત કરવાથી મધ્યવર્તી અને દીર્ઘકાલીન લક્ષ્યોની ઉપલબ્ધિમાં યોગદાન મળે છે. લક્ષ્ય પ્રક્રિયાઓ અને સંસાધનોના સંદર્ભમાં વિશિષ્ટ હોવા જોઈએ. લક્ષ્ય સ્પષ્ટ આંકડાઓ દ્વારા માપવા યોગ્ય હોવા જોઈએ. લક્ષ્ય એવા હોવા જોઈએ, જેમને પ્રાપ્ત કરી શકાતા હોય. લક્ષ્ય આપણા

> મેં જે પણ અસફળતાઓ જોઈ છે, મેં જે પણ ભૂલો કરી છે, મેં અંગત અને સાર્વજનિક જીવનમાં જે પણ મૂર્ખતાઓને જોઈ છે, તે બધી સમજ્યા-વિચાર્યા વગર કામ કરવાના ફળસ્વરૂપ મળી છે.
>
> – બરનાર્ડ બરુચ, સ્ટૉકબ્રોકર, રાષ્ટ્રપતિઓના સલાહકાર

સ્વપ્ન માટે પ્રાસંગિક હોવા જોઈએ. સમયના સંદર્ભમાં લક્ષ્યોની સ્પષ્ટ ડેડલાઇન હોવી જોઈએ.

પગલું ૪ : લક્ષ્ય પ્રાપ્ત કરવા માટે પ્રાથમિકતાઓ અને કામ કરવાની સ્પષ્ટ રીતો નક્કી કરી જોઈએ. કામની જરૂરિયાતો, કામ કોણ કરશે?, કઈ પ્રણાલીઓનો ઉપયોગ કરવામાં આવશે? પ્રોજેક્ટના બધા હિસ્સાઓને એકસાથે જોડી રાખવા. પરિણામ અને પ્રારૂપ (લેખિત રિપોર્ટ, પાવર પૉઇન્ટ પ્રસ્તુતિ વગેરે)નું સંપ્રેષણ.

પગલું ૫ : દરેક કાર્યપગલાંનું બજેટ અને ખર્ચ નક્કી કરો. જેમાં કર્મચારી, સામગ્રી, સમય, વિવિધ ખર્ચ અને અન્ય જરૂરી વિગતો સામેલ હોવી જોઈએ.

પગલું ૬ : ડેડલાઇન નક્કી હોવી જોઈએ અને સ્પષ્ટતાપૂર્વક બતાવી દેવી જોઈએ, જેથી બધાને એ જાણ રહે કે, ડેડલાઇન ક્યારે છે અને ત્યાં સુધી શું થઈ જવું જોઈએ. એનાથી અલ્પકાલીન, મધ્યવર્તી અને દીર્ઘકાલીન લક્ષ્ય પ્રાપ્ત કરવા સુનિશ્ચિત થઈ જશે. સમય સારણી બનાવતા સમયે યથાર્થવાદી બનો. પ્રોજેક્ટ પૂરો કરવાની તારીખથી પાછળ આવીને એ નક્કી કરો કે, દરેક ચરણ ક્યાં સુધી પૂરું થઈ જવું જોઈએ. ગેરસમજોથી બચવા માટે સમય સારણીને લખી લો અને વહેંચી દો.

પગલું ૭ : કોઈ યોજનાના ક્રિયાન્વયનનો એક મહત્ત્વનો હિસ્સો એવો હોય છે, જેને હંમેશાં નજરઅંદાજ કરી દેવામાં આવે છે. આ મહત્ત્વનો હિસ્સો એ

સુનિશ્ચિત કરવાનું છે કે, બધા સામેલ લોકો લક્ષ્ય પ્રાપ્ત કરવામાં પોતપોતાની ભૂમિકા સારી રીતે સમજી લે. જે પરિણામો પર આપસી સંમતિ બની ચુકી છે, એમના પ્રતિ સમર્પણ હોવું જોઈએ. ક્રિયાન્વયનની દેખરેખથી આપણે યોજનાના વિસ્તારમાં ફેરબદલ કરી શકીએ છીએ અને પોતાના લક્ષ્યોનું ફરીથી મૂલ્યાંકન કરી શકીએ છીએ.

**પગલું ૮ :** ક્રિયાન્વયનની પ્રક્રિયાનો એક ખૂબ મહત્ત્વપૂર્ણ હિસ્સો સચોટ રેકોર્ડ રાખવાનો અને એ વિશ્લેષણ કરવાનો છે કે, આપણે માર્ગ પરથી ક્યાં ભટક્યા અને પડકારોને યોગ્ય કેવી રીતે કરવામાં આવે. પ્રગતિની સતત દેખરેખ લક્ષ્ય પ્રાપ્ત કરવા માટે ખૂબ મહત્ત્વપૂર્ણ છે.

## પ્રભાવી ઢંગથી કામ સોંપો

પ્રભાવી ઢંગથી કામ સોંપવાનો અર્થ છે કે, સુપરવાઇઝરને પોતાના સ્ટાફ પર એટલો વિશ્વાસ છે કે, તેઓ એ કામને સંતોષજનક રીતથી અને જલ્દી પૂરું કરી લેશે. નિર્વિવાદ તથ્ય એ છે કે, આપણે વિભાગના સદસ્યો અને આપણે ઘણું બધું કામ કરવાનું હોય છે. પ્રબંધનનું અનિવાર્ય હથિયાર એ નક્કી કરવાનું છે કે, કયા કામ ખુદ કરીશું અને કયા કામ પોતાના અધીનસ્થોને સોંપીશું. પરંતુ ધ્યાન રહે કે, કામ સોંપતા સમયે આપણે સ્ટાફના સદસ્યોને ફક્ત કામ જ નથી સોંપતા, બલ્કે એમને પૂરા કરવાની શક્તિ અને જરૂરી અધિકાર પણ પ્રદાન કરીએ છીએ.

હંમેશાં મેનેજર જરૂર કરતાં વધારે કામ ખુદ કરવાની જાળમાં ફસાઈ જાય છે. ખુદથી સવાલ કરો કે, શું આપણે ઑફિસના કામને ઘેર લઈ જઈએ છીએ? શું આપણે હજુ પણ એ જ કામ સંભાળી રહ્યા છીએ, જે પ્રમોશનથી પહેલાં કરતા હતા? શું સલાહ કે જાણકારી લેવા માટે આપણા કામમાં વારંવાર વ્યવધાન નાંખવામાં આવે છે? શું એવા વિવરણોની યોજના બનાવીએ છીએ, જેમને બીજા

> હંમેશાં કામ કરવું, એ વ્યસ્ત રહેવાનો અર્થ નથી. બધા કામોનું લક્ષ્ય ઉત્પાદન કે ઉપલબ્ધિ હોય છે. લક્ષ્ય પ્રાપ્ત કરવા માટે દૂરદર્શિતા, સુવ્યવસ્થા, નિયોજન, બુદ્ધિમાની અને પ્રામાણિક ઉદ્દેશ્યની સાથે-સાથે પરસેવો વહાવવાની જરૂર પણ હોય છે. કામ કરતા હોવાનો દેખાવ અને ખરેખર કામ કરવામાં ફરક હોય છે.
> —થૉમસ એ. ઍડિસન
> રાષ્ટ્રપતિઓના સલાહકાર

સંભાળી શકે છે? શું પોતાના હાથમાં ખૂબ વધારે પ્રોજેક્ટ્સ લઈએ છીએ? શું હમેશાં આગ ઓલવવામાં લાગ્યા રહીએ છીએ અને બિન-તાત્કાલિક મુદ્દાઓ પર પ્રતિક્રિયા કરી રહ્યા છીએ? શું ઑફિસમાં બીજા પ્રબંધકો કરતાં વધારે કામ કરીએ છીએ? શું બીજાઓ માટે એવું કામ કરવામાં સમય વિતાવીએ છીએ, જેમને તેઓ ખુદ કરી શકે છે? શું થોડા દિવસો સુધી ઑફિસથી બહાર રહ્યા પછી ઈમેલ, વૉઈસમેલ કે ભાર હેઠળ દબાઈ જઈએ છીએ? શું એ પ્રોજેક્ટોમાં સંલગ્ન થઈ રહ્યા છીએ, જે આપણે કોઈ અધીનસ્થને સોંપ્યા હતા?

જો જવાબ 'હા'માં છે, તો આપણે પોતાના કામોને ફરીથી વ્યવસ્થિત કરવા અને કામકાજના ભારનું પ્રબંધન કરવાની જરૂર છે. એ વાતની સારી સંભાવના છે કે, આપણે પોતાના સ્ટાફને વર્તમાન કરતાં વધારે કામ સોંપી શકીએ છીએ અને એનાથી આપણા વિભાગના પ્રદર્શનમાં કોઈ કમી નહીં આવે.

## કામ આપવામાં સંકોચ ના કરો

કામ સોંપવાની પ્રક્રિયાથી આપણે યોગ્ય કામને જવાબદારીના યોગ્ય સ્તર પર રાખવામાં સક્ષમ બનીએ છીએ, જેનાથી આપણે અને આપણા સહયોગીઓની યોગ્યતાઓ તેમજ યોગદાનમાં વૃદ્ધિ થાય છે. એનાથી એ પણ સુનિશ્ચિત થશે કે, બધું કામ યોગ્ય સમય પર યોગ્ય વ્યક્તિ કરી આપે, જેની પાસે સાચો અનુભવ કે રુચિ છે.

આપણે વિભાગમાં જે પણ થઈ રહ્યું છે, એ દરેક વસ્તુ માટે આપણે જવાબદાર હોઈએ છીએ, પરંતુ એ સંભવ પણ નથી અને લાભકારી પણ નથી કે, દરેક વસ્તુ આપણે ખુદ કરીએ. કામની અધિકતાથી સ્થાયી થાક અને અલ્સરની સમસ્યા થઈ શકે છે. એનાથી હાર્ટ ઍટેક તેમજ નર્વસ બ્રેકડાઉનની નોબત પણ આવી શકે છે.

સ્પષ્ટ છે કે, કેટલાક કામ એવા હોય છે, જેમને ફક્ત આપણે કરી શકીએ છીએ; કેટલાક નિર્ણય એવા હોય છે, જેમને ફક્ત આપણે લઈ શકીએ છીએ અને કેટલાક એવા મહત્ત્વપૂર્ણ ક્ષેત્ર હોય છે, જેમને આપણે જ સંભાળી શકીએ છીએ. આપણા કામોમાં કેટલાય કામ એવા પણ હોય છે, જેમને આપણા અધીનસ્થ કર્મચારી કરી શકે છે અને

એમણે કરવા પણ જોઈએ.

## કાર્ય સુનિશ્ચિત કરવું

કામ સોંપતા સમયે જ્યારે અનિવાર્ય હોય કે, અધીનસ્થ કર્મચારી આપણા નિર્દેશોનું સાચું પાલન કરે, તો આપણે એ સુનિશ્ચિત કરી લેવું જોઈએ કે, તે એમને પૂરી રીતે સમજ ગયો છે. સ્પષ્ટ પ્રશ્ન પૂછો, જેથી આપણને પાક્કી જાણ થઈ જાય કે, તે શું કરવાનો છે. બીજી તરફ, જ્યારે સોંપવામાં આવેલા કામને કોઈ ખાસ રીતથી કરવું અનિવાર્ય ના હોય, તો માત્ર સામાન્ય ફીડબેક જ પર્યાપ્ત હોય છે.

આપણને પોતાના સહયોગીઓની ક્ષમતાની જાણ હોવી જોઈએ. એમના કાર્યભારની યોજના બનાવતા સમયે વિચારો કે, કયો કર્મચારી કયા કામને સૌથી પ્રભાવી રીતથી કરી શકે છે. જો આપણા પર સમયનો દબાવ નથી, તો તે કામ સોંપીને આપણે કોઈ કર્મચારીની યોગ્યતાઓને વધારી પણ શકીએ છીએ. ઘણું બધું કામ કરવાની ક્ષમતા જેટલા વધારે કર્મચારીઓની પાસે હશે, આપણું કામ એટલું જ વધારે સરળ બની જશે. જો એ કામને આપણા સ્ટાફનો કોઈપણ કર્મચારી નથી કરી શકતો, તો સ્પષ્ટ છે કે, એને આપણે ખુદ કરવું પડશે, પરંતુ એ સુનિશ્ચિત કરો કે, તમે એક કે વધારે કર્મચારીઓને એ કામનું પ્રશિક્ષણ આપી દો, જેથી તે કામ એમને ભવિષ્યમાં સોંપી શકાય.

જ્યારે આપણે પોતાના સ્ટાફના કોઈ સદસ્યને વિસ્તૃત નિર્દેશ આપીએ છીએ, તો એના પછી કદાચ આપણે એ પૂછીએ છીએ ''શું તમે સમજ ગયા?'' સામાન્ય રીતે જવાબ 'હા'માં હોય છે.

પરંતુ શું કર્મચારી ખરેખર સમજ ગયો છે? કદાચ. પરંતુ કદાચ તે પાક્કી વિશ્વાસ ના હોવા છતાં પણ સારા ઇરાદાથી કહી દે છે, ''હું સમજ ગયો.'' અથવા કદાચ તે જરા પણ નથી સમજ્યો પરંતુ સંકોચવશ એ કહી નથી શકતો.

''શું તમે સમજ ગયા?'' પૂછવાના

બદલે એ પૂછો, ''તમે એને કેવી રીતે કરવાના છો?'' જો પ્રતિક્રિયાથી એ જાણ ચાલે કે, તે આપણા એક કે વધારે બિંદુ સ્પષ્ટતાથી નથી સમજી શક્યો, તો આપણે કર્મચારી ખોટી રીતથી કામ કરે એ પહેલાં જ એમને સ્પષ્ટ કરી શકીએ છીએ.

## બિંદુ નક્કી કરો

નિયંત્રણ બિંદુ એ બિંદુ છે, જ્યાં આપણે કોઈ પ્રોજેક્ટને રોકીને અત્યાર સુધી થયેલા કામની તપાસ કરીએ છીએ અને ભૂલો સુધારીએ છીએ. નિયંત્રણ બિંદુ નક્કી કરવાથી ભૂલોને વિકરાળ રૂપ ધારણ કરવાથી પહેલાં જ પકડી શકાય છે.

નિયંત્રણ બિંદુ આકસ્મિક તપાસ નથી. કર્મચારીઓને પાક્કી જાણ હોવી જોઈએ કે, દરેક નિયંત્રણ બિંદુ ક્યાં છે અને ક્યાં સુધી શું પ્રાપ્ત થવું જોઈએ. આપણે કોઈ પ્રોજેક્ટના દરેક ચરણમાં નિર્ણય ના લેવો જોઈએ. આપણે દરેક નાની-નાની વસ્તુની તપાસ માટે કોઈના ખભાઓને પાછળથી ના જોવો જોઈએ. સૂક્ષ્મ પ્રબંધન કરવા પર આપણે સર્જનાત્મકતાનું ગળું દબાવી દઈએ છીએ અને ટીમના સદસ્યોને પૂરી ક્ષમતાથી કામ કરવાથી રોકી દઈએ છીએ.

## સાધન અને અધિકાર

જો આપણે કર્મચારીઓને સામગ્રીની જરૂર હોય છે, તો એમને બજેટ ફાળવી દો, જેથી તેઓ પોતાની જરૂરની કોઈપણ વસ્તુ મંગાવી શકે અને દરેક ખરીદારીથી પહેલાં એમને આપણું અનુમોદન ના માંગવું પડે. કોઈપણ કામ યોગ્ય હથિયારો વગર નથી કરી શકાતું. ઉપકરણ, તાર્કિક સમય સારણી અને સંસાધન આપવા તો સ્પષ્ટ પગલું છે, પરંતુ અધિકાર આપવો એક અલગ વાત છે.

કેટલાય પ્રબંધક પોતાના અધીનસ્થોને કોઈ પણ પ્રકારનો અધિકાર નથી આપવા ઇચ્છતા. પરંતુ ધ્યાન હે, જો આપણા સૂક્ષ્મ પ્રબંધન વગર કોઈ કામ કરવામાં આવનારું છે, તો આપણે એ કામ કરતા લોકોને નિર્ણય લેવાની શક્તિ આપવી જોઈએ. જો કોઈ કામમાં ઓવરટાઇમની જરૂર હોય, તો

એમને એનો આદેશ આપવાનો અધિકાર આપો. જો દરેક નિર્ણય આપણે ખુદ લઈશું, તો કામ બગડી જશે, આપણા સ્ટાફના સદસ્ય શક્તિહીન અનુભવશે અને સંભવત: કામ પ્રતિ ઉત્સાહ ગુમાવી દેશે.

## જવાબદારી

જે લોકોને કામ સોંપવામાં આવે છે, લગભગ હંમેશાં એમની પાસે સવાલ હોય છે, તેઓ આપણી સલાહની આશા રાખે છે અને આપણી મદદ ઇચ્છે છે. એમની મદદ કરો, પરંતુ એમને પૂરો પ્રોજેક્ટ આપણા પર નાખવાની અનુમતિ ના આપો. એમને બતાવી દો કે આપણે મદદ, સલાહ અને સમર્થન આપવા માટે ઉપલબ્ધ છીએ, પરંતુ સાચું કામ એમણે ખુદ કરવું પડશે.

જ્યારે લોકો આપણી પાસે કોઈ સમસ્યા લઈને આવે, તો એ વાત પર ધ્યાન આપો કે, તેઓ સમાધાનનો અભિપ્રાય પણ સાથે લાવે. એનું સૌથી સારું પરિણામ એ થશે કે, તેઓ પોતાની સમસ્યાઓનું ખુદ નિરાકરણ કરી લેશે અને આપણને હેરાન નહીં કરે. હવે તેઓ ''હવે હું શું કરું?'' પૂછવાના બદલે એ પૂછશે, ''શું તમારા હિસાબથી આ સમાધાન કામ કરશે?'' બીજા સવાલ પર પ્રતિક્રિયા કરવી વધારે સરળ થાય છે.

કામ સારી રીતે સોંપવાના જે અભિપ્રાય આપવામાં આવ્યા છે, એમના પર અમલ કરવાથી આપણે વધારે પ્રભાવી મેનેજર બની જઈશું. આપણી વ્યક્તિગત ઉપલબ્ધિઓ પણ વધી જશે, કેમ કે આપણા સ્ટાફના લોકો એ કામ કરી રહ્યા હશે, જેમને કરવા માટે તેઓ વધારે ઉપયુક્ત છે. એ ઉપરાંત આ મહત્ત્વપૂર્ણ અનુભવથી એમનો વિકાસ થશે અને એમની યોગ્યતાઓ વધી જશે. સૌથી મહત્ત્વની વાત એ છે કે, એનાથી આપણે પોતાની પ્રબંધકીય યોગ્યતાઓને નિખારવા માટે મુક્ત થઈ જઈશું.

## સમય પ્રબંધન

પ્રબંધકે અન્ય એક મહત્ત્વપૂર્ણ યોગ્યતામાં નિપુણ હોવું જોઈએ. એ છે- પોતાના સમયનું સારું પ્રબંધન કરવું. દુર્ભાગ્યથી, સમયને નિયંત્રિત કરવાની અસફળતા લક્ષ્ય-પ્રાપ્તિમાં આપણી સામે આવનારી સૌથી સામાન્ય સમસ્યાઓમાંથી એક છે.

પોતાના સમયનો પ્રભાવી ઉપયોગ કરવામાં આપણને કઈ વસ્તુ રોકી રહી છે, એ સમજવા માટે આગળ આપવામાં આવેલી યાદીના બિંદુઓને ક્રમવાર સજાવી લો. એને મહત્ત્વના ક્રમમાં લગાવો. સૌથી મોટી બાધા સૌથી ઉપર લખો

અને પછી સૌથી નાની બાધા સુધી લખો. પછી નક્કી કરો કે, આ બાધાઓમાંથી બહાર નીકળવા માટે કયા પગલાં ઉઠાવવાના છે. પોતાના ''ઘર''ને વ્યવસ્થિત કરો. ડેસ્ક પરથી બિનજરૂરી વસ્તુઓ સાફ કરી દો. પોતાના કામકાજની જગ્યાને વ્યવસ્થિત કરો. કાગળોને મહત્ત્વ અને જરૂરિયાતના આધાર પર વ્યવસ્થિત ગોઠવી દો. સમય પ્રબંધનના સાધનોનો ઉપયોગ કરો, જેમ કે કાર્યસૂચી, સમય-ખંડ, કામોનો સમૂહ બનાવવો, ટાઈમ લૉગ, પ્રોજેક્ટ સૂચી, પ્રાથમિકતા સૂચી અને કેલેન્ડર. કાર્યસૂચી અને પ્રાથમિકતાઓ લખી લો; કામ પૂરું થવા પર ખુદને પુરસ્કાર આપો. યથાર્થવાદી લક્ષ્ય નક્કી કરો, લક્ષ્યોને નાના પગલાઓમાં તોડી લો અને તૂટી પડો. બસ શરૂ કરી દો - આપણે આશ્ચર્યચકિત થઈ જઈશું કે, એના પછી કામ પૂરું કરવું કેટલું સરળ હોય છે. કાર્યકુશળ બનો - દરેક દિવસની યોજના બનાવો, જેમનામાં આપણી કાર્યસૂચીના નાના કામોથી નાના કાલખંડ ભરવાની જોગવાઈ હોય. પોતાની અંદરની ઘડિયાળનું અનુસરણ કરો. કેટલાક લોકો નૈસર્ગિક રૂપથી સવારે કે રાતવાળા લોકો હોય છે. જો આપણે એમનામાંથી એક છીએ, તો મહત્ત્વપૂર્ણ વસ્તુઓ ત્યારે કરો, જ્યારે આપણી ઊર્જા અને ઉત્પાદકતાનું સ્તર શિખર પર હોય. શિખર અવધિઓનો લાભ લેવા માટે ટાઈમટેબલ બનાવો. જ્યારે આપણે પ્રવાહમાં હોઈએ, તો એનો લાભ લો. ઊર્જા, પ્રેરણા અને સર્જનાત્મકતાની લહેરખીઓનો લાભ લો. આ પ્રવાહ સમયના અનુત્પાદક ખંડોને ''રદ'' કરી શકે છે. ખુદ જ વિચારો, ''કાલે હું રજાઓ મનાવવા જઈ રહ્યો છું અને મારા જવાથી પહેલાં દરેક વસ્તુઓ ઠીક હોવી જોઈએ.'' ઉત્પાદકતાને તેજ કરો અને બધા અતિજરૂરી મુદ્દા, ફોન કૉલ તેમજ ઈમેલ નિપટાવી લો. સારા નિર્ણય ફટાફટ લેવાનું શીખો. દરેક દિવસના કામ નક્કી કરો. દરેક દિવસને કોઈ મહત્ત્વપૂર્ણ વસ્તુ પ્રાપ્ત કરવાનો અવસર માનો. ભટકાવોને હટાવી દો, વ્યવધાનોને ન્યૂનતમ કરી દો અને હાથના કામ કે પ્રોજેક્ટ પર ધ્યાન કેન્દ્રિત કરો. વધારે ઊર્જાવાન બનીને અને પોતાની સર્જનાત્મકતા વધારીને મજબૂરીથી થનારા વિલંબો અને હળવાશની અવધિઓનો લાભ લો. જરૂર કરતાં વધારે વચન ના આપો. વધારાના કાર્ય લેવાની સ્વૈચ્છિક પહેલ ના કરો, બસ ના કહી દો - સ્પષ્ટીકરણોની હંમેશાં જરૂર નથી હોતી. ''જો હું કોઈ કામ સાચું ઈચ્છું છું, તો મારે એને ખુદ કરવું પડશે'' એવો દૃષ્ટિકોણ છોડી દો. બીજાઓને કામ સોંપો; એમના પર ભરોસો રાખો કે, તેઓ કામ કરી દેશે. પોતાનો દૃષ્ટિકોણ બદલો - ઍલાર્મ થોડી જલ્દી લગાવો અને પોતાના કામમાં ઉત્સાહ ભરો. કારોબારી પ્રદર્શનોમાં જાઓ અને સમય બચાવવાના વિચારો તેમજ પ્રૌદ્યોગિકીઓની જાણકારી પ્રાપ્ત કરવા માટે ઉદ્યોગ સંબંધી પત્રિકાઓ વાંચો. આગલી વખતે આપણે

શું અલગ રીતથી કરી શકીએ છીએ, એ જાણ લગાવીને ભૂલોમાંથી લાભ ઉઠાવો.

## અતિજરૂરી કે મહત્ત્વપૂર્ણ

ઉદ્દેશ્ય પ્રાપ્ત થવાની અસફળતાના સૌથી સામાન્ય કારણોમાંથી એક એ દુવિધા છે કે, તુરંત જરૂરી શું છે અને મહત્ત્વપૂર્ણ શું છે? સંકટ આવશે અને એમનું નિરાકરણ કરવું પડશે, પરંતુ આપણે ક્યારેય એને નજરોમાંથી અદૃશ્ય ના કરવું જોઈએ, જે દીર્ઘકાલીન સફળતા માટે ખરેખર અનિવાર્ય છે.

કેટલીક વસ્તુઓ તુરંત જરૂરી પણ હોય છે અને મહત્ત્વપૂર્ણ પણ હોય છે, જેમ કે મોટા સંકટોને નિપટવા, ડેડલાઇન પૂરી કરવી, સંઘર્ષનું નિરાકરણ કરવું.

કેટલીક વસ્તુઓ મહત્ત્વપૂર્ણ તો હોય છે, પરંતુ તુરંત આવશ્યક નથી હોતી. એમાં પ્રોજેક્ટની યોજના બનાવવી, મૂલ્યોને સ્પષ્ટ કરવા, સંબંધોને બનાવવા અને યોગ્યતાઓને વિકસિત કરવાનું સામેલ છે.

કેટલીક વસ્તુઓ તુરંત જરૂરી તો હોય છે, પરંતુ મહત્ત્વપૂર્ણ નથી હોતી, જેમ કે ફોન કૉલ, વ્યવધાન, ઈમેલ, ટેક્સ્ટ મેસેજ વગેરે.

કેટલીક વસ્તુઓ ના તો તુરંત જરૂરી હોય છે, ના તો મહત્ત્વપૂર્ણ હોય છે, જેમ કે જંક મેલ, બિનજરૂરી વ્યસ્તતા, કૉમ્પ્યુટર પર વ્યક્તિગત મામલાઓમાં સંલગ્ન થવું. પોતાના સમયનો ઉપયોગ કરતાં સમયે પ્રભાવી મેનેજર કામોની તુરંત આવશ્યકતા અને મહત્ત્વને ધ્યાનમાં રાખે છે.

આપણે પોતાના ઉદ્યોગની માંગો અને ગ્રાહકો પર પ્રતિક્રિયા કરીને વાંછિત પરિણામ મેળવવા માટે પોતાના લોકોનું નેતૃત્વ કરીએ છીએ અને પ્રાથમિકતાઓનું પ્રબંધન કરીએ છીએ. આદર્શ સંસારમાં સમય, ખર્ચ અને ગુણવત્તા સમાન થશે.

પરંતુ આજના સંસારની હકીકત એ છે કે, આપણે ઓછા સંસાધનોમાં વધારે કામ કરવાનું હોય છે - ઉત્તમ, વધારે ઝડપથી - આથી પ્રાથમિકીકરણની જરૂર હોય છે. એ જાણવું મહત્ત્વપૂર્ણ છે કે, આપણા સંસારને કઈ વસ્તુ ચલાવે છે. શું આપણા બોસ,

સહકર્મી અને સંગઠન એ વાત પર સંમત છે કે, આપણા વ્યવસાય પર કયા ઘટક હાવી છે. આ જ્ઞાનથી એ સુનિશ્ચિત થશે કે, આપણી પ્રાથમિકતાઓ આપણા સંગઠનની પ્રાથમિકતાઓના તાલમેલમાં છે.

પ્રાથમિકતાઓ નક્કી કરવા સંબંધી કેટલાક દિશા-નિર્દેશ આ છે :

- કાર્યસૂચી તૈયાર કરવી.
- વ્યક્તિગત તેમજ પ્રોફેશનલ મહત્ત્વના ક્રમમાં સૂચી બનાવો.
- ધ્યાન આપો કે, આપણી સૂચીના કેટલાક કામ બીજાઓને કેવી રીતે પ્રભાવિત કરી શકે છે (ઉદાહરણ સ્વરૂપે, કોઈને પોતાનું કામ કરવા માટે આપણી પાસે કઈ વસ્તુની જરૂરિયાત હોઈ શકે છે).
- દરેક કામની ડેડલાઇન લખી લો.
- ડેડલાઇન સુધી કોઈ નિશ્ચિત કામને પ્રાપ્ત ના કરી શકવાના પરિણામો પર નજર નાખો.
- સમય પર કામ પૂરું કરવાના પુરસ્કારોની સમીક્ષા કરો.
- સૂચીના સૌથી નિચલા કામ બીજાઓને સોંપી દો કે હટાવી દો. કદાચ તેઓ સમય લગાવવા લાયક નથી.

## ''હોટ બટનો''ને પ્રાથમિકતાના ક્રમમાં સજાવવા

વર્તમાન શોધ બતાવે છે કે, કર્મ-કેન્દ્રિત લીડર પોતાના ઉચ્ચ પ્રાથમિકતાવાળા પ્રોજેક્ટો અને લક્ષ્યો - એમના ''હોટ બટનો''ને ખૂબ વ્યાપક અને સામરિક રીતથી જુએ છે. તેઓ પ્રોજેક્ટના વર્તમાન કારોબારી પરિપ્રેક્ષ્ય અને સામરિક ભૂમિકાને સફળતાપૂર્વક સંપ્રેષિત કરે છે. તેઓ બતાવે છે કે, જો પ્રોજેક્ટ સફળતાપૂર્વક પૂરો થઈ જશે, તો બધા સામેલ લોકો પર શું પ્રભાવ પડશે. તેઓ સારગર્ભિત અંદાજમાં સ્પષ્ટ કરી શકે છે કે, એમના પ્રોજેક્ટ સંગઠનનો ચહેરો કારોબારી રણનીતિથી ક્યાં અને કેવી રીતે સંબદ્ધ છે.

હોટ બટનોના કેટલાક ઉદાહરણ આ પ્રમાણે છે :

- આવક વધારવી.
- બજાર હિસ્સેદારી વધારવી.
- ઉત્તમ ગ્રાહક સંતુષ્ટિ અને ગ્રાહકોને જાળવી રાખવા.
- ખર્ચ ઓછો કરવો.
- ઉત્પાદકતા વધારવી.
- પડકારોને પૂરા કરવાના સર્જનાત્મક સમાધાન શોધવા.

# ત્વરિત પ્રભાવ નાખવાની રીતો

મોટાભાગના સંગઠનોમાં પ્રગતિ માટે સુયોગ્ય લોકોની વચ્ચે વધારે પ્રતિસ્પર્ધા હોય છે. પ્રારંભિક વૃદ્ધિ મેળવવાની એક ઉત્તમ રીત એ છે કે, આપણે પોતાના સંગઠનની સફળતા પર ત્વરિત પ્રભાવ નાખી દઈએ. અહીંયા ત્વરિત અને સકારાત્મક પ્રભાવ નાખવાની પાંચ રીત બતાવવા જઈ રહ્યા છીએ.

**પૈસા બચાવો :** વસ્તુઓ અને સેવાઓની ગુણવત્તા ઓછી કર્યા વગર પૈસા બચાવવાની રીતોની સતત શોધ કરવી દરેક સફળ સંગઠનનો પાયો છે. જો આપણે છુપાયેલા ખર્ચાઓની તપાસ કરીએ છીએ અને ખર્ચાઓ ઓછા કરવાના પગલાં ઉઠાવીએ છીએ, તો બંધાયેલા ખર્ચ ઓછા કરી શકાય છે અને આપણા પ્રયાસોથી આવક વધી શકે છે. ટીમના બધા સદસ્યો પાસે અભિપ્રાય માંગો કે ખર્ચ કેવી રીતે ઓછો કરી શકાય છે.

**સમય બચાવો :** સમય ખૂબ મહત્ત્વપૂર્ણ છે - અને સમય ધન છે. બધા જાણકાર પ્રબંધક સમજે છે કે, સમય સૌથી દુર્લભ સંસાધન છે. જો આપણે પ્રક્રિયાઓને સુચારુ બનાવીને અને બિનજરૂરી ગતિવિધિઓને હટાવીને સમય બચાવવાની રીત શોધી શકીએ, તો આપણે ત્વરિત પ્રભાવ નાખવામાં સક્ષમ થઈશું.

**ગુણવત્તા વધારો :** પોતાના ગ્રાહકો અને સપ્લાયરો પાસે ફીડબેક માંગો. એનાથી આપણને પોતાની વસ્તુઓ અને સેવાઓને ઉત્તમ બનાવવા માટે અમૂલ્ય જાણકારી મળી શકે છે. સર્વેક્ષણ અને આકલન આપણને આ વિશે ખૂબ સારી જ જાણકારી આપે છે કે, આપણે પોતાના માપદંડ કેવી રીતે ઉપર ઉઠાવી શકીએ છીએ અને ત્વરિત પ્રભાવ નાખી શકીએ છીએ.

**બજારમાં ભાગીદારી વધારો :** જ્યારે આપણે પોતાના ગ્રાહકોની સંખ્યાને વધારીએ છીએ, તો આપણી પ્રતિસ્પર્ધા ઓછી થઈ જાય છે. વેચાણ તેમજ કારોબારને વધારવાની કેટલીક ખાસ રીતો છે વિશ્વાસ બનાવવો, અપેક્ષાઓ કરતાં આગળ નીકળવું, ઉત્કૃષ્ટ ગ્રાહક સેવા પ્રદાન કરવી અને સંદર્ભ માંગવો. આપણે બજારમાં પોતાની ભાગીદારી વધારીને ત્વરિત પ્રભાવ નાખી શકીએ છીએ.

**બ્રાન્ડ કે અનોખી છબી બનાવો :** આપણે જે કંઈપણ કરીએ અને કહીએ છીએ, તે દરેક વસ્તુ આપણી બ્રાન્ડ કે અનોખી છબીનું પ્રતિબિંબ હોય છે. આપણા સેલ્સ સ્ટાફના વ્યવહાર અને જાહેરાતો તેમજ સહાયક સામગ્રીની જમાવટથી લઈને આપણી ગ્રાહક સેવા તેમજ ગુણવત્તા સુધી દરેક વસ્તુ આપણી છબી પર અસર નાખે છે. બધી સફળ કંપનીઓની શક્તિશાળી બ્રાન્ડ ઈમેજ હોય છે.

એમણે ખુદને પ્રતિસ્પર્ધીઓથી સફળતાપૂર્વક અલગ કરી લીધા છે.

બ્રાન્ડ પ્રબંધન માટે પ્રતિસ્પર્ધીઓ વિશે જાગૃત રહેવું ખૂબ જ મહત્ત્વપૂર્ણ હોય છે. આપણું સંગઠન જે ઉદ્યોગમાં છે, એનાથી સંબંધિત જાણકારી ઇન્ટરનેટ પર શોધો. એ વાતની પર્યાપ્ત સંભાવના છે કે, આપણને ખૂબ વધારે જાણકારી મળી જશે. પોતાના પ્રતિસ્પર્ધીનો આકાર જુઓ, એની સેવાઓના વિસ્તાર અને ભૌગોલિક ક્ષેત્ર પર ધ્યાન આપો. એમની વેબસાઇટ પર ધ્યાન આપો કે, એમણે કઈ વસ્તુ આપણી કંપનીના સમાન બનાવી છે અથવા એનાથી અલગ કરે છે. આ જાણકારી એકઠી કર્યાપછી આપણે એ નક્કી કરી શકીએ છીએ કે, આપણું સંગઠન આપણા ઉદ્યોગમાં બીજાઓ કરતાં અલગ કેવી રીતે દેખાઈ શકે છે અને એની દર્શનીયતાને વધારવા માટે શું કરી શકાય છે. આપણે પોતાની બ્રાન્ડ ઇમેજને ઉત્તમ બનાવનારી રીતોની સતત શોધ કરીને ત્વરિત પ્રભાવ નાખી શકીએ છીએ.

## નવાચારી પ્રક્રિયા

સદીઓથી લોકો સર્જનાત્મક પ્રક્રિયાથી મંત્રમુગ્ધ રહ્યા છે - ક્રમબદ્ધ પગલાંની શૃંખલા, જેના માધ્યમથી કોઈ વ્યક્તિ કે સમૂહ કોઈ સમસ્યા કે અવસરનું વિશ્લેષણ કરવા માટે એક સુનિયોજિત, પક્ષપાતરહિત અને અપારંપરિક દેખાતી રીતથી સર્જનાત્મક વિચારના સિદ્ધાંતોનો ઉપયોગ કરે છે. કેટલાક શોધકર્તાઓએ એ વસ્તુને સમજવા અને બતાવવાની કોશિશ કરી છે, જે કોઈ માણસને સર્જનાત્ક ''બનાવે'' છે. બાકીએ એ પરિવેશની તપાસ કરી છે, જે સર્જનાત્મક પ્રયાસને પ્રેરિત તેમજ પ્રોત્સાહિત કરે છે. અન્ય લોકોએ સર્જનાત્મક ઉત્પાદનો તેમજ સેવાઓના વિકાસ પર ધ્યાન કેન્દ્રિત કર્યું છે. સમાજવાદી અને વ્યવહારવાદી વિજ્ઞાનોમાં થયેલી આધુનિક શોધે આ અવધારણાના રહસ્ય પરથી પરદો હટાવી દીધો છે. એમણે બતાવ્યું કે તર્ક, વિશ્લેષણ અને પ્રયોગશીલતાની થોડી શક્તિઓ પણ આપણને નવાચાર અને એના કેટલાય પાસાઓથી સંબંધિત જ્ઞાન આપી શકે છે.

આ વધેલી જાગૃકતા અને સમજથી પૂરા સંસારની ગુણવત્તા-ચેતન પ્રબંધકોની કલ્પના પ્રેરિત થઈ ચુકી છે. તેઓ પોતાના સહયોગીઓની સર્જનાત્મક શક્તિઓ અને સમસ્યાનું નિરાકરણ કરવાની યોગ્યતાઓને વધારવાના જબરદસ્ત લાભ સમજી ગયા છે. સર્વેક્ષણોથી જાણ ચાલી છે કે, નવી તેમજ નવાચારી રીતોથી સમસ્યાઓ તેમજ અવસરોનું વિશ્લેષણ કરવા માટે સર્જનાત્મક વિચારધારાની યોગ્યતા અત્યંત મહત્ત્વપૂર્ણ હોય છે. બહુધા એને સતત સુધાર કરવા માટે સમર્પિત

કંપનીઓના પ્રબંધકોની સૌથી મૂલ્યવાન યોગ્યતાઓમાંથી એક માનવામાં આવે છે. કેમ? કેમ કે સર્જનાત્મક વિચારોના ફળસ્વરૂપ નવી શોધો થાય છે, કામ કર વાની ઉત્તમ રીતો શોધવામાં આવે છે, ખર્ચ ઓછો થાય છે અને પ્રદર્શન ઉત્તમ થાય છે – જે આધુનિક પ્રતિસ્પર્ધી પરિવેશમાં કાર્યરત કારોબારી લોકો માટે અત્યંત મહત્ત્વપૂર્ણ હોય છે.

આ કારણથી નવાચારને એક સંસાધન માનવું જોઈએ અને પોતાના ગ્રાહકોની સંતુષ્ટિ માટે બાકી સંસાધનોની જેમ જ એનું પણ પ્રબંધન કરવું જોઈએ.

## વિચારવાની કાર્યપ્રણાલી

માનવ મસ્તિષ્કની વિચારવાની કાર્યપ્રણાલીના વર્ણનમાં કહી શકાય છે કે, એના બે હિસ્સા છે : એક છે – સ્વચ્છંદ, સર્જનાત્મક વિચાર અને બીજો છે – વિશ્લેષણાત્મક કે વિવેકપૂર્ણ વિચારધારા.

**લીલી બત્તીવાળી વિચારધારા :** ''લીલી બત્તીવાળી વિચારધારા'' શબ્દાવલીનો ઉપયોગ કેટલાય વર્ષોથી કરવામાં આવી રહ્યો છે. એનો અર્થ એ વિચાર પ્રક્રિયા સાથે છે, જે સર્જનાત્મક વિચારોના ઉત્પાદન માટે સૌથી અનુકૂળ હોય છે. એમાં વિચારોની ગુણવત્તા પર નહીં, બલ્કે એમની સંખ્યા પર ભાર આપવામાં આવે છે. લીલી બત્તીવાળી વિચારધારામાં નિર્ણય ના લેવો, વિચાર મંથન, સંખ્યા પર ભાર વિચારોના પ્રવાહમાં સામેલ છે.

**લાલ બત્તીવાળી વિચારધારા :** મસ્તિષ્કનો વિવેકશીલ હિસ્સો મસ્તિષ્કના સર્જનાત્મક, સ્વચ્છંદ હિસ્સામાંથી ઉત્પન્ન થનારા વિચારોનું વિશ્લેષણ અને મૂલ્યાંકન કરે છે. અહીંયા વિચારોની ગુણવત્તા પર ધ્યાન કેન્દ્રિત કરવામાં આવે છે. હંમેશાં આ આ પ્રક્રિયાના વર્ણન માટે ''લાલ બત્તીવાળી વિચારધારા'' શબ્દાવલીનો

ઉપયોગ કરવામાં આવે છે. એમાં પસંદગીના વિચાર, લીલી બત્તીવાળી વિચારધારાનું અનુસરણ કરવામાં આવે છે, ગુણવત્તા પર ધ્યાન કેન્દ્રિત રહે છે, એ સામેલ છે. લીલી બત્તી અને લાલ બત્તીવાળી વિચારધારા બે અલગ-અલગ પ્રક્રિયાઓ છે અને એમને હંમેશાં અલગ રાખવી જોઈએ.

કેમ કે, આપણી મોટાભાગની શૈક્ષણિક પ્રક્રિયાઓ અને પ્રણાલીઓ વિવેકપૂર્ણ વિચારના કામો (જેમ કે : નિર્ણય લેવાની યોગ્યતા, સ્થિતિઓની તુલના તેમજ આકલન, સાચા અને ખોટાની વચ્ચેનો ભેદ વગેરે)ને વિકસિત કરવા પ્રતિ સમર્પિત રહી છે, આથી મોટાભાગના લોકોને એ અહેસાસ જ નથી થતો કે, એમનામાં કેટલી સર્જનાત્મક યોગ્યતા છે. હકીકતમાં આપણે આ ક્ષેત્રમાં વધારે સક્ષમ છીએ અને ઉચિત કોચિંગથી આપણી ક્ષમતાને ખૂબ જ સરળતાથી વધારી પણ શકાય છે.

## સર્જનાત્મક યોગ્યતાઓ વિકસિત કરો

આપણામાંથી કેટલાય લોકો ખુદને નવાચારી નથી માનતા. આપણે તો એ વિચારીએ છીએ કે, સર્જનાત્મકતા એક જન્મજાત ગુણ છે, જે લિયોનાર્ડો દ વિંચી, થોમસ ઍડિસન, બિલ ગેટ્સ કે સ્ટીવ જૉબ્સ જેવા લોકો સુધી જ સીમિત છે. એવું બિલકુલ નથી. આપણા બધામાં સર્જન કરવાની યોગ્યતા હોય છે.

કોઈપણ પ્રૉડક્ટ, સેવા કે સ્થિતિને જોઈને શરૂઆત કરો. સમસ્યાનું નિરાકરણ કે અવસર શોધવાના હથિયારના રૂપમાં નીચે આપવામાં આવેલી નવાચારી પ્રક્રિયાનો ઉપયોગ કરો. આ કામ કરતાં સમયે સર્જનાત્મક અસંતોષનો દષ્ટિકોણ રાખો, એટલે પોતાની કારોબારી પ્રક્રિયાઓ અને ઉત્પાદનોને આલોચનાત્મક નજરથી જુઓ.

## માનસિક ચિત્ર જોવું

આપણું લક્ષ્ય કે ઉદ્દેશ્ય શું છે? આપણે જે પરિણામ ઇચ્છીએ છીએ, એનું ચિત્ર જુઓ. એક સ્વપ્ન જુઓ કે, ''જે થવું જોઈએ''વાળી આદર્શ સ્થિતિ કેવી દેખાશે. ભલે કોઈ સમસ્યા હોય કે સુધારના અવસર, ચિત્ર જોવાની પ્રક્રિયા આદર્શ સ્થિતિને આપણા મનમાં વસાવી દેશે અને આપણને આગળ વધવા માટે પ્રેરિત કરશે.

## તથ્ય શોધવા

તથ્ય પ્રાપ્ત કરો. ''કોણ,'' ''શું'', ''ક્યારે,'' ''ક્યાં,'' ''કેમ'' અને ''કેવી રીતે'' સ્થિતિઓને જુઓ. ભલે સકારાત્મક હોય કે નકારાત્મક, વિવરણ તથ્યાત્મક હોવા જોઈએ. આપણે તથ્યો વિશે કોઈ નિર્ણય નથી લેતા, બસ એમને એકત્રિત

કરીએ છીએ. આ એકત્રિત તથ્ય એ ''લક્ષણ'' કે ''કારણ'' છે, જેમને હટાવવા પર પડકારોનું નિરાકરણ થઈ જશે. આપણે એ ધ્યાન રાખવું જોઈએ કે, ''ખોટી સમસ્યાનું સાચું સમાધાન એ સાચી સમસ્યાના ખોટા સમાધાન કરતાં વધારે ખતરનાક હોય છે.'' સાચી રીતથી ઓળખ્યા પછી અવસરો અથવા સમસ્યાઓની પ્રાથમિકતાને ફરીથી નક્કી કરી શકાય છે.

## અવસર શોધવા

આપણે અવસરને જે રીતે વ્યક્ત કરીએ છીએ, એનાથી જ નક્કી થાય છે કે, આપણને સર્જનાત્મક અભિપ્રાય મળશે અથવા વિવેકપૂર્ણ અભિપ્રાય. આપણો ઉદ્દેશ્ય આ સમયે નિર્ણયને ટાળવાનો છે અને માનસિક કે શાબ્દિક ''આંગળી ઉઠાવવા''થી બચવાનું છે. આથી અવસરને આ પ્રકારના પ્રશ્નમાં ઢાળી શકાય છે : ''કઈ રીતોથી આપણે કામ કરી શકીએ છીએ?'' ઉદાહરણસ્વરૂપે, ''કઈ રીતોથી આપણે વેચાણ વધારી શકીએ છીએ?'' અથવા ''કઈ રીતોથી આપણે ખર્ચ ઘટાડી શકીએ છીએ?''

## વિચાર શોધવા

વિચાર શોધવાની પ્રક્રિયા વ્યક્તિગત પણ હોઈ શકે છે અને સામૂહિક પણ. સામૂહિક પ્રક્રિયાને લોકપ્રિય ભાષામાં ''વિચારમંથન'' કહેવામાં આવે છે. આ અવસ્થામાં કોઈ નિર્ણય કે ગુણ-દોષ વિચારની અનુમતિ નથી આપવામાં આવતી.

આપણે પોતાની ખુદના પાબંદીઓને હટાવી દઈએ (જે લજ્જિત થવાના ડરથી સંચાલિત હોય છે), એ સુનિશ્ચિત કરવા માટે પ્રતિભાગીઓને બોલવાથી પહેલાં લખવાનું કહો. વિચાર લખવાથી લોકો ગુણવત્તાના બદલે સંખ્યા પર ધ્યાન કેન્દ્રિત કરી શકે છે. એનાથી સમૂહનાસદસ્યોને બીજાના અભિપ્રાયો, વિચારો કે વ્યક્તિત્વો પર પ્રતિક્રિયા કર્યા વગર ''વિચારોના પ્રવાહ''ની અનુમતિ મળે છે.

## સમાધાન શોધવું

સમાધન શોધતા પગલાઓમાં વિવેકપૂર્ણ વિચારનો વારો આવે છે. અહીંયા આપણે લીલી બત્તીવાળી વિચારધારાથી ઉત્પન્ન વિચારોનું મૂલ્યાંકન કરીએ છીએ. પર્યાપ્ત વિચાર લખ્યા પછી સમન્વયક પ્રતિભાગીઓ સાથે એમના ''સર્વશ્રેષ્ઠ'' અને ''સૌથ મૂર્ખતાપૂર્ણ'' વિચાર નક્કી કરવાનું કહેવામાં આવે છે. ''સર્વશ્રેષ્ઠ'' વિચારો પર થનારા વિચાર-વિમર્શમાં સમન્વયકને બીજાઓને પહેલાં બોલવાની અનુમતિ આપવી જોઈએ, જેથી પ્રક્રિયા દૂષિત ના હોય. ''સૌથી મૂર્ખતાપૂર્ણ'' વિચારો પર વિચાર-વિમર્શ દરમિયાન સમન્વયકને પહેલા બોલીને એ સુનિશ્ચિત

કરવું જોઈએ કે, પ્રતિભાગી ખુદ પર પાબંદીઓ ના લગાવે. વિવેક આધારિત નિર્ણય ના આપો, સંખ્યાની ફિરાકમાં રહો અને આપવામાં આવેલા વિચારોથી નવા વિચાર ઉત્પન્ન થવાની પ્રક્રિયાને પ્રેરિત કરો.

ઉત્પન્ન થનારા વિચારોના આધાર પર આપણે ખુદથી પૂછી શકીએ છીએ : આ સમાધાનોએ કયા માપદંડોના અનુરૂપ હોવું જોઈએ? ફળસ્વરૂપ કયા માપદંડ આપણી પાસે હોવા જ જોઈએ? પરમ અને વાંછિત માપદંડ નક્કી કરવાથી નિર્ણય લેવાની પ્રક્રિયા વધારે નિષ્પક્ષ અને ઓછી વ્યક્તિગત થઈ જાય છે.

## સ્વીકૃતિ શોધવી

જ્યાં સુધી કે આપણે ખુદ સમાધાન પર અમલ ના કરવાના હોઈએ, આપણે બીજા લોકોને સામેલ કરવાના હોય છે અને આ એક બિલકુલ નવો પડકાર હોઈ શકે છે. આપણે એ માપવું જોઈએ કે, આપણા વિચાર પર સામેવાળાઓના મનમાં કઈ આપત્તિઓ હોઈ શકે છે. કદાચ આપણે અવસર શોધનારી અવસ્થા (ઉદાહરણ તરીકે ''કઈ રીતથી આપણે સંમત હોઈ શકીએ છીએ?'') પર ફરીથી પ્રક્રિયા શરૂ કરવી જોઈએ. આથી નવાચારી પ્રક્રિયા બહુધા સીધી તકનીક નથી હોતી; એક સમાધાન, એક નવી સમસ્યા બની શકે છે.

## અમલ

લીલી બત્તીવાળી વિચારધારા અને લાલ બત્તીવાળી વિચારધારાના પગલાઓમાં આપણે વિચાર અને સમાધાનને ઓળખ્યા હતા. હવે આપણે એમના પર અમલ કરવાની જરૂર છે. એક ટાઈમટેબલ બનાવો અને લખો કે, પરિયોજનાનો દરેક હિસ્સો ક્યારે પૂરો થશે.

## દેખરેખ

દેખરેખ કરીને આપણે એ સુનિશ્ચિત કરીએ છીએ કે, આપણે પાટા પર યથાવત્ રહીએ. ૩૦ દિવસ, ૬૦ દિવસ કે પ્રોજેક્ટના હિસાબથી કોઈ બીજી સમયાવધિમાં દેખરેખ બેઠકો રાખી લો. આપણે જે શરૂ કર્યું છે, એની દેખરેખ સુનિશ્ચિત કરો. ઊર્જા અને પ્રેરણાને જારી રાખો.

## મૂલ્યાંકન

પલટીને વિચાર કરવો અને એ વિચારવું હંમેશાં ઉપયોગી થાય છે કે, શું આપણા પ્રયાસ ફળદાયી રહે છે. શું આપણે એ પરિણામ પ્રાપ્ત કરી લીધા, જેમની આપણે આશા કરી રહ્યા હતા? શું વસ્તુઓ યોગ્ય રીતથી થઈ? આ અંતિમ પગલું

પ્રક્રિયા માટે ''અતિ મહત્ત્વપૂર્ણ'' હોય છે.

## સમૂહ સહભાગિતા બનાવવી

આપણે પોતાના સંગઠનની પ્રક્રિયાઓને એકલા ઠીક નથી કરી શકતા. સફળ લીડર નવાચાર વિકસિત કરવામાં પોતાના સહયોગીઓના યોગદાનને ના ફક્ત પ્રોત્સાહિત કરે છે, બલ્કે એને એમના કામનો એક અભિન્ન ભાગ પણ બનાવી લે છે. વિચારોને પ્રોત્સાહિત કરતો પરિવેશ બનાવો. સત્રથી પહેલાં બધા પ્રતિભાગીઓને સમસ્યા અથવા અવસરનો અભ્યાસ કરવા દો. સત્ર વીસ-ત્રીસ મિનિટનું રાખો. દરેક પ્રતિભાગીને વિચાર આપવા માટે પ્રોત્સાહિત કરો, ભલે તેઓ કેટલા પણ અપ્રાસંગિક કે મૂર્ખતાપૂર્ણ લાગી રહ્યા હોય. બેકાર નજર આવતા વિચાર બીજા પ્રતિભાગીઓના મનમાં વધારે મહત્ત્વપૂર્ણ વિચારોને જાગૃત કરી શકે છે. રજૂ કરવામાં આવેલા વિચારોને ''લાલ બત્તી'' બતાવીને રદ ના કરો. કોઈપણ જવાબનું મૂલ્યાંકન ના કરો; તટસ્થ રહો. મિટિંગમાં પોતાના વિચાર ના બતાવો. નવાચારી વિચારધારાને પ્રોત્સાહિત કરો.

> કારોબારમાં પૂંજી એટલી મહત્ત્વપૂર્ણ નથી હોતી. અનુભવ એટલો મહત્ત્વપૂર્ણ નથી હોતો. તમે આ બંને વસ્તુઓ પ્રાપ્ત કરી શકો છો. મહત્ત્વપૂર્ણ છે વિચાર. જો તમારી પાસે વિચાર છે, તો તમારી પાસે પોતાની જરૂરિયાતની મહત્ત્વની સંપત્તિ છે. જો આ છે, તો તમે પોતાના કારોબાર અને જીવમાં કેટલા આગળ સુધી જઈ શકો છો, એની કોઈ સીમા નથી.
>
> – હાર્વે ફાયરસ્ટોન

પ્રતિભાગીઓને બીજાઓના વિચારને વધારવા કે એના પર ''સવારી'' કરવા માટે પ્રેરિત કરો. વિચારોની સંખ્યા વધારવાનો પ્રયાસ કરો. દરેક અવધારણાને એ પાયો આપો, જેના આધાર પર બધા સંબદ્ધ કે સમાન વિચારો પર વિમર્શ કરી શકાય. પ્રતિભાગીઓને વિચારોનું મૂલ્યાંકન ના કરવા દો. પ્રતિભાગીઓને વિચાર ''વેચવા'' ના દો. દરેક બતાવવામાં આવેલા વિચારને લખો. સૂચીની સમીક્ષા કરો. લોકોને સૂચીમાં જોડવાની અનુમતિ આપો. બધા પ્રતિભાગીઓને મિટિંગના એક સપ્તાહની અંદર એક નકલ આપો.

લીડરના રૂપમાં આપણે વિભિન્ન સ્થિતિઓમાં પ્રસ્તુતિઓ આપવી પડશે. એમાં પ્રશિક્ષણ સત્ર, સેલ્સ મિટિંગ/સ્ટાફ મિટિંગ પ્રસ્તુતિ, પ્રોજેક્ટની સ્થિતિ સંબંધી પ્રસ્તુતિ, નાણાકીય પરિણામ પ્રસ્તુતિ, પ્રોડક્ટ/પ્રોજેક્ટને બજારમાં ઉતારવા, તકનીકી પ્રસ્તુતિ, અનુકૂળ સત્ર, પ્રોફેશનલ અને કારોબારી સંઘને સંબોધિત કરવું, ચેમ્બર ઓફ કૉમર્સ, સર્વિસ ક્લબ અને સામાજિક સંગઠનોને સંબોધિત કરવાનું સામેલ છે.

# પ. સંભાષણ યોગ્યતા વધારો

લીડરે સંપ્રેષણમાં ઉત્કૃષ્ટ હોવું જોઈએ. પ્રગતિ માટે પ્રશિક્ષણનો એક મહત્ત્વનો હિસ્સો એ છે કે, આપણે પોતાના વિચાર બીજાઓની સામે મૌખિક તેમજ લેખિત બંને રીતથી રજૂ કરવામાં નિપુણ હોઈએ. એટલું જ નહીં, આપણે એમની પાસેથી ફીડબેક લેવામાં કુશળ હોવું જોઈએ. આ અધ્યાયમાં આપણે એ વિશે વાત કરીશું કે, આપણે પોતાની સાર્વજનિક સંભાષણ તકનીકોને આદર્શ કેવી રીતે બનાવીએ. આગલા અધ્યાયમાં આપણે પોતાની લેખન યોગ્યતાઓ પર ચર્ચા કરીશું.

જાણકારી આપતી પ્રસ્તુતિ કારોબારી પ્રસ્તુતિનું સૌથી સામાન્ય રૂપ છે. પોતાની કારકિર્દીમાં દરેક સપ્તાહે, કદાચ દરેક દિવસે પણ, આપણે પ્રસ્તુતિઓના માધ્યમથ જાણકારી ગ્રહણ કરીએ છીએ. આ જાણકારી વસ્તુસ્થિતિના સંબંધમાં હોઈ શકે છે, નીતિગત દિશાનિર્દેશ વિશે હોઈ શકે છે અથવા નીતિગત પરિવર્તનો વિશે પણ હોઈ શકે છે. આપણી મોટાભાગની પ્રસ્તુતિઓ કોઈને કોઈ રૂપમાં જાણકારી આપવાવાળી શ્રેણીમાં આવે છે.

લીડરના રૂપમાં આપણે વિભિન્ન સ્થિતિઓમાં પ્રસ્તુતિઓ આપવી પડશે. એમાં પ્રશિક્ષણ સત્ર, સેલ્સ મિટિંગ/સ્ટાફ મિટિંગ પ્રસ્તુતિ, પ્રોજેક્ટની સ્થિતિ સંબંધી પ્રસ્તુતિ, નાણાકીય પરિણામ પ્રસ્તુતિ, પ્રોડક્ટ/પ્રોજેક્ટને બજારમાં ઉતારવા, તકનીકી પ્રસ્તુતિ, અનુકૂળ સત્ર, પ્રોફેશનલ અને કારોબારી સંઘને સંબોધિત કરવું, ચેમ્બર ઓફ કોમર્સ, સર્વિસ ક્લબ અને સામાજિક સંગઠનોને સંબોધિત કરવાનું સામેલ છે.

કેટલાક લોકો જાણકારી આપનારી પ્રસ્તુતિ રજૂ કરવામાં અત્યંત યોગ્ય હોય છે. પ્રસ્તુતિ સમાપ્ત થવા પર આપણને એમનો સંદેશ પૂરી રીતે સમજમાં આવી જાય છે. આપણને સ્પષ્ટતાપૂર્વક જાણ થાય છે કે, કયા પરિણામ વાંછિત છે. આપણને એ પણ ખબર પડે છે કે, આપણે કયા મુખ્ય બિંદુ યાદ રાખવાના છે. બીજી તરફ, જાણકારી આપનારી કેટલીય પ્રસ્તુતિઓ અવ્યવસ્થિત હોય છે.

> જે પણ વસ્તુને વિચારી શકાય છે, એને સ્પષ્ટતાથી વિચારી શકાય છે. જે પણ વસ્તુને કહી શકાય છે, એને સ્પષ્ટતાથી કહી શકાય છે.
>
> – લુડવિગ વિટગિન્સ્ટાઈન

એમને સમજવી મુશ્કેલ હોય છે અને અંતમાં આપણી પાસે પ્રસ્તુતિ સંબંધી કેટલાક અસ્પષ્ટ વિચાર જ હોય છે.

પ્રબંધનના પદો પર પહોંચવાની તૈયારી કરતા સમયે આપણે જાણકારી આપતી પ્રસ્તુતિની નીતિ નિરંતર શીખવી જોઈએ, જેથી આપણે એ સુનિશ્ચિત કરી શકીએ કે, આપણો સંદેશ સ્પષ્ટ રહે, આપણા શ્રોતા એમાં રુચિ લે અને આપણે બધા પ્રાસંગિક બિંદુઓ પર એ વાત સારી રીતે બતાવી દઈએ, જે આપણે બતાવવા ઇચ્છીએ છીએ.

## શ્રોતા

પ્રૉફેશનલ પ્રસ્તુતકર્તા જાણકારી આપતી પ્રસ્તુતિની યોજના બનાવતા સમયે પોતાના શ્રોતાઓ પર ધ્યાન આપે છે. એવી પ્રસ્તુતિનો એક મોટો પડકાર એ સુનિશ્ચિત કરવાનો છે કે, આપણે પોતાના શ્રોતાઓના જ્ઞાન અને વિશેષજ્ઞતાના સ્તરથી ના તો ઉપર બોલીએ, ના તો નીચે. શ્રોતાસમૂહના લોગોના અનુભવ અલગ સ્તરના હોઈ શકે છે, જેનાથી આપણું કામ વધારે પડકારજનક બની જાય છે.

જાણકારી આપતી પ્રસ્તુતિની યોજના બનાવતા સમયે આપણે વિષય વિશે પોતાના શ્રોતાઓના જ્ઞાન વિશે વધારેમાં વધારે જાણકારી પ્રાપ્ત કરવી જોઈએ.

- જો મુદ્દા ઉપસ્થિત છે, તો આ શ્રોતાઓમાં કયા પ્રકારના દૃષ્ટિકોણ પ્રગટ થાય છે?
- મારા વિષય પર આ શ્રોતાઓના મામલામાં કઈ સમસ્યાઓ અથવા આલોચનાઓ રહી છે?
- કયા લોકો મારા મુખ્ય સંદેશાઓના પક્ષ કે વિપક્ષમાં વ્યક્તિગત પૂર્વાગ્રહ રાખી શકે છે?
- શું આ એવો સમૂહ છે, જેને મારા દ્વારા પૂરા વિવરણ બતાવવાની જરૂર છે અથવા પછી તે ફક્ત વિષયનો સાર ઇચ્છે છે?
- મારા સંદેશથી આ સમૂહ પર કેટલો પ્રભાવ પડશે? જે તે પહેલાંથી કરી રહ્યા છે, એમાં કેટલો બદલાવ કરવા માટે કહીશ?

- મારી પ્રસ્તુતિના વિષય વિશે આ શ્રોતા કેટલા જાણે છે?
- ઉદાહરણ તરીકે, શું હું એન્જિનિયરોની સામે બોલી રહ્યો છું કે અંતિમ ઉપયોગ કરનારાઓની સામે બોલી રહ્યો છું અથવા બંનેની સામે બોલી રહ્યો છું?
- પોતાના વિષયને સાચી રીતે રાખવા માટે શું મારે પૃષ્ઠભૂમિમાં ઘણી બધી જાણકારી આપવાની જરૂર છે અથવા પછી મારા શ્રોતા આ વિષયનું સારું જ્ઞાન રાખે છે?
- આ વિષયના મામલામાં શ્રોતાઓનો પાછલો અનુભવ કે શિક્ષા શું છે?
- શું આ વિષયથી એમનો સામનો દરેક દિવસે કે સમાહે પડે છે અથવા પછી આ એમના માટે નવો વિષય છે?
- જો તેઓ આ વિષયમાં અનુભવી છે, તો અતીતમાં એમની કઈ ચિંતાઓ કે મુદ્દા હોઈ શકે છે, જેમને તેઓ દૂર કરવા ઇચ્છશે?
- શું એ વિશ્વાસ કરવાનું કોઈ કારણ છે કે, પ્રસ્તુતિના વિષય વિશે શ્રોતાઓની પ્રબળ ભાવના છે?
- શું મારા સંદેશમાં સુરક્ષા કે નીતિ સંબંધી મુદ્દા છે, જેમાં શ્રોતાઓને વિસ્તૃત જાણકારીની જરૂર પડશે?

## પ્રસ્તુતિ યોજના બનાવવી

આપણી પ્રસ્તુતિનો ઉદ્દેશ્ય જાણકારી સંપ્રેષિત કરવાનો છે. આપણું લક્ષ્ય આ જાણકારીને રોચક, દિલચસ્પ અને પ્રૉફેશનલ અંદાજમાં પોતાના શ્રોતાઓ સુધી પહોંચાડવાની છે.

શ્રોતા સંક્ષિપ્ત, વ્યવસ્થિત પ્રસ્તુતિઓને પસંદ કરે છે, જે જલ્દી અને સ્પષ્ટતાથી મુખ્ય બિંદુઓ સુધી પહોંચી જાય.

પ્રસ્તુતિની સફળ યોજના બનાવવાના મહત્ત્વપૂર્ણ તત્ત્વ છે –

## સરળ ભાષા

એ માનીને ના ચાલો કે, શ્રોતા ઉદ્યોગ કે કંપનીની વિશિષ્ટ શબ્દાવલી, સંક્ષિપ્ત રૂપો કે ખિચડી ભાષાથી વાકેફ છે. પ્રસ્તુતિ આપતા સમયે શબ્દાવલીને સંક્ષેપમાં પરિભાષિત કરવામાં ખૂબ ઓછો સમય લાગે છે. જો આપણે સંક્ષિપ્ત રૂપોના બદલે વાસ્તવિક શબ્દોનો ઉપયોગ કરીએ, તો આપણે એ સુનિશ્ચિત કરી લઈશું કે, આપણો પ્રત્યેક શ્રોતા આપણો સંદેશ સમજી ગયો છે.

## ચિત્ર અને ઉદાહરણ

સૂચના આપતી કેટલીક પ્રસ્તુતિઓમાં તથ્યો અને આંકડાઓની એટલી ભરમાર હોય છે કે, તેઓ કોઈ શ્રોતા સમૂહના ધૈર્યની પરીક્ષા લઈ શકે છે. વચ્ચે-વચ્ચે અસલ સંસારના ઉદાહરણ, પ્રાસંગિક વાર્તા કે ફોટો કે ચાર્ટવાળી પાવર પોઇન્ટ સ્લાઇડનો ઉપયોગ કરો એનાથી નીરસતા તૂટી જશે અને શ્રોતા રુચિ લેવા લાગશે.

## વિચાર વ્યવસ્થિત કરો

આપણે બધાએ કેટલાક પ્રસ્તુતિ આપનારાઓને જોયા છે, જેમણે પોતાની સામગ્રી વિશે સારી રીતે વિચાર્યું નહીં અથવા પોતાના વિચારોને ઠીક રીતે વ્યવસ્થિત ના કર્યા. આ કારણે તેઓ કોઈ ક્રમ વગરના એક બિંદુથી બીજા બિંદુ સુધી કૂદતા રહે છે, જેનાથી શ્રોતા દુવિધામાં પડી જાય છે અને એમનું ધ્યાન ભટકી જાય છે. સામગ્રીને વ્યવસ્થિત કરવાનો સમય કાઢો, જેથી એ તાર્કિક રહે અને શ્રોતા એને સરળતાથી સમજી લે.

## કેન્દ્ર બિંદુની સીમિત રાખો

વિસ્તૃત નિર્દેશોની જરૂર પ્રશિક્ષણ સત્રમાં જ હોય છે. મોટાભાગના શ્રોતા સમૂહોને બધા તથ્યો અને આંકડાઓની જરૂર નથી હોતી. એમને તો માત્ર પોતાના માટે પ્રાસંગિક તથ્ય અને આંકડાની જરૂર હોય છે. વિશિષ્ટ પ્રસ્તુતિ માટે વિષય સામગ્રીને સીમિત રાખવાની રીત શોધવી એક પડકાર છે, જેનાથી શ્રોતાઓને ફાળવેલી સમયસીમામાં પર્યાપ્ત કરતાં વધારે જાણકારી ના આપવામાં આવે.

## સાર બતાવો

પ્રસ્તુતિના અંતમાં પોતાના મુખ્ય બિંદુ, ખાસ કરીને વાંછિત અંતિમ પરિણામને સાર રૂપમાં બતાવો. એનાથી શ્રોતાઓ પર સ્પષ્ટ અને યાદગાર અંતિમ છાપ પડે છે. જો પ્રસ્તુતિ પછી પ્રશ્ન-ઉત્તર સત્ર હોય, તો સારને સત્ર પછી દોહરાવો.

## પ્રસ્તુતિ તૈયાર કરવી

નવાચારી પ્રસ્તુતિથી આપણા શ્રોતાઓને કુતૂહલ થાય છે, પરંતુ સર્વશ્રેષ્ઠ એ જ હોય છે કે, નવાચારને માત્ર વિષય વસ્તુ સુધી મર્યાદિત રાખવામાં આવે. પ્રસ્તુતિ આપવાની બાબતમાં પારંપરિક નીતિ અપનાવવાથી આપણી સફળતા સુનિશ્ચિત થઈ શકે છે.

## વિષય કથન

પોતાના પ્રારંભિક કથનમાં આપણે વિષયને શ્રોતાઓની સામે રાખીએ છીએ. આ કથન સંક્ષિપ્ત અને સ્પષ્ટ હોવા જોઈએ. પ્રસ્તુતિનો વિષય શું છે, એ વિશે શ્રોતાઓના મનમાં કોઈ સવાલ ના રહેવો જોઈએ. આ ખાસ રીતે ત્યારે સત્ય છે, જ્યારે પ્રસ્તુતિ કોઈ શ્રૃંખલાનો હિસ્સો હોય, જેમ કે સ્ટાફ મિટિંગ કે પૂરા દિવસનું પ્રશિક્ષણ સત્ર.

## અંતિમ પરિણામ

શ્રોતાઓને આપણી પ્રસ્તુતિના મુખ્ય સંદેશની સ્પષ્ટ તસવીર બતાવો. આ રીત સીધી અને સરળ હોય છે. એનાથી શ્રોતા સમજી જાય છે કે, આપણે જાણકારી કેમ આપી રહ્યા છીએ? એને આપણા શ્રોતાઓના મનમાં ઉપસ્થિત આ સવાલનો જવાબ આપવો જોઈએ, ''મારે આ પ્રસ્તુતિ કેમ સાંભળવી જોઈએ?''

## મુખ્ય બિંદુ

મુખ્ય સંદેશ આપ્યા પછી આપણે સીધી ભાષામાં પોતાની ચર્ચાના મુખ્ય બિંદુ અને અપેક્ષિત પરિણામ પણ બતાવવા જોઈએ. પોતાના બિંદુઓ/અપેક્ષિત પરિણામોને બતાવતા સમયે સામાન્ય રીતે ઓછામાં ઓછા શબ્દોનો ઉપયોગ ઉત્તમ હોય છે. જાણકારી આપનારી પ્રસ્તુતિના મુખ્ય સંદેશ પર ભાર આપવા માટે આપણે મુખ્ય સંદેશ કે વાંછિત અંતિમ પરિણામનો સાર ફરીથી બતાવીએ છીએ. એનાથી આપણા શ્રોતા પ્રસ્તુતિના લાંબા સમય પછી પણ આપણા સંદેશને યાદ રાખે છે.

## પ્રમાણના પ્રકાર

જ્યારે આપણે પોતાના શ્રોતાઓને બતાવી દઈએ કે, આપણે શું બતાવવા ઈચ્છીએ છીએ, તો એના પછી આપણે એના સમર્થનમાં પ્રમાણ રજૂ કરવા જોઈએ. આપણે કેટલાય પ્રકારના પ્રમાણોનો ઉપયોગ કરી શકીએ છીએ, જેમ કે : પ્રદર્શન, ઉદાહરણ, તથ્ય, વસ્તુઓ બતાવવી, તુલના, પ્રશંસાપત્ર/સાક્ષી, આંકડા. જ્યારે આપણે પોતાના સંદેશના સમર્થનમાં કેટલાય પ્રકારના પ્રમાણોનો ઉપયોગ કરીએ

> કેટલાય વ્યાખ્યાન માત્ર આથી સ્પષ્ટ નથી થતા, કેમ કે વક્તા ફાળવેલ સમયમાં વધારેમાં વધારે વિષય પર બોલવાનો વિશ્વ કીર્તિમાન બનાવવા ઈચ્છે છે.
>
> – ડેલ કારનેગી

છીએ, તો આપણી પ્રસ્તુતિ વધારે રોચક અને વિશ્વસનીય બની જાય છે.

## અંત

મુખ્ય સંદેશને ફરીથી બતાવો. દોહરાવો કે આપણે પ્રતિભાગીઓ પાસે કોઈ વિશે કામ કરાવવું, કોઈ નવી તકનીકનો અભ્યાસ કરવો, બતાવવામાં આવેલા બિંદુઓ પર ક્રિયાન્વયનની યોજના તૈયાર કરવી, વ્યાખ્યાનમાં બતાવવામાં આવેલા ક્ષેત્રોમાં પોતાના અધીનસ્થોને પ્રશિક્ષિત કરવા, અન્ય પ્રાસંગિક કાર્ય બતાવવા. જ્યારે આપણે પોતાની પ્રસ્તુતિ ખતમ કરીએ, તો ધ્યાન અને રુચિથી સાંભળવા માટે શ્રોતાઓનો આભાર વ્યક્ત કરો.

## સંદેશને વિઝ્યુઅલ બનાવો

પ્રસ્તુતિઓ ત્યારે વધારે રોચક અને રસપ્રદ બની જાય છે, જ્યારે આપણે પોતાની વાત રાખવા માટે વિઝ્યુઅલ વસ્તુઓનો ઉપયોગ કરીએ છીએ. આંકડાઓના ગ્રાફ કે ચાર્ટમાં બદલાવ કરવાથી આપણો સંદેશ જલ્દી અને સરળતાથી સમજમાં આવે છે. રેખાચિત્ર અને તસવીરોથી શ્રોતાઓનું ધ્યાન આપણી પ્રસ્તુતિ તરફ ખેંચાય છે. પ્રસ્તુતિ પછી શ્રોતાઓને જાણકારી આપતી પરચીઓ વહેંચવા વિશે વિચારો.

વિઝ્યુઅલ વસ્તુઓનો ઉપયોગ આમને-સામને સંપ્રેષણમાં પણ કરી શકાય છે. જોઆન કર્મચારીઓને વીમા દાવા નિપટાવવાનું પ્રશિક્ષણ આપી રહી હતી. એણે જોયું કે, જ્યારે તે ફ્લો ચાર્ટ બનાવતી હતી, તો એમને પ્રક્રિયા વધારે સરળતાથી સમજમાં આવી જતી હતી. આથી દરેક પગલાંને શીખવાડતા સમયે એણે બૉક્સ બનાવ્યા અને એક પગલાંથી બીજા પગલાં સુધીની ગતિવિધિને તીરના નિશાનથી સંપ્રેષિત કર્યા.

સ્ટીવે મુશ્કેલ અનુભવમાંથી શીખ્યું કે, પ્રશિક્ષુ કર્મચારીઓને એ બતાવવાનું જ પર્યાપ્ત ન હતું કે, કામ કેવી રીતે કરવાનું છે. જ્યારે તે પોતાના પ્રશિક્ષુઓને અલગ-અલગ જગ્યાઓથી વેયરહાઉસ સુધી લાવતો ન હતો, તેઓ એની વાત સમજી જ શકતા ન હતા. એમાં ઘણો સમય લાગી જતો હતો. એણે પ્રશિક્ષણને સરળ બનાવવા માટે સ્ટોર રૂમનું ઓક મૉડલ તૈયાર કર્યું. હવે આ મૉડલની

> સમજદાર લોકોની જેમ વિચારો, પરંતુ બોલતા સમયે સામાન્ય લોકોની જેમ બોલો..
>
> – અરસ્તૂ

મદદથી તે પોતાના કર્મચારીઓને પ્રશિક્ષણ આપી શકતો હતો કે, એમને કયું કામ કરવાનું છે અને કેવી રીતે કરવાનું છે.

કેટલીય એક્ઝિક્યુટિવ્સની ઑફિસોમાં ફ્લિપ ચાર્ટ કે ચૉકબોર્ડ હોય છે, જેથી તેઓ વિઝ્યુઅલ એડ્સ મારફતે મૌખિક સંપ્રેષણનો વિસ્તાર કરી શકે. જયારે તે ચાર્ટ, ગ્રાફ, રેખાચિત્ર કે સ્કેત બનાવે છે, તો એમની વાત વધારે અસરદાર બની જાય છે. જયારે લોકો સાંભળવાની સાથે-સાથે ચિત્ર પણ જુએ છે, તો કોઈ વિષયને વધારે ઝડપથી સમજી લે છે અને વધારે લાંબા સમય સુધી યાદ પણ રાખી શકો છો.

સિરેકસ યુનિવર્સિટી સ્કૂલ ઑફ જર્નલિઝ્મના એક પ્રોફેસર અત્યંત લોકપ્રિય હતા. તેઓ કાર્ટૂનિસ્ટ પણ હતા. વ્યાખ્યાન આપતા સમયે તેઓ કાર્ટૂન અને હાસ્ય-ચિત્ર પણ બનાવતા હતા. એમના સાથી આ આદત પર નાક-ભ્રમરો સંકોચતા હતા અને ખૂબ જ બિન-પ્રોફેશનલ માનતા હતા. એમનો દાવો હતો, ''તે ભણાવી નથી રહ્યો, તે તો બસ પોતાના વર્ગોમાં મનોરંજન કરી રહ્યો છે.'' હા, એમના વિદ્યાર્થીઓને આ મનોરંજક લાગતું હતું, પરંતુ એના કારણે તેઓ ઘણી બધી જાણકારી પ્રાપ્ત કરી લેતા હતા, જે ફક્ત વ્યાખ્યાનોથી શક્ય ન હતું. વર્ષો પછી પણ એમના વિદ્યાર્થીઓને એમની શીખવાડેલી વાતો યાદ રહેતી હતી.

વિઝ્યુઅલ એડ્સ કેટલાય પ્રકારની હોય છે જેમ કે : ચાર્ટ, ગ્રાફ, ફોટો, રેખાચિત્ર, પરચીઓ, કાર્યકારી મૉડલ, વીડિયો.

# વિઝ્યુઅલ પ્રસ્તુતિ

વિઝ્યુઅલ એડ્સ બતાવવા માટે આપણે કોઈ માળખાનો ઉપયોગ કરીએ છીએ, તે વિઝ્યુઅલ એડ્સના પ્રકાર અને શ્રોતાસમૂહના આકાર પર નિર્ભર કરે છે. નાના સમૂહો માટે ચાર્ટ, ગ્રાફ, ચિત્ર વગેરેને દીવાલો પર લગાવી શકાય છે અથવા ચિત્રફલક પર પ્રદર્શિત કરી શકાય છે. નાની ટીવી સ્ક્રીન પર વીડિયો બતાવી શકાય છે. લેપટોપ કે ડેસ્ક કૉમ્પ્યુટર પર પાવર પૉઈન્ટથી પણ બતાવી શકાય છે.

શ્રોતાસમૂહ વધારે મોટા હોય, તો ચાર્ટ, ગ્રાફ, ફોટો અને સંબદ્ધ સામગ્રી પાવર પૉઈન્ટ સ્લાઈડના રૂપમાં બતાવી શકાય છે. વીડિયો કે સ્લાઈડ મોટા પરદા પર પણ પ્રોજેક્ટ કરી શકાય છે. જયારે સમૂહ ખૂબ જ મોટો હોય, તો આંકડાઓના ટેબલ અને ચાર્ટ પરચીઓના રૂપમાં સૌથી સારી રીતે પ્રસ્તુ કરી શકાય છે.

# ફીડબેક

જાણકારી આપતી પ્રસ્તુતિઓ આપ્યા પછી કારોબારી પ્રોફેશનલ એમની સ્પષ્ટતા અને પ્રાસંગિકતા પર ફીડબેક મેળવવાની રીતો શોધે છે. આપણે આ રીતોથી ફીડબેક મેળવી શકીએ છીએ:

**પ્રશ્ન-ઉત્તર સત્ર :** શ્રોતાઓના પ્રશ્નોથી આપણને જાણવા મળે છે કે, આપણો સંદેશ કેટલો સ્પષ્ટ હતો. આ શ્રોતાઓ તરફથી ફીડબેક પ્રાપ્ત કરવાની સૌથી ત્વરિત રીત છે. જો પ્રશ્નોથી જાણ ચાલે છે કે, આપણે કોઈ વાતને સારી રીતે ના બતાવી શક્યા, તો આપણે એ બિંદુઓને ફરીથી બતાવી શકીએ છીએ અને સંભવ થવા પર પોતાના સંદેશના સમર્થનમાં વધારાના પ્રમાણ રજૂ કરી શકીએ છીએ.

**સર્વેક્ષણ :** આપણે પ્રસ્તુતિના અંતમાં શ્રોતાઓને સર્વેક્ષણ આપી શકીએ છીએ અથવા પછી આ બાદમાં પણ કરી શકાય છે. ઈ-મેલ સર્વેક્ષણનો એક ફાયદો એ થાય છે કે, આપણા સંદેશનું મૂલ્યાંકન કરવા સુધી શ્રોતાઓને પ્રસ્તુતિને આત્મસાત કરવાનો સમય મળી જાય છે.

## વિસ્તૃત મૂલ્યાંકન

પ્રસ્તુતિથી પહેલાં કેટલાક લોકોને પૂછો કે, શું તે આપણી પ્રસ્તુતિ પછી આપણને ફીડબેક આપવા માટે તૈયાર છે. એમને પ્રસ્તુતિના લક્ષ્ય બતાવી દો અને એ પણ બતાવી દો કે, આપણે કઈ યોગ્યતાઓને ઉત્તમ બનાવવાનો પ્રયાસ કરી રહ્યા છીએ. પૂછો કે કઈ રીતોથી સંદેશને સમજવામાં વધારે સરળ બનાવી શકાય છે અને ભાવિ પ્રસ્તુતિઓમાં આપણે પોતાના પ્રદર્શનને કેવી રીતે ઉત્તમ બનાવી શકીએ છીએ. પ્રતિક્રિયાઓ પર વિચાર કરતાં સમયે ટાઈમ ટેબલ કે ગ્રાફ જેવા અભિપ્રાયોની શોધ કરો, જેમનાથી આપણે દશ્યાત્મક સંપ્રેષણ કરી શકીએ.

## જ્ઞાનની તપાસ

આપણે સફળતાપૂર્વક પોતાનો સંદેશ પહોંચાડી દીધો છે કે નહીં, એના માટે આપણે કેટલીય રીતોથી પોતાના શ્રોતાઓની ''તપાસ'' કરી શકીએ છીએ. એક રીત છે - પ્રસ્તુતિના અંતમાં સમૂહને પ્રશ્ન પૂછીને એ જાણ લગાવવી કે, એમને આપણી બતાવવામાં આવેલી મુખ્ય જાણકારી કેટલી સારી રીતે યાદ છે. બીજી રીત એક એવું પરીક્ષણ તૈયાર કરવાનું છે, જે આપણા શ્રોતાઓના મનમાં આપણો સંદેશ હંમેશાં રહેશે એનું આકલન કરો. બાકી રીતોમાં ફોન કે ઈ-મેલ દ્વારા ફરીથી સંપર્ક કરવાનું સામેલ છે.

# જાણકારી પ્રાપ્ત કરો

કેટલીય વાર પ્રસ્તુતિનો ઉદ્દેશ્ય જાણકારી આપવાના બદલે જાણકારી પ્રાપ્ત કરવાનો હોય છે. થોડી અલગ નીતિ અપનાવીને આપણે આ પ્રકારની પ્રસ્તુતિને વધારે પ્રભાવી બનાવી શકીએ છીએ.

## શ્રોતાઓને જાણો

જાણકારી પ્રાપ્ત કરતી પ્રસ્તુતિની યોજના બનાવતા સમયે એ લોકો પર વિચાર કરવો અનિવાર્ય છે, જેનાથી આપણે જાણકારી પ્રાપ્ત કરવા ઇચ્છીએ છીએ. આપણે જે લોકોને સંબોધિત કરી રહ્યા છીએ, એમના વિશે વધારેમાં વધારે જાણકારી પ્રાપ્ત કરો. આપણને પોતાના શ્રોતાઓ વિશે જે વસ્તુઓની જાણ હોવી જોઈએ, એમાંથી કેટલીક આ છે :

**વિષયનું જ્ઞાન :** જાણકારી પ્રાપ્ત કરવા માટે આપણે સામાન્ય રીતે એવા પ્રતિભાગીઓને સામેલ કરીએ છીએ, જેમને એ વિષયનું પૂર્ણ જ્ઞાન હોય. કેટલીય વાર આપણને એવા શ્રોતાસમૂહ પણ ઉચિત લાગી શકે છે, જેમની પાસે એ વિષયનો ખૂબ જ ઓછો કે શૂન્ય અનુભવ હોય, જેમ કે ફોકસ ગ્રુપ કે બજાર શોધમાં.

**વિષયનો જૂનો અનુભવ :** શું શ્રોતાઓમાં એવા લોકો છે, જેને આ ક્ષેત્રમાં અનુભવ છે? જો છે, તો એમની પ્રતિક્રિયા કેવી હતી? સકારાત્મક કે નકારાત્મક? એમના અનુભવનો વિસ્તાર શું છે?

**જરૂરી તૈયારી :** જો તમારે પોતાના શ્રોતાઓથી જાણકારી પ્રાપ્ત કરવા ઇચ્છીએ છીએ, તો તમારે એમને સૂચિત કરવા જોઈએ કે, એમને મિટિંગથી પહેલાં થોડી મહેનત કરવી પડશે. બતાવી દો કે, એમને પ્રસ્તુતિમાં કયા દસ્તાવેજ, ગૃહકાર્ય, શોધ કે યોજના લઈને આવવું જોઈએ.

## પૂર્વાગ્રહ વિશે જાગૃત

શું આપણે શ્રોતાઓના વિષય સંબંધી પૂર્વાગ્રહ વિશે જાગૃત છીએ ભલે તે પક્ષમાં હોય કે વિપક્ષમાં? શું આ શ્રોતાસમૂહના કેટલાક વ્યક્તિ આ વિષયના પ્રબળ પક્ષધર કે એના કોઈ પાસાના કટ્ટર વિરોધી છે?

## ખુલ્લી માનસિકતા

પ્રસ્તુતિમાં ભાગ લેનારા વ્યક્તિઓ વિશે તપાસ કરો. શું એમનામાં એવા લોકો સામેલ છે, જે વિચારો અને અભિપ્રાયના આદાન-પ્રદાન વિશે ખુલ્લી

માનસિકતા રાખે છે? શું એવા પણ પ્રતિભાગી છે, જે બોલવા પ્રતિ અનિચ્છુક છે? શું આ શ્રોતાસમૂહ વિષય અને ઉદ્દેશ્યમાં સહયોગ કરશે?

## પસંદગીનું વિવરણ

કેટલાક શ્રોતાસમૂહ વિષય વિશે માત્ર પાયાની વાતો જ ઇચ્છે છે. બાકીઓને અભિપ્રાય આપવાથી પહેલા વિવરણની જરૂર હોય છે. વ્યાપકથી વિશિષ્ટ સુધી વિવરણના સ્તરને તૈયાર કરો, જેને આપણે જરૂર પ્રમાણે વિચાર-વિમર્શમાં સામેલ કરી શકીએ.

## સમર્થક પ્રમાણ

આપણે પોતાની પ્રસ્તુતિના મુખ્ય હિસ્સામાં પાયાનું પ્રમાણ રજૂ કરવા માટે તૈયાર રહેવું જોઈએ. આપણે પ્રશ્નોના જવાબ કે સ્પષ્ટીકરણ આપતા સમયે વધારાના પ્રમાણ રજૂ કરવા માટે પણ તૈયાર રહેવું જોઈએ.

## પ્રસ્તુતિની યોજના બનાવવી

જાણકારી પ્રાપ્ત કરતી પ્રસ્તુતિનો ઉપયોગ ત્યારે કરવામાં આવે છે, જ્યારે આપણું પ્રાથમિક લક્ષ્ય કોઈ વિષય પર કોઈ સમૂહની સલાહો તેમજ અભિપ્રાયને સામે લાવવાના હોય. આપણે વિચાર-વિમર્શના મુદ્દાને જેટલી સ્પષ્ટતાથી રજૂ કરીએ છીએ, આપણા શ્રોતાઓનો અભિપ્રાય એટલો જ વધારે સુસ્પષ્ટ અને ઉદ્દેશ્યપૂર્ણ થશે. જાણકારી પ્રાપ્ત કરતી પ્રસ્તુતિની યોજના એવી નથી હોતી, જેવી જાણકારી આપવા કે રાજી કરતી પ્રસ્તુતિની હોય છે. આ એનાથી અલગ હોય છે પોતાના શ્રોતાઓથી અભિપ્રાય માંગતા સમયે આપણે કેટલાક વધારાના મુદ્દાઓ પર ધ્યાન આપવાનું હોય છે. આ મુદ્દાઓમાં સામેલ છે :

**સંભાવિત પ્રતિરોધ :** કેટલાક લોકો પોતાના અભિપ્રાય અને વિચાર બતાવવા માટે ઇચ્છુક નથી હોતા. એનું કારણ એ હોઈ શકે છે કે, એમને વિષયનું જ્ઞાન ના હોય અથવા તેઓ પોતાના વિચાર વ્યક્ત કરવામાં અક્ષમ મહેસૂસ કરી રહ્યા હોય અથવા એમનામાં અનુભવની કમી હોય કે એમનું વ્યક્તિત્વ જ એવું હોય. આપણે એ પણ ધ્યાન રાખવું જોઈએ કે, જો આ કામ કારોબારી પૃષ્ઠભૂમિમાં થઈ રહ્યું છે, તો સ્ટાફના સદસ્ય કંપની કે એની પરંપરાઓન પ્રતિ અપ્રસન્નતા વ્યક્ત ના કરવા ઇચ્છીએ. આપણે પોતાના શ્રોતાઓને એ આશ્વાસન આપી દેવું જોઈએ કે, એમના એવા સ્વભાવને કારણે એમની સાથે કોઈ બદલો નહીં લેવામાં આવે અથવા કોઈ પરેશાન નહીં કરવામાં આવે.

**રુચિના અભાવમાંથી બહાર નીકળવું :** આપણી જેમ જ આપણા

પ્રતીભાગીઓની દિનચર્યા પણ વ્યસ્ત હોય છે, જેમાં ઘણી બધી પ્રાથમિકતાઓ હોય છે. એ સંભવ છે કે, આપણો વિષય કેટલાક પ્રતિભાગીઓને પ્રાથમિક ના લાગે અને આ કારણથી તેઓ એમાં રુચિ ના લે અને અલગ-થલગ રહે.

**આદર્શ સ્થિતિ :** આદર્શ સ્થિતિમાં આપણે મિટિંગથી પહેલાં જ પ્રસ્તાવિત વિચાર-વિમર્શ વિશે પ્રતિભાગીઓને જાણકારી આપી દઈએ છીએ. આપણે એમને બતાવી દઈએ છીએ કે, તેઓ વિચાર-વિમર્શ કરવા માટે ઉદાહરણ, અનુભવ અને શોધની સાથે તૈયાર થઈને આવે. કેટલીયવાર એવું કરવાની મહેનત કરી લઈશું, પરંતુ કેટલીય વાર તેઓ તૈયારી વગર મિટિંગમાં આવી જશે અથવા ખૂબ ઓછી તૈયારીની સાથે આવશે. જો શ્રોતા આપણી પ્રસ્તુતિ માટે તૈયારી કરીને નથી આવતા, તો એમની સામે વિષયને સારાંશમાં રાખવા માટે તૈયાર રહો.

# નિયોજનના ચાર વિશ્લેષણ

પોતાની પ્રસ્તુતિની યોજના બનાવતા સમયે જોઈએ કે, મારા વિષયના સંબંધમાં શ્રોતાઓની વર્તમાન સ્થિતિ શું છે? શું આ વિષય શ્રોતાઓ માટે જ્વલંત મુદ્દો છે? આ વિષય વિશે એમને કેટલો અનુભવ છે? શું કોઈ એવી સ્થિતિ થઈ છે, જેનાથી એમનો અભિપ્રાય પ્રભાવિત થવાની સંભાવના છે? શ્રોતા કયા પડકારોનો સામનો કરી રહ્યા છે? જો આ વિશે શ્રોતાસમૂહની ચિંતાઓ છે, તો તે કઈ છે? પ્રસ્તુતિના પહેલાં એમના ઉદાહરણ શોધીને તૈયારી કરી લો, જેથી આપણે ઉચિત રૂપથી પ્રતિક્રિયા કરી શકીએ. આ વિષય વિશે શ્રોતા કોને મહત્ત્વપૂર્ણ અને મહત્ત્વહીન માને છે? પ્રસ્તુતિથી પહેલાં પસંદગીના શ્રોતાઓ સાથે વાત કરીને જાણ લગાવો કે, જે વિષય પર વાતચીત થવાની છે, તેના વિશે તેઓ કેવું મહેસૂસ કરે છે. જો આપણે એ જ પ્રસ્તુતિ કેટલાય અલગ-અલગ શ્રોતાસમૂહોની સામે આપવાના છીએ, તો આપણે એ આશા કરી શકીએ છીએ કે, આપણા વિષયને કેટલાક સમૂહ બાકી સમૂહો કરતાં વધારે મહત્ત્વપૂર્ણ માનશે. જો શ્રોતા પોતાના વિચાર અને અભિપ્રાયનું આદાન-પ્રદાન કરે, તો એમને શું લાભ થશે? શ્રોતાઓ માટે એ સરળ હોય છે કે, તેઓ શૂન્ય કે ઘણું બધું યોગદાન આપીને પૃષ્ઠભૂમિમાં જળવાઈ રહે અને વિચાર-વિમર્શને ચાલવા દે. બતાવો કે, કયા પ્રબળ કારણોથી આ એમના સર્વશ્રેષ્ઠ હિતમાં છે કે, તેઓ વિચારોનું આદાન-પ્રદાન કરે અને વિચાર-વિમર્શનું અનુકૂળ પરિણામ કાઢે.

**આરંભ - વિષય :** ''જેમ કે તમારામાંથી મોટાભાગના જાણે છે, આગલા બે મહિના સુધી આપણે પોતાની ઓફિસોની રિમૉડલિંગ કરવાના છીએ, જેનો અર્થ છે કે, '' આપણે કેટલાય સમાહ માટે અસ્થાયી કાર્યાલયોમાં જવું પડશે.

અમે તમારો અભિપ્રાય જાણવા ઇચ્છીએ છીએ કે, આ પ્રક્રિયાને કાર્યકુશળ બનાવવા અને પોતાના ગ્રાહકોને યથાવત્ સેવા આપતા રહેવાની સર્વશ્રેષ્ઠ રીત શું છે?'

**સંભાવિત નફો-નુકસાન :** ''આપણે એની બે સંભાવિત રીત વિચારી રહ્યા છીએ આપણું પ્રથમ પ્રસ્તાવિત સમાધાન એ છે કે, પ્રશાસન, નાણાં અને એચઆર કર્મચારી બે મહિના સુધી આપણી ઉત્પાદન ઈમારતમાં કામ કરે.''

- ''આ સમાધાનના લાભ એ છે કે, દરેક વ્યક્તિ એક-બીજાની નજીક રહેશે અને આપણે બધા એક છતની નીચે સરળતાથી સંવાદ કરી શકીએ છીએ.''

- ''નુકસાન એ છે કે, જગ્યા ઓછી રહેવાના કારણે ત્યાં ખૂબ જ ભીડ થઈ જશે.''

- ''આપણું બીજું પ્રસ્તાવિત સમાધાન એ છે કે, આગલા બે મહિના સુધી આપણી ઓફિસ મોટાભાગે ઇન્ટરનેટથી તાલે અને જ્યાં સુધી સંભવ હોય, દરેક વ્યક્તિ ઘર પર રહીને જ ઓફિસનું કામ કરે.''

- ''આ સમાધાનના લાભ એ છે કે, આપણે દરેક વસ્તુને વારંવાર અહીં-તહીં ના કરવી પડે અને ઉત્પાદન ઈમારતથી દૂર રહેનારા કર્મચારીઓને ઓફિસમાં આવવા-જવામાં સમય બરબાદ ના કરવો પડે.''

- ''નુકસાન એ છે કે, દરેક બુધવારે આપણે ટેલીકૉન્ફરન્સ માટે બાર્સિલોના ઓફિસ જવું પડશે અને એના માટે આપણે બીજાઓ પાસે લિફ્ટ લેવી પડશે અથવા સાર્વજનિક યાતાયાતની મદદ લેવી પડશે, કેમ કે પાર્કિંગ ઉત્પાદન કર્મચારીઓના વાહનોથી ભરેલું હશે.''

**સમાધાનો પર વાતચીત :** પ્રસ્તુત વિકલ્પોને સંક્ષેપમાં બતાવો અને પ્રસ્તાવિત સમાધાનો પર ચર્ચાને આમંત્રિત કરો. ''તો આવો, હવે આપણે વાતચીત શરુ કરીએ છી અને તમારો અભિપ્રાય સાંભળીએ છીએ.'' સર્જનાત્મક વિચાર પ્રાપ્ત કરવાની અન્ય રીતો માટે અધ્યાય ૪માં સર્જનાત્મકતા અને નવાચાર સંબંધી સામગ્રીને ફરીથી વાંચો.

**સમાપન :** ''તમારા બધા સારા વિચારો માટે તમારો ખૂબ-ખૂબ આભાર. અમે એક ઈ-મેલમાં તમને એનો સાર મોકલીશું અને અમારા આગલા પગલાંની જાણકારી આપીશું.'' જે પ્રસ્તુતિઓમાં લોકોથી યોગદાન આપવા માટે કહેવામાં આવે છે, એમનામાં લોકોના દષ્ટિકોણ ખૂબ અલગ-અલગ હોય છે. કેટલાકનો એ વિષય પર પ્રબળ અભિપ્રાય હોય છે; બાકીનાના ખૂબ ઓછા અભિપ્રાય હોય છે અથવા કોઈ અભિપ્રાય જ નથી હોતા, આથી તેઓ તુલનાત્મક રૂપથી અલગ-થલગ રહે છે. કેટલાક લોકો પોતાના વિચાર બતાવવા માટે આતુર રહે છે, જ્યારે

બાકી વધારે બોલવાનું પસંદ નથી કરતા. પ્રસ્તુતિ આપનારા પ્રતિભાગીઓની વિવિધતાને યાદ રાખવી જોઈએ અને માનવીય સંબંધોનો ઉપયોગ કરીને યોગદાન આપવા માટે એમને પ્રોત્સાહિત કરવા જોઈએ.

## આલોચના, નિંદા કે ફરિયાદ ના કરો

આલોચના કે નિંદા સહભાગિતાને જેટલી હતોત્સાહિત કરે છે, એટલું બીજી કોઈ વસ્તુ નથી કરતી. એનાથી પ્રતિભાગી તુરંત જ સમજી જાય છે કે, નિંદાથી બચવાની રીત એ જ છે કે, પોતાનું મ્હોં બંધ રાખવામાં આવે.

## પ્રામાણિક, સાચી પ્રશંસા કરો

જ્યારે આપણા શ્રોતા આપણને સમૂહના કોઈ બીજા વ્યક્તિની પ્રશંસા કરતા સાંભળે છે, તો એમને એ અહેસાસ થઈ જાય છે કે, એમના યોગદાનો પર પણ ધ્યાન આપવામાં આવશે, માન્યતા આપવામાં આવશે અને મૂલ્યવાન સમજવામાં આવશે. એનાથી વધારે સહભાગિતા અને વિચારો તેમજ અભિપ્રાયોનું આદાન-પ્રદાન પ્રોત્સાહિત થાય છે.

## શ્રોતાઓને મહત્ત્વ આપો

શ્રોતાઓને એ મહેસૂસ કરવાનું સારું લાગે છે કે, તેઓ વિચાર-વિમર્શમાં મૂલ્યવાન-મહત્ત્વપૂર્ણ યોગદાન આપી રહ્યા છે. અભિપ્રાયને પ્રોત્સાહિત કરવાની સર્વશ્રેષ્ઠ રીતોમાંથી એક દરેક વ્યક્તિને એ મહેસૂસ કરાવવાનું છે કે, એમના વિચાર મહત્ત્વ ધરાવે છે, ભલે જ સંગઠનમાં તેઓ કોઈપણ પદ પર હોય.

## વસ્તુઓને જોવાની પ્રામાણિક કોશિશ

પ્રસ્તુતિમાં આપણી સફળતા કેટલાક હદ સુધી પોતાના શ્રોતાઓને એ વિશ્વાસ અપાવવા પર નિર્ભર થશે કે, આપણે ભિન્ન દૃષ્ટિકોણો પ્રતિ ખુલ્લી માનસિકતા રાખે છે અને એ વિષય પર દરેક વ્યક્તિના દૃષ્ટિકોણથી સમજે છે.

## ક્યારેય ના કહો કે "તમે ખોટા છો"

આ રીતની પ્રસ્તુતિ આયોજિત કરવાના સૌથી પડકારજનક પાસાઓમાંથી એક એ છે કે, આપણે પોતાનો અભિપ્રાય ખુદ સુધી રાખવો જોઈએ અને લોકોને એમના દૃષ્ટિકોમ પૂરી રીતે વ્યક્ત કરવા દેવા જોઈએ, ભલે જ આપણે એમની સાથે સંમત ના હોઈએ.

## દરેક વ્યક્તિનો આભાર વ્યક્ત કરો

આ પ્રકારની પ્રસ્તુતિમાં આપણી એક જવાબદારી એ છે કે, આપણે પોતાના દરેક શ્રોતાને એના અસલી રૂપમાં રહેવા દો અને એને પોતાના સાચા દૃષ્ટિકોણ

વ્યક્ત કરવા દો. જો આપણે એવું નથી કરતા, તો પછી આપણને શ્રોતાઓ પાસેથી વિચાર કે અભિપ્રાય પ્રાપ્ત કરવાની જરૂર જ શું છે? આપણે વિચારો અને અભિપ્રાયના સ્વતંત્ર આદાન-પ્રદાનને પ્રોત્સાહિત કરીએ છીએ, જ્યારે આપણે પોતાના શ્રોતાઓને બતાવી દઈએ છીએ કે, આપણે એમની સારી પ્રતિષ્ઠાનું સન્માન કરીએ છીએ.

## બીજાઓને સાંભળો

આપણામાંથી ઘણા ઓછા લોકોને અહેસાસ હોય છે કે, જ્યારે આપણે બોલીએ છીએ, તો આપણી વાત કેવી સંભળાય છે; આપણે પોતાની વાત એ રીતે નથી સાંભળતા, જે રીતથી બીજા સાંભળે છે. એક સાર્વજનિક સંભાષણ કોર્સમાં પ્રશિક્ષકે વિદ્યાર્થીઓને કહ્યું કે, તેઓ કોઈ એવા વિષય પર સંક્ષિપ્ત પ્રસ્તાવના સાથે વ્યાખ્યાન આપો, જેના વિશે તેઓ ખરેખર જાણે છે અને વાત કરવા ઇચ્છે છે. વિદ્યાર્થીઓને લાગ્યું કે, તેઓ ઊઠીને ફટાફટ ધારાપ્રવાહ તેમજ રોચક વ્યાખ્યાન આપી દેશે. ખોટું! પ્રોફેસરે વ્યાખ્યાનોને ટેપ કરીને એમને સંભળાયા. વિદ્યાર્થીઓ આઘાતમાં હતા. એમને ક્યારેય અહેસાસ જ ના થયો કે, એમનો અવાજ કેવો સંભળાય છે.

મોટાભાગના વ્યાખ્યાન શબ્દોના અંતરાલો કે અર્થહીન શબ્દોથી ભરેલા હતા જેમ કે - વધારાની ધ્વનિઓ, શબ્દ કે વાક્યાંશ જેમ કે ''અરે,'' ''જેમ કે'', ''ઉહ,'' અને ''તમે જાણો છો'' જેનો ઉપયોગ વાતચીતમાં દરેક સમયે કરીએ છીએ. એમનાથી આપણા શ્રોતાઓનું ધ્યાન ખૂબ જ ભટકે છે. આ જ રીતે ખરાબ વ્યાકરણ, ઘસાયેલા જુમલા અને શબ્દોનું ખોટું ઉચ્ચારણ આપણી પ્રસ્તુતિના પ્રભાવને ઓછો કરી દે છે. આપણે પોતાની વાતો ટેપ કરવી જોઈએ અને મતલબ વગરના શબ્દો તેમજ વાક્યો, ઘસાયેલી-પિટાયેલી વાતો અને ''શબ્દોનો અંતરાલ''ની જાણ લગાવવી જોઈએ અને પોતાના ભાષાકીય આદતોથી એમને હટાવી દેવા જોઈએ.

જે લોકો અકળાય છે, તેઓ પોતાના શબ્દ કે વાક્યના અંતિમ હિસ્સાને ખાઈ જાય છે, જેનાથી એ જાણ લગાવવી મુશ્કેલ હોય છે કે, શું કહેવામાં આવ્યું છે. આ આદતથી બહાર નીકળવું સરળ હોય છે. અડધું મોઢું ખોલીને ના બોલો. બોલતા સમયે હોઠ પૂરા ખોલો. કોઈ અરીસાની સામે એનો અભ્યાસ કરો. આ સમસ્યાને ઠીક કરવામાં વધારે સમય નહીં લાગે.

આપણામાંથી કેટલાય લોકોમાં અચકાઈને બોલવાની પ્રવૃત્તિ હોય છે, ખાસ કરીને જ્યારે આપણે કોઈ શ્રોતાસમૂહની સામે બોલીએ છીએ. ઓહો! આપણે જે કહી રહ્યા છીએ, એને લોકોને આત્મસાત કરવાની તક તો આપો. બીજી તરફ, એ પણ થઈ શકે છે કે, આપણે એ ધીમા વક્તાઓમાંથી હોઈએ, જે બસ ઘસડાતા રહે છે. શ્રોતા કૂદીને આગળ પહોંચી જશે અને અટકળ લગાવવા લાગશે,

આપણે શું કહેવાના છીએ. જો આપણે ખૂબ વધારે ધીમેથી બોલતા રહીશું, તો એમને ઊંઘ આવવા લાગશે. આપણે પોતાની ગતિ વિશે જાગૃત બનવું જોઈએ કોઈ મિત્રની સામે વ્યાખ્યાન આપવાનો અભ્યાસ કરો અને એ વાતનો અહેસાસ કરો કે, આપણે કેટલી જલ્દી બોલી રહ્યાં છીએ. સમયનો હિસાબ લગાવો. સામાન્ય રીતે ૧૩૦થી ૧૫૦ શબ્દ પ્રતિ મિનિટની ગતિ સારી માનવામાં આવે છે. જ્યારે આપણે કોઈ બિંદુ રાખીએ, તો ધીમે થઈ જાઓ અને રોમાંચ ઉત્પન્ન કરવા માટે ગતિને વધારવાનું ના ભૂલો.

એક જ સૂરમાં બોલવાથી શ્રોતાઓને ઊંઘ આવવા લાગે છે. પોતાના અવાજમાં ઉતાર-ચઢાવ રાખો. તીવ્રતા, ઉતાર-ચઢાવ અને ગતિમાં ફરક લાવો. બિંદુઓ પર જોર આપવા માટે મુદ્રાઓનો પ્રયોગ કરવાથી આપણા શ્રોતાઓની રુચિ બની રહે છે.

**શબ્દોનું ખોટું ઉચ્ચારણ કરવું :** જો આપણને કોઈ શબ્દના ઉચ્ચારણ વિશે શંકા છે, તો સાચા ઉચ્ચારણની તપાસ કરો. જો આપણે કોઈ નામનું ઉચ્ચારણ નથી જાણતા, તો કોઈને પૂછી લો.

**શ્રોતાઓનું અવલોકન કરવા અને એના પર પ્રતિક્રિયા કરવાની અસફળતા :** જો આપણે એ જોઈએ છીએ કે, શ્રોતા બેચેન થઈ રહ્યા છે, તો રોકાઓ, ગતિ બદલો અથવા એમનું ધ્યાન ફરીથી આકર્ષિત કવા માટે કોઈ રોચક પ્રસંગ બતાવી દો.

**ખુદને સાંભળવાની અસફળતા :** જેમ કે પહેલા ઉલ્લેખ કરવામાં આવ્યો છે, આપણે પોતાનો અવાજ એ રીતે નથી સાંભળતા, જે રીતે બીજા આપણો અવાજ સાંભળે છે. ત્યાં સુધી કે અનુભવી વક્તાઓને પણ પ્રસ્તુતિની રિહર્સલને કે વાસ્તવિક પ્રસ્તુતિને ટેપ કરવી જોઈએ, જેથી આપણે પોતાના પ્રદર્શનનું મૂલ્યાંકન કરી શકીએ. એકવાર જ્યારે આપણે વક્તાના રૂપમાં પોતાની કમજોરીઓ જાણી જઈએ છીએ, તો આપણે એમને સુધારવાની દિશામાં કામ કરી શકીએ છીએ.

વીડિયો બનાવવો પ્રસ્તુતિઓની રેકોર્ડિંગ કરતાં પણ વધારે પ્રભાવી છે. આપણો અંગ વિન્યાસ, આપણી મુદ્રાઓ અને આપણી સકલ ઉપસ્થિતિને જોઈને આપણને હેરાની થઈ શકે છે. એ જાણ ચાલવા પર આપણે મોટી સમસ્યાઓને સુધારવાના પગલાં ઉઠાવી શકીએ છીએ અને ઓછી ગંભીર ભૂલોને ઉત્તમ બનાવી શકીએ છીએ, જેનાથી આપણી પ્રસ્તુતિને ટેપ કરીને આપણને એ જાણ લાગી શકે છે કે, આપણી વાત શ્રોતાઓને કેવી રીતે સંભળાય છે. સાંભળતા સમયે ખરાબ વ્યાકરણ, શબ્દોની વચ્ચે બિનજરૂરી અંતરાલ, ઘસાયેલા-પિટાયેલા શબ્દો, ખોટા ઉચ્ચારણ અને અન્ય ભૂલો પર ધ્યાન આપો. વીડિયો ટેપ કરવાથી આપણને ખબર પડી જશે કે, આપણે પોતાની મુદ્રાઓને કેટલી બદલવાની જરૂર છે અને આપણો અંગ-વિન્યાસ આકર્ષક અને ઉચિત છે કે નહીં.

આપણે ભલે પત્ર લખી રહ્યા હોઈએ કે મેમો કે ઈ-મેઈલ, આપણે વિશેષ રૂપથી સાવધાન રહેવું જોઈએ કે, સંપ્રેષણની યોજના કેવી રીતે બનાવવામાં આવે, એને કેવી રીતે લખવામાં આવે અને વિતરિત કરવામાં આવે. આ અધ્યાયમાં અમે લેખન યોગ્યતાઓ વધારવાની રીતો બતાવીશું, જેથી આપણી લખેલી દરેક વસ્તુની આપણી છબી પર સારી અસર પડે.

# ૬  લેખન યોગ્યતા વધારો

ભલે એ કોઈપણ રૂપમાં હોય, લેખિત સંપ્રેષણ એવાતમાં એક મહત્ત્વની ભૂમિકા નિભાવી શકે છે કે, આપણા મેનેજર આપણને કોઈ રૂપમાં જોઈએ છીએ અને આ આપણી કારકિર્દી વિશે એમના નિર્ણય પર પ્રભાવ નાખી શકે છે. કેમ કે આપણી લખેલી કોઈપણ વાતની સમીક્ષા કરી શકાય છે - મહિનાઓ કે વર્ષો પછી પણ - આથી આ એક અર્થમાં આપણી વ્યક્તિગત બ્રાન્ડનો સ્થાયી હિસ્સો હોય છે. આ લેખન ગ્રાહકો, સપ્લાયરો કે બીજાઓને મોકલાતા પત્રોના રૂપમાં હોઈ શકે છે. સહયોગીઓ, સુપરવાઈઝરો કે કંપનીના બીજા લોકોને મોકલવામાં આવતા મેમો કે પત્રના રૂપમાં હોઈ શકે છે; અથવા ઈ-મેલ કે ઈલેક્ટ્રોનિક મીડિયાના બીજા કોઈ રૂપમાં પણ હોઈ શકે છે.

આપણે ભલે પત્ર લખી રહ્યા હોઈએ કે મેમો કે ઈ-મેલ, આપણે વિશેષ રૂપથી સાવધાન રહેવું જોઈએ કે, સંપ્રેષણની યોજના કેવી રીતે બનાવવામાં આવે, એને કેવી રીતે લખવામાં આવે અને વિતરિત કરવામાં આવે. આ અધ્યાયમાં અમે પોતાની લેખન યોગ્યતાઓ વધારવાની રીતો બતાવીશું, જેથી આપણી લખેલી દરેક છબી પર સારી અસર પડે.

## લખવાથી પહેલાં સાવધાની

આપણે જે પણ દસ્તાવેજ કે લિખિત સામગ્રી મોકલીએ છીએ, એને લખવાથી પહેલાં સાવધાનીથી તૈયારી કરવી અનિવાર્ય છે. અહીંયા કેટલાક દિશાનિર્દેશ આપવામાં આવી રહ્યા છે, જેનાથી આપણે કંઈક લખતા સમયે પોતાના ખોટા પગલાંને ન્યૂનતમ કરી શકીએ છીએ. એનાથી આપણે લેખિત સામગ્રીને પ્રગતિમાં સહાયક બનાવવાના અવસરોને પણ અધિકતમ કરી શકીએ છીએ. એકવાર જ્યારે આપણે સારી રીતે સમજી-વિચારી લઈએ, તો આપણે એ વ્યવસ્થિત કરવું જોઈએ કે, આપણે એને કયા પ્રકારે લખીશું. સારા સંવાદના ત્રણેય સિદ્ધાંતોને

યાદ રાખો. સ્પષ્ટ - વાંચવા અને સમજવામાં સરળ. પૂર્ણ - એ બધી જાણકારી પ્રદાન કરવી, જેને આપણે પહોંચાડવા ઇચ્છીએ છીએ. સંક્ષિપ્ત-સારગર્ભિત અને બિંદુવાર.

ઉદાહરણ સ્વરૂપે, જો આપણે કોઈ ઑર્ડરની સ્થિતિના સંબંધમાં મેમો લખી રહ્યા છીએ, તો ઑર્ડર નંબર, ઑર્ડરની તારીખ, સામગ્રીનું વિવરણ અને અન્ય પ્રાસંગિક જાણકારી સામેલ કરીએ. વિશેષ પ્રશ્નો પર પ્રતિક્રિયા કરવી



સુનિશ્ચિત કરો. બિનજરૂરી વિસ્તૃત વિવરણમાં ના જાઓ, જે વાચકનું ધ્યાન ભટકાવી શકે છે અથવા એને નીરસ લાગી શકે છે.

## સ્પષ્ટ

યથાસંભવ સ્પષ્ટ રહેવું સારા કારોબારી લેખનનું લક્ષ્ય છે. પોતાની વાય સંરચનાઓને જટિલ ના બનાવો. આપણી કથન-શૈલી અસંયત ના હોવી જોઈએ. સંપ્રેષણને યથાસંભવ સંક્ષિપ્તમાં રાખો. હેડલાઇનને બોલ્ડ કરો. દરેક પૂરીક બિંદુના અલગ ખંડ લખો. મુખ્ય બિંદુઓને ઇટાલિક કે અલગ ફૉન્ટ દ્વારા રેખાંકિત કરો. જો સંદેશ કાગળોમાંથી છે, તો હાઇલાઇટરથી મુખ્ય સંદેશાઓ પર નિશાન લગાવો. જો સંદેશ ઇલેક્ટ્રૉનિક છે, તો અલગ રંગનો ઉપયોગ કરો. પોતાના શબ્દોના પ્રભાવને વધારવા માટે ગ્રાફ, ચાર્ટ કે અન્ય વિઝ્યુઅલ એડ્સનો ઉપયોગ કરો.

## પ્રૂફરીડિંગ

આપણા લેખનમાં કોઈ ભૂલ કે ત્રુટિ નથી, એ સુનિશ્ચિત કરવાની એક સારી રીત એ છે કે, આપણે સંદેશને જોરથી વાંચીએ. આ તકનીકથી એવી ભૂલો પણ પકડમાં આવી જાય છે, જે કેટલીયવાર આંખોથી ચૂકી જાય છે. બહાર જતી જે પણ લેખિત સામગ્રી પર આપણું નામ હોય છે, તે આપણા વિશે ઘણું બધું બતાવે છે. ભલે જ આપણે કૉમ્પ્યુટરથી પોતાના સંદેશની સ્પેલિંગ ચેક કરી લીધી છે, પરંતુ તેમ છતાં ફરીથી વાંચી લો, જેથી ક્યાંક ભૂલ રહી ગઈ હોય તો તેને સુધારી શકાય. આપણા વર્ડ પ્રોસેસરની સ્પેલચેક સુવિધાથી ઘણી બધી મદદ મળે છે, કેમ કે આ ટાઇપિંગની મોટાભાગની ત્રુટિઓ અને ખોટા સ્પેલિંગોને પકડી લે છે, પરંતુ આ અચૂક નથી. ઉદાહરણ તરીકે, સ્પેલચેકર આપણને એ નહીં બતાવે કે, આપણે 'કા'ની જગ્યાએ 'કે'નો ઉપયોગ કરી દીધો છે.

# ઔપચારિક લેખન નહીં

આપણામાંથી કેટલાય લોકોના મનમાં એ ધારણા હોય છે કે, મૌખિકના બદલે લેખિત સંપ્રેષણ કરતાં સમયે આપણે વધારે ઔપચારિક હોવું જોઈએ. આ જ કારણથી પત્રો તથા કારોબારી સંપ્રેષણમાં આપણે અસ્વાભાવિક ભાષાનો ઉપયોગ કરીએ છીએ. જૂના જમાનામાં કારોબારી પત્ર આ રીતે લખવામાં આવતો હતો : ''ઉપર્યુક્ત તિથિને આપણી દૂરભાષ વાર્તાના તારતમ્યમાં પૂરા મહિનામાં પૂર્ણ કાર્યોના ઇનવૉઇસ એતદ્ દ્વારા પ્રેષિત કરવામાં આવે છે.'' મૂર્ખતાપૂર્ણ લાગે છે, ખરુંને? આ અસ્વાભાવિક હતું. આજે આપણે આ પ્રકારના પત્ર નથી લખતા, પરંતુ પછી પણ આપણે પોતાના પત્રાચારમાં ખૂબ વધારે ઔપચારિક હોઈએ છીએ.

એવી ઔપચારિક ભાષાને કૃત્રિમ કે પાખંડી માનવામાં આવી શ કાય છે. આપણે જે રીતે બોલીએ છીએ, જો આપણ એ જ પ્રકારે લખીએ, તો આપણો સંદેશ વાચક માટે વધારે સ્પષ્ટ થશે અને એને વાચક વધારે સરળતાથી સ્વીકાર પણ કરશે. તે વાક્ય વધારે સ્પષ્ટ હોત, જો એને આ રીતે લખવામાં આવતો :

''જેમ કે મેં તમને ફોન પર વચન આપ્યું હતું કે, હું આ મહિનાના પૂરા થયેલા કામના ઇનવૉઇસ મોકલી રહ્યો છું.''

બીજી તરફ, આપણે જેટલી સરળતા અને તેજથી ઇલેક્ટ્રોનિક સંદેશ મોકલી શકીએ છીએ, એનાથી એક વિપરીત લેખન આદત પણ શરૂ થઈ છે - એવી ભાષા, જે જરૂર કરતાં વધારે અનૌપચારિક હોય છે. આપણે જે પ્રકારે બોલીએ છીએ, આપણે એ જ રીતે લખવું જોઈએ (ધારાપ્રવાહ અને અનૌપચારિક અંદાજમાં), પરંતુ આપણે એ પણ ધ્યાન રાખવું જોઈએ કે, આપણો સંદેશ અસ્વાભાવિક મહેસૂસ ના થાય.

# વિચારોને કાગળ પર ઉતારવા

કારોબારને લઈને લખતા સમયે આપણામાંથી કેટલાક લોકો બિનજરૂરી ઔપચારિકતાની જાળમાં ફસાઈ જાય છે. જો આપણો એ જ અનુભવ છે, તો એનાથી બહાર નીકળવા માટે આપણે એ નાટક કરી શકીએ છીએ કે, આપણે ઓમને-સામને કે ફોન પર એ વ્યક્તિ સાથે વાત કરી રહ્યા છીએ, જે પત્રને વાંચવાવાળો છે.

અહીંયા કેટલીક સલાહ છે, જેથી આણે પોતાનું લેખન એ રીતે કરી શકીએ, જે રીતે આપણે બોલીએ છીએ :

**લખતા સમયે પોતાના વિચાર બોલો :** આપણે સામાન્ય રીતે જે શબ્દાવલી, સ્વરાઘાત, મુહાવરાઓ અને અભિવ્યક્તિઓનો ઉપયોગ કરીએ છીએ, લખતા સમયે પણ એમનો જ ઉપયોગ કરો. આપણે સામાન્ય રીતે એ નહીં કહીએ, 'વિદિત થાય કે આકસ્મિક તોફાનના આગમનના ફળસ્વરૂપે તમારો સામાન આગામી સમાહ સુધી વિલંબિત થશે.' એના બદલે સીધેસીધું એ લખો કે, 'તોફાનના કારણે તમારો ઑર્ડર આવતા સમાહે મોકલવામાં આવશે.'

''તમારું ફલાણું મૉડલ નથી બનાવી રહ્યા'' અથવા ''હું મિટિંગમાં નથી આવી શકતો.'' લખવાના સ્થાન પર ''અમે કરી રહ્યા છીએ'' અથવા ''હું નથી કરી શકતો''નો પ્રયોગ કરો. હંમેશાં પ્રયોગ કરવામાં આવનારા શબ્દ તમારા સંપ્રેષણને અધિક વ્યક્તિગત બનાવે છે.

મૌખિક વાતચીત એકતરફી નથી હોતી. પહેલા એક વ્યક્તિ બોલે છે, પછી બીજો ટિપ્પણી કરે છે અથવા કોઈ પ્રશ્ન પૂછે છે. વચ્ચે પ્રશ્ન પૂછીને અથવા કોઈ બીજા પ્રકારના સંવાદને વ્યક્તિગત બનાવીને આપણે પોતાના સંદેશની પ્રાસંગિકતા પર વાચકનું ધ્યાન કેન્દ્રિત કરીએ છીએ. ઉદાહરણ તરીકે, ''આપણે પોતાની જરૂરિયાતોના અનુરૂપ બનાવવા માટે આ પ્રૉડક્ટનું વિશિષ્ટ નિર્માણ કરી શકીએ છીએ.'' લખવાને બદલે એ લખો, ''અમે તમારી ખાસ જરૂરિયાતો પૂરી કરવા માટે આ પ્રૉડક્ટ કેવી રીતે બનાવી શકીએ છીએ?'' એનાથી વાચક એ વિચાર કરવા માટે મજબૂર થઈ જાય છે કે, તમારો સંદેશ એના માટે કેટલો મહત્ત્વપૂર્ણ છે.

બોલતા સમયે આપણે ''હું,'' ''આપણે'' અને ''તમે'' જેવા સર્વનામોનો વધારે ઉપયોગ કરીએ છીએ. પરંતુ કારોબારી પત્ર લખતા સમયે આપણે વધારે ઔપચારિક બની જઈએ છીએ. સર્વનામોનો ઉપયોગ કરવાના બદલે આપણે કેટલાક આ પ્રકારના વાક્ય લખીએ છીએ, ''એ માનવામાં આવે છે...,'' ''આ અભિપ્રાય આપવામાં આવે છે'' અથવા ''તપાસ કરવામાં આવશે અને એની પૂર્ણતા પર તમારા સન્માનિત સંગઠનને એક રિપોર્ટ પ્રેષિત કરવામાં આવશે.'' સ્પષ્ટતાથી એ કેમ ના કહીએ : ''અમે મામલાની તપાસ કરી રહ્યા છીએ અને જેવી જ અમને જાણકારી મળશે, અમે તમને બતાવી દઈશું.''

કોઈ પત્રને વ્યક્તિગત બનાવવાની એક પ્રભાવી રીત એ છે કે, એમાં સામેવાળાના નામનો ઉપયોગ કરવામાં આવે. જો સામેવાળો આપણો મિત્ર છે, તો પહેલા નામનો ઉપયોગ કરો; જો ફક્ત કારોબારી પરિચય છે, તો સરનેમનો ઉપયોગ કરો. ''આનાથી વેચાણમાં વૃદ્ધિ થશે,'' એ લખવાના બદલે એ લખો, ''ટિમ (અથવા શ્રી હંટ), આનાથી વિસ્તારમાં આપણું વેચાણ વધી જશે.''

આપણે પોતાના પત્રો પર માનવીય છાપ છોડવી જોઈએ અને ખુદને સ્વાભાવિક અંદાજમાં વ્યક્ત કરવાની સૌથી સારી કોશિશ કરવી જોઈએ. શિષ્ટ, વિનમ્ર અને રુચિવાન બનો. મૈત્રીપૂર્ણ લેખન શૈલીથી વાચક ખુશ થઈ જશે, જ્યારે ભાવહીન શૈલી એને અસમંજસમાં મૂકી દેશે.

## જુમલાઓના ઉપયોગથી બચો

પોતાના લેખનને મૈત્રીપૂર્ણ રાખવાની એક રીત એ છે કે, આપણે કારોબારી સંપ્રેષણોના ઔપચારિક ઘસેયેલા-પિટાયેલા જુમલાઓનો ઉપયોગ કરવાથી બચીએ. નાના વાક્યો (વીસ શબ્દ કે એનાથી ઓછા)ને વાંચવા અને સમજવા સૌથી સરળ હોય છે. દરેક વાક્યને ફક્ત એક વિચાર સુધી સીમિત રાખો. લાંબા શબ્દોના બદલે નાના શબ્દોનો ઉપયોગ કરવાથી પણ મદદ મળે છે. જાહેર છે, જો આપણે

> પોતાની યોજનાને લખી લો, જે પળ તમે એ કરી લો છો, તમે અમૂર્ત ઇચ્છાને નિશ્ચિત રૂપથી નક્કર રૂપ આપી દો છો.
>
> – નેપોલિયન હિલ

તકનીકી રૂપથી પ્રશિક્ષિત લોકો માટે તકનીકી મામલાઓ પર લખી રહ્યા છીએ, તો આપણે તકનીકી ભાષાનો જ ઉપયોગ કરવો જોઈએ, પરંતુ જ્યારે આપણે એવા લોકો માટે લખી રહ્યા છીએ, જેમની પાસે તકનીકી પૃષ્ઠભૂમિ નથી, તો એવી ભાષા અને શબ્દાવલીથી બચો, જે એમની સમજથી પરે હોઈ શકે છે.

## પત્રાચારને યાદગાર બનાવો

જ્યારે આપણે વાંચીએ છીએ, તો મસ્તિષ્ક શબ્દોનો અર્થ એ જ રીતે લગાવે છે, જે રીતે સાંભળેલા શબ્દોનો લગાવે છે. આપણે વિઝ્યુઅલ ઍડ્સની સહાયતાથી પોતાના શબ્દો અને કારોબારી સંપ્રેષણોને વધારે અસરદાર બનાવી શકીએ છીએ.

મોટાભાગના લોકો આંકડાઓની કૉલમ વાંચવાના બદલે ગ્રાફ કે ચાર્ટને વધારે પસંદ કરે છે. જાણકારીને ગ્રાફિકમાં બદલવામાં થોડો સમય જરૂર લાગે છે, પરંતુ એનાથી આપણા મેમો અને રિપોર્ટોનો પ્રભાવ ખૂબ વધી જાય છે. જો ડ્રૉઇંગ, ફોટો કે અન્ય દશ્યાત્મક ચિત્રોનો ઉપયોગ સંભવ હોય, તો એનાથી પત્ર કે મેમો સજીવ બની જાય છે. જે લોકોને આંકડાઓ વાંચવા પસંદ છે, એમના માટે આંકડા અલગથી આપી શકાય છે.

કેટલાય કૉમ્પ્યુટર પ્રોગ્રામ સરળતાથી આંકડાઓને ગ્રાફ કે ચાર્ટમાં બદલી

શકે છે. જો આ ચાર્ટ્સને રંગીન બનાવી દેવામાં આવે, તો એનાથી એમનો પ્રભાવ વધી જાય છે.

જ્યાં ગ્રાફિક્સ આપી શકાતા ન હોય, ત્યાં લેખનમાં વર્ણનાત્મક વાર્તાઓનો ઉપયોગ કરો. વાર્તાથી વાચક પોતાના મનમાં આપણી કહેલી વાતની તસવીર જોઈ લે છે.

આવો, આપણે બે મેમો જોઈએ, જે કર્મચારીઓના કામ છોડીને જવા વિશે લખવામાં આવ્યા છે : ''શિપિંગ વિભાગમાં નોકરી છોડીને જનારાઓની ભારે સંખ્યાથી શિપિંગ કર્મચારીઓ પર કામનું ભારણ ખૂબ જ વધી ગયું છે, જેનાથી દુર્ઘટનાઓ થાય છે, થાકના કારણે બીમારી થાય છે અને અધિક રાજીનામા આપવામાં આવે છે. આ કારણે ઑર્ડર નથી મોકલાઈ રહ્યા અને ગ્રાહકોની ફરિયાદો વધતી જઈ રહી છે.''

આ ખૂબ જ સારો મેમો છે, પરંતુ આવો જોઈએ છે કે, એક નાની વાર્તામાં આ જાણકારી કેવી રીતે બતાવવામાં આવી શકાય છે : ''હું આજે સવારે શિપિંગ વિભાગમાં ગયો. ત્યાં દસ લોકોના સ્ટાફના બદલે માત્ર છ લોકો જ કામ કરી રહ્યા હતા. તેઓ ઑર્ડર પૂરો કરવાની કોશિશમાં ભારે દબાવમાં કામ કરી રહ્યા હતા. કાલે એમણે ૧૦ કલાક લગાવ્યા હતા અને મને એમના ચેહરા પર અને કામ કરવાના અંદાજમાં થાક સ્પષ્ટ દેખાઈ રહ્યો હતો. એક કર્મચારી છુટપુટ દુર્ઘટનાના કારણે લંગડાઈ રહ્યો હતો. જ્યારે હું ત્યાં પર હતો, તો ત્રણ ગ્રાહકોના ફરિયાદના ફોન આવ્યા કે નક્કી તારીખ પર એમનો સામાન કેમ પહોંચ્યો ન હતો.''

પ્રથમ મેમોએ તથ્ય બતાવ્યા હતા, પરંતુ બીજા મેમોએ વાચકને સ્થિતિનું ચિત્ર ''બતાવી'' દીધું. જ્યાં ઉચિત હોય, ત્યાં વિઝ્યુઅલ ઍડ્સ અને વર્ણનાત્મક વાર્તાઓના ઉપયોગથી આપણા પત્ર વધારે સ્પષ્ટ અને દિલચસ્પ બની જશે.

પાછલા કેટલાક વર્ષોમાં ઇન્ટરનેટ, સંવાદના એક મોટા નવાચારી સાધનના રૂપમાં ઉભર્યું છે, જેના માધ્યમથી જાણકારી મોકલી અને મેળવી શકાય છે.

ઈ-મેલ, ટેક્સ્ટ મેસેજ, સોશિયલ નેટવર્ક સંદેશ અને અન્ય ઇલેક્ટ્રોનિક સંપ્રેષણ પણ આપણે એટલા જ ધ્યાનથી લખવા જોઈએ, જેટલા ધ્યાનથી આપણે પત્ર કે મેમો લખીએ છીએ. યાદ રાખો, ઈ-મેલ પણ લેખિત સંપ્રેષણની શ્રેણીમાં જ આવે છે. આ ફોન કોલનો વિકલ્પ નથી, આથી એને શૈલી કે સામગ્રીની વધારે પરવાહ કર્યા વગર એમ જ ના મોકલી દેવો જોઈએ. ફોન કોલ કે વિપરીત ઇલેક્ટ્રોનિક સંદેશ સુરક્ષિત રાખી શકાય છે અને ફરીથી વાંચી શકાય છે. તે

''ખાનગી'' નથી હોતા અને અદાલતમાં પ્રમાણના રૂપમાં રજૂ કરી શકાય છે. આ ધ્યાનમાં રાખીને આપણે એમની સાવધાનીથી યોજના બનાવવી જોઈએ અને સાવધાનીથી લખવું પણ જોઈએ.

કોઈ ઇલેક્ટ્રોનિક સંદેશને લખવાથી પહેલાં સારી રીતે વિચારી લો કે આપણે શું લખવા ઇચ્છીએ છીએ. આપણે એની યોજના પણ એટલી જ સાવધાનીથી બનાવવી જોઈએ, જેટલી સાવધાનીથી આપણે ઔપચારિક પત્રની યોજના બનાવીએ છીએ. જો આપણે નિર્દેશ આપી રહ્યા છીએ, તો સુનિશ્ચિત કરો કે વાચક સચોટતાથી જાણો હોય કે, આપણે ક્યા કામનો આગ્રહ કરી રહ્યા છીએ. જો આપણે પૂછપરછનો જવાબ આપી રહ્યા છીએ, તો એને સારી રીતે વાંચી લો, જથી એ આશ્વાસન પ્રાપ્ત થઈ શકે કે, આપણી પાસે સામેવાળાના પ્રશ્નોનો જવાબ આપવા માટે બધી જરૂરી જાણકારી છે.

આપણી પાસે દરેકદિવસે ડઝનો, ત્યાં સુધી કે સેંકડો, ઇલેક્ટ્રોનિક સંદેશ આવે છે. આપણા સંદેશ તુરંત વાંચી લેવામાં આવે, એ સુનિશ્ચિત કરવા માટે વિષયવાળા ખંડમાં એવી વસ્તુ લખો, જે સામેવાળા માટે અર્થપૂર્ણ હોય. ઉદાહરણ તરીકે, ''રિ :૬/૨૫નો તમારો ઈમેલ''ના બદલે વિષયની પંક્તિમાં કે પ્રારંભિક પંક્તિમાં એ સંદેશમાં આપવામાં આવેલી જાણકારીનો ઉલ્લેખ કરો, ઉદાહરણ તરીકે, ''જૂનના વેચાણના આંકડા''. જેવો પત્ર અને મેમો લખવા વિશે ઉપર બતાવવામાં આવ્યું છે, આપણે ઈ-મેલ અને અન્ય ઇલેક્ટ્રોનિક સંદેશ લખતા સમયે ત્રણ વાતોનું ધ્યાન રાખવું જોઈએ : સ્પષ્ટ, પૂર્ણ અને સારગર્ભિત.

ધ્યાન કરો કે, જો ઈ-મેલનીસાથે ફાઈલો ઍટેચ છે, તો સંદેશમાં બતાવી દો કે, કઈ ફાઈલો ઍટેચ કરવામાં આવી છે, જેથી વાચક એ સુનિશ્ચિત કરી શકે કે, તે બધી એને મળી ગઈ છે. જ્યાં ઍટેચમેન્ટનો ઉપયોગ નથી કરવામાં આવતો, ત્યાં ફાઈલ કે યૂઆરએલનો ઉલ્લેખ કરો, જ્યાં પ્રાસંગિક દસ્તાવેજ મેળવી શકાય છે.

''સેન્ડ'' બટન દબાવવાથી પહેલાં પૂરો સંદેશ સાવધાનીથી વાંચો અને સ્પેલિંગની તપાસ કરો. એને જોરથી વાંચવો સારો વિચાર છે, કેમ કે એનાથી આપણને છૂટી ગયેલી વાતો કે અન્ય ભૂલોને પકડવામાં મદદ મળે છે. મોકલવાથી પહેલાં એ સુનિશ્ચિત કરો કે, સંદેશ બધા અર્થોમાં સાચો હોય.

ઈમેલના પૂના કારણે આપણો સંદેશ અજાણતા જ નજરઅંદાજ કે ડિલીટ કી શકાય છે. આથી સામેવાળાથી સંદેશ મળવાની પુષ્ટિ કરવાનું કહો. જો મામલો અત્યંત મહત્ત્વપૂર્ણ છે, તો ફોન કરીને એ સુનિશ્ચિત કરો કે, સંદેશ મળી ગયો છે અને સમજ લેવામાં આવ્યો છે.

# ગોપનીયતા

યાદ રાખો કે, કંપનીના કૉમ્પ્યૂટરથી મોકલવામાં આવેલો દરેક ઈમેલ કંપનીના બીજા લોકો વાંચી શકે છે. પાછલા કેટલાક વર્ષોમાં કેટલાક કર્મચારીઓને નોકરીથી કાઢી મૂકવામાં આવ્યા, કેમ કે એમના મોકલેલા ઈમેઈલ્સથી કંપનીના નિયમોનું ઉલ્લંઘનથયું હતું.અમેરિકાનીઅદાલતોએ કર્મચારીઓની નિજતાના અતિક્રમણના દાવાઓને બરતરફ કરી દીધા.

જેમ કે અમે પહેલાં જ બતાવી ચુક્યા છીએ, ઈલેક્ટ્રૉનીકિ સંદેશાઓની ગોપનીયતાની કોઈ ગેરંટી નથી હોતી. આપણને એવા હેકર્સની ખબરો હંમેશાં દેખાય છે, જે ખૂબ જ આધુનિક પ્રણાલિઓમાં સેંધ લગાવી દે છે. આપણે એ માનીને ચાલવું જોઈએ કે, આપણે ઈલેક્ટ્રોનિક માધ્યમથી જે પણ મોકલીએ છીએ, એને બીજા વાંચી શકે છે. ગોપનીયતાની જરૂર હોવા પર ઈલેક્ટ્રોનિક મીડિયાનો ઉપયોગ કદાચ સૌથી સારો નહીં રહે.

એ કર્મચારીઓના મામલા વધારે ગંભીર છે, જે પોતાના સંદેશાઓમાં અનુચિત ટિપ્પણીઓ કે મજાક સામેલ કરે છે. જયારે પણ આપણે પોતાના નિયોક્તાના સર્વરનો ઉપયોગ કરીએ, આપણ એ માનીને ચાલવું જોઈએ કે, આપણા સંદેશ કે સર્ચની સામગ્રી કંપનીમાં અને અંતત: દરેક દ્વારાર વાંચી શકાય છે. અનુચિત યૌન કે પ્રજાતીય ટિપ્પણીઓ ક્યારેય ના કરવી જોઈએ. વાત સમાપ્ત. કર્મચારીઓના કંપનીઓ વિરુદ્ધ કેસોમાં એવા સંદેશાઓને પ્રમાણરુપ રાખવામાં આવ્યા, જો કે કંપનીના અધિકારીઓને તો આ સંદેશાઓની જાણકારી પણ ન હતી. એના પછી સંદેશ મોકલનારાઓને નોકરીથી કાઢી મૂકવામાં આવ્યા, સાથે જ મોકલનારાઓ તથા કંપનીઓ બંને વિરુદ્ધ કાયદાકીય કાર્યવાહી પણ કરવામાં આવી. અંતમાં આપણે હંમેશાં પોતાના ઈલેક્ટ્રોનિક સંદેશાઓની સારી રીતે તપાસ કરી લેવી જોઈએ.

> ઈલેક્ટ્રૉનિક સંદેશાઓને ફોન અને વ્યક્તિગત સંપર્કોનો વિકલ્પ ના બનાવો. જે લોકો સાથે આપણે નિયમિત રૂપથી રજૂ થઈએ છીએ, એમની સાથે અવાજથી અવાજ કે ચહેરાથી ચહેરાનો સંપર્ક વ્યક્તિગત સંબંધને મજબૂત કરે છે, જે તાલમેલ બનાવવા અને એને જાળવી રાખવામાં અત્યંત મહત્ત્વપૂર્ણ હોય છે.
>
> – ચાર્લ્સ બેંગ, પૂર્વ સીઈઓ કૉમ્પ્યુટર ઍસોસિએટ્સ

‘‘રિપ્લાય ઑલ’’ ના કરો, જો આપણે ફક્ત મૂળ સંદેશ મોકલનારાને જ જવાબ આપવા ઇચ્છતા હોઈએ.

## ઇલેક્ટ્રૉનિક સંદેશ

સંદેશાઓની યોજના સાવધાનીથી બનાવો. પોતાના સંદેશાઓને સંક્ષિપ્તમાં રાખો. જો આપણે કેટલાય પેરેગ્રાફવાળો ઇલેક્ટ્રૉનિક સંદેશ મોકલવાનો હોય, તો સંદેશના ઉપરી હિસ્સામાં સામેવાળાને ચેતાવણી આપી દો અને પ્રારંભમાં જ સારાંશ બતાવી દો. સબ્જેક્ટ લાઈનમાં સચોટ લાઈન લખો. પોતાના વાચકોને અસમંજસમાં ના રાખો કે, સંદેશ કયા વિશે છે; બની શકે છે કે, તેઓ એને વાંચે જ નહીં. સંદેશની સામગ્રી અને શૈલીને પ્રૉફેશનલ રાખો. જો કે, અનૌપચારિકતા ઠીક છે, પરંતુ આપણે વધારે અલ્પવિરામો અને સંક્ષિપ્ત રૂપો, ક્લિપ આટ અને જટિલ લેઆઉટના અતિ ઉપયોગથી બચવું જોઈએ. પૂરો પત્ર કેપિટલ લેટરમાં ટાઈપ ના કરો, કેમ કે પૂરા કેપિટલવાળા પત્રને બરાડા પાડવાનું સમજવામાં આવે છે. સ્પેલિંગ, વ્યાકરણ અને વિરામ સાચા છે, એ સુનિશ્ચિત કરવા માટે સ્પેલ-ચેકરનો ઉપયોગ કરો. એના પછી ખુદ સંદેશ વાંચીને જુઓ કે આ દરેક રીતથી સાચો છે. સામેવાળાને બતાવી દો કે, ક્યારે સંદેશનો જવાબ આપવાની જરૂર નથી. એનાથી તમારા બંનેનો સમય બચશે. ‘‘સેન્ડ’’ બટન દબાવવાથી પહેલાં પોતાનો સંદેશ ફરીથી વાંચો. પેરાગ્રાફના બદલે ઉચિત થવા પર બુલેટનો ઉપયોગ કરો. બુલેટના ઉપયોગથી હંમેશાં વાંચવાનું અને મુખ્ય બિંદુઓને સમજવા વધારે સરળ થઈ જાય છે. આવનારા ઈ-મેલ પર તુરંત પ્રતિક્રિયા કોર, ખાસ કરીને જ્યારે ત્વરિત ધ્યાન જરૂરી હોય. સંપ્રેષણની ગતિ જ આ માધ્યમનો મુખ્ય લાભ છે.

સીસી અને બીસીસીનો ઉપયોગ ક્યારેક-ક્યારેક જ કરો અને સાવધાનીથી કરો. ‘‘ફોરવર્ડ’’ બટનનો ઉપયોગ પણ ક્યારેક-ક્યારેક જ કરો. ‘‘રિપ્લાય’’ કમાન્ડનો ઉપયોગ ઉદારતાથી કરો. આ સંદેશ માટે પૃષ્ઠભૂમિ બનાવવાની સરળ રીત છે. એ બતાવી દો કે, શું સંદેશ ફક્ત સામેવાળાની જાણકારી માટે મોકલવામાં આવ્યો હતો કે એને કોઈ કામ કરવાનું છે કે જવાબ આપવાનો છે. તપાસ કરો કે, સામેવાળાને મહત્ત્વપૂર્ણ સંદેશ મળી ગયો છે કે નહીં. સામેવાળાથી એના મળવાની પુષ્ટિ કરવા માટે કહો અને/અથવા ફોન કરીને તપાસ કરો. ‘‘સેન્ડ’’ બટન દબાવવાથી પહેલાં વિચારો. મોકલવાથી પહેલાં જે ઈમેલ સંદેશ પર સારી રીતે વિચાર નથી કરવામાં આવતો, તે પછીથી આપણને પરેશાનીમાં નાખી શકે છે. કારોબારી પત્રાચારમાં અતિશયોક્તિપૂર્ણ કે હાસ્યપૂર્ણ બનવા પ્રતિ સાવધાન

રહો, નહીંતર એનાથી આપણા ઇરાદાઓને ખોટા સમજ શકાય છે. કોઈપણ સંદેશને બે વાર કરતાં વધારે ફૉરવર્ડ ના કરો, કેમ કે એના પછી જૂના સંદેશાઓને વાંચવા વધારે મુશ્કેલ થઈ જાય છે. બિનજરૂરી ફાઈલો એટેચ ના કરો. ઈમેલનો ઉપયોગ ટેલીફોન કે વ્યક્તિગત સંપર્કના રૂપમાં ના કરો. જે લોકોનીસાથે આપણે વ્યવહાર કરીએ છીએ, એમની સાથે અવાજથી અવાજ અને ચહેરાથી ચહેરાના સંબધોને જાળવી રાખવા મહત્ત્વપૂર્ણ હોય છે. કંપનીના સમયમાં અને કંપનીના કૉમ્પ્યુટરો પર ઇલેક્ટ્રૉનિક ગેમ ના રમો, ચેન લેટર ના તો મોકલો, ના તો એમનો જવાબ આપો અથવા એવા જ સમય બરબાદ કરનારા બીજા કામ ના કરો.

કંપનીના કૉમ્પ્યુટરો પર અશ્લીલ સામગ્રી કે જાતીય કે પ્રજાતીય સમૂહો માટે નિંદાપૂર્ણ વસ્તુઓ ડાઉનલોડ ના કરો. યાદ રાખો કે, કોઈપણ આપણા સંદેશ અને આપણી સર્ચને વાંચી શકે છે અને એનાથી સંગઠનના બીજા લોકોને ઠેસ પહોંચી શકે છે. એવી હરકત શરમ અને યૌન કે પ્રજાતીય ઉત્પીડનના સંભાવિત આરોપોની તરફ લઈ શકાય છે. ઇલેક્ટ્રૉનિક માધ્યમથી અફવાઓ ના ફેલાવો. ટેલીફોન પર કે આમને-સામને સંપર્કમાં અફવા ફેલાવવી જ ખરાબ છે, પરંતુ ઈમેલ એવી જાણકારી મેળવનારા લોકોની સંખ્યાને ખૂબ જ વધારી દે છે. પોતાની પૂરી યાદીને કોઈ સંદેશ ત્યાં સુધી ના મોકલો, જ્યાં સુધી કે તે દરેક માટે એક સમાન ના હોય. કંપનીના ઈમેલ પર વાહિયાત જોક્સ કે વાર્તાઓ ના મોકલો.

## યોગ્ય રિપોર્ટ લખવો

એક સારા રિપોર્ટમાં પાયાની જાણકારીથી વધારે જાણકારી હોવી જોઈએ. એને વાચકને બિનજરૂરર્નિર્ણય લેવા લાયક બધું જ્ઞાન આપવું જોઈએ. જેમ કે બીજા સંપ્રેષણોમાં બતાવવામાં આવ્યું છે કે, એમાં ત્રણ ગુણ હોવા જોઈએ.

પોતાના અધિકારીઓ કે સંગઠનના બીજા પ્રબંધકોને રિપોર્ટ મોકલવા હંમેશાં મેનેજરનું એક મહત્ત્વપૂર્ણ કામ હોય છે. ખરીબ રીતથી તૈયાર કરવામાં આવેલ, ખરાબ ઢંગથી વિચારવામાં આવેલ અને ખરાબ રીતથી લખવામાં આવેલ રિપોર્ટ મોકલવાથી પ્રગતિમાં વિઘ્ન આવી શકે છે, આથી એ અનિવાર્ય છે કે, આપણે આ દસ્તાવેજોને તૈયાર કરવા અને લખવામાં વધારે મહેનત કરીએ. આવો, માની લઈએ છીએ કે, આપણી કંપની એક નવા સૉફ્ટવેયર પેકેજને ખરીદવાનું વિચારી રહી છે અને આપણા બૉસે એના પર શોધ કરીને રિપોર્ટ તૈયાર કરવાનું કહ્યું છે.

મારા માટે શોધ એ લેખન જેટલું અથવા એનાથી પણ વધારે મહત્ત્વપૂર્ણ છે.

## સાવધાનીથી તૈયારી કરો

જો આપણે બીજાઓને રિપોર્ટના હિસ્સા તૈયાર કરવાનું કામ સોંપી રહ્યા છીએ, તો પ્રોજેક્ટના હિસ્સા બનાવી લો અને દરેક હિસ્સા પર શોધ કરવા માટે એક વ્યક્તિને નિયુક્ત કરી દો. આપણા કામનો સમન્વય કરવો, નિષ્કર્ષ આપવો અને અનુશંસા કરવાની છે. સ્પષ્ટ રૂપથી સમજ લો કે, એ રિપોર્ટનો ઉદ્દેશ્ય કોઈ સમસ્યા કે મુદ્દાનું નિરાકરણ કરવાનો છે. જે મેનેજરે આપણને કામ સોંપ્યું છે, એની સાથે રિપોર્ટના ઉદ્દેશ્ય પર વાતચીત કરો. ખરેખર શું ઇચ્છવામાં આવ્યું છે, એ જાણ્યા વગર રિપોર્ટ તૈયાર કરતા લોકોએ ઘણો બધો સમય, પ્રયાસ અને પૈસા બરબાદ કર્યા છે. જો આપણને એ સ્પષ્ટ ખબર નથી કે, રિપોર્ટનો ઉપયોગ કેવી રીતે થશે, તો આપણે ખરેખર મહત્ત્વપૂર્ણ ક્ષેત્રોના બદલે સ્થિતિના ગૌણ પાસાઓ પર જરૂર કરતાં વધારે સમય લગાવી શકીએ છીએ. નવા સૉફ્ટવેયરવાળા રિપોર્ટમાં આપણી ત્રણ મુખ્ય ચિંતાઓ છે : ટેલીમાર્કેટિંગમાં સૉફ્ટવેયરની ઉપયોગિતા, ખર્ચ અને તકનીકી સેવાની ઉપલબ્ધતા.

તથ્ય પ્રાપ્ત કરો. બધી જરૂરી જાણકારી એકઠી કરો. ઉદાહરણ તરીકે, જે લોકો આ રિપોર્ટ માટે સોંપવામાં આવેલું કામ કરશે, એમને સૉફ્ટવેયરનો ઉપયોગ કરવાવાળા કરમચારીઓ સાથે વાત કરીને એ જાણ લગાવવી જોઈએ કે, તેઓ એનાથી હકીકતમાં શું ઇચ્છે છે? એમને જાણ લગાવવી જોઈએ કે, તકનીકી જર્નલ એના વિશે શું કહે છે અને એમને બીજી કંપનીઓના કર્મચારીઓ સાથે પણ વાત કરવી જોઈએ, જે પ્રૉડક્ટનો ઉપયોગ કરે છે. સપ્લાયરના વેચાણ પ્રતિનિધિઓ પાસેથી જાણકારી લેવા સિવાય પ્રતિસ્પર્ધી સૉફ્ટવેયર સપ્લાયરોના પ્રતિનિધિઓ સાથે પણ જાણકારી લેવી જોઈએ. આપણે જેટલી વધારે જાણકારી પ્રાપ્ત કરી શકતા હોઈએ, એટલું જ ઉત્તમ થશે.

તથ્યોનું વિશ્લેષણ કરો. એકવાર જાણકારી એકઠી થયા પછી તથ્યોના આપસમાં સંબંધ જોડવા જોઈએ અને વિશ્લેષણ કરવું જોઈએ. જે સૉફ્ટવેયર પર વિચાર કરવામાં આવી રહ્યો છે, એના લાભો અને સીમાઓની સૂચી બનાવી લો. બીજા સૉફ્ટવેયર માટે પણ એવી જ સૂચી બનાવી લો, જે વ્યાવહારિક હોઈ શકે છે.

એ જાણ લગાવોકે, રિપોર્ટને વાંચનારાને કઈ શૈલી પસંદ છે. રિપોર્ટની ભાષા અને સ્વરૂપ એ વ્યક્તિ કે વ્યક્તિઓની પસંદના હોવા જોઈએ, જેમને એ વાંચવાના

આ જ એ પાયો છે,
જેના પર પુસ્તક
ઊભી થાય છે..

— લિયૉન યૂરિસ

છે. ઉદાહરણ તરીકે, જો કોઈ એન્જિનિયર બિન-તકનીકી પ્રબંધકો માટે રિપોર્ટ લખી રહ્યો છે, તો તેણે વધારેમાં વધારે બિન-તકનીકી ભાષામાં લખવાનો પ્રયાસ કરવો જોઈએ. જો રિપોર્ટમાં તકનીકી ભાષાનો ઉપયોગ અનિવાર્ય હોય, તો લેખકે રિપોર્ટમાં તકનીકી શબ્દાવલીનો અર્થ પહેલાં ઉપયોગના સમયે સ્પષ્ટ કરી દેવો જોઈએ.

એના સિવાય, એ જાણ લગાવો કે, વાચક ભાષા, સામગ્રીના વિવરણ, ગ્રાફિક્સના ઉપયોગ વગેરેના સંદર્ભમાં શું આશા કરે છે? જો આપણે પોતાના બૉસ કે કોઈ બીજા સારી રીતે પરિચિત મેનેજર માટે રિપોર્ટ લખી રહ્યા છીએ, જેની સાથે આપણે નિયમિત વ્યવહાર કરીએ છીએ, તો આપણે કદાચ જાણીએ છીએ કે, કેવો રિપોર્ટ તૈયાર કરવાનો છે; શંકા થવા પર માર્ગદર્શન પ્રાપ્ત કરવા માટે બીજાઓએ મોકલેલા રિપોર્ટોની સમીક્ષા કરો. એને સંક્ષિપ્ત, સચોટ રિપોર્ટ પસંદ છે અથવા તે ખૂબ વધારે વિવરણ ઇચ્છે છે. તે આંકડાઓની સારણી પસંદ કરે છે કે ગ્રાફ/ચાર્ટ પસંદ કરે છે અથવા એને બંનેને જોવા પસંદ છે. તે રાશિઓને સચોટ દશમલવમાં પસંદ કરે છે અથવા પછી એને લગભગ પૂર્ણાંક આંકડા પસેદ છે. વિશેષજ્ઞ જાણકારી કે શૈલીઓ, જેમનો ઉપયોગ વાચક પોતાના રિપોર્ટમાં કરે છે.

> **લેખન વિચારને નિશ્ચિત રૂપ આપે છે અને વિચાર કર્મને ઉતપન્ન કરે છે.**
>
> - પૉલ જે. મેયર,
> પરામર્શદાતા અને લેખક

## આદર્શ રિપોર્ટ શૈલી

જો કે, કોઈ આદર્શ રિપોર્ટ શૈલી નથી હોતી, પ્રારંભ કરવાની એક સારી રીત એ છે કે, શરૂમાં જ રિપોર્ટનો ઉદ્દેશ્ય બતાવી દેવામાં આવે. ઉદાહરણ તરીકે, ''જેમ કે તમારા મેમોમાં ઍક્સવાયઝેડ સૉફ્ટવેયર પ્રોગ્રામના સંદર્ભમાં આગ્રહર કરવામાં આવ્યો છે, અમારા ત્યાં એની વ્યાવહારિકતા પર નિર્ણય લેવા માટે જરૂરી જાણકારી આપવામાં આવી રહી છે.''

જો કે, કેટલીયવાર સાર રિપોર્ટના અંતમાં બતાવવામાં આવે છે, પરંતુ કેટલાય મેનેજ રિપોર્ટની શરૂઆતમાં જ નિષ્કર્ષો અને અનુશંસાઓના સારને વાંચવાનું પસંદ કરે છે. આ રીતે એનને તે પરિણામની તુરંત જાણ થઈ જાય છે; બાકી ચાર્ટ, ગ્રાફ અને ટેબલથી રિપોર્ટમાં આપવામાં આવેલી જાણકારી સ્પષ્ટ કે સુદૃઢ હોય છે, તો એમનો પણ ઉપયોગ કરો.

પોતાની ભાષા સ્પષ્ટ અને બિંદુવાર રાખો. મોટાભાગના વર્ડ પ્રોસેસર્સમાં એટલા વધારે ફૉન્ટ અને શૈલીઓ હોય છે કે, રિપોર્ટને ખૂબ આકર્ષક અને રોચક

પ્રારૂપમાં પ્રસ્તુ કરી શકાય છે. આ વિકલ્પનો લાભ લેતા સમયે ધ્યાન રાખો કે, આપણે પોતાની પ્રસ્તુતિને આકર્ષક અને વાંચવામાં સરળ બનાવવા ઇચ્છીએ છીએ. કેટલાક લોકો ડિસ્પ્લે ટાઇપ અને અન્ય ચમક-દમકવાળા ફોન્ટના મામલામાં અતિ કરી જાય છે. આ પ્રકારના રિપોર્ટને વાંચવો પણ મુશ્કેલ થઈ જાય છે અને આ બિઝનેસ રિપોર્ટ



પ્રમાણે અતિ ''સુંદર'' પણ હોઈ શકે છે. બિઝનેસ રિપોર્ટની કોઈ આદર્શ લંબાઈ નથી હોતી. એની લંબાઈ એટલી લાંબી હોવી જોઈએ કે પૂરી વાર્તા બતાવી દે અને એનાથી એક શબ્દ પણ વધારે ના હોય. બિનજરૂરી દોહરાવથી બચો - કલ્દાય આપણે રિપોર્ટના અંતમાં પોતાના નિષ્કર્ષને ફરીથી બતાવવો જોઈએ, પરંતુ એના સિવાય આપણે વિચારોને દોહરાવવા ના જોઈએ.

રિપોર્ટ રજૂ કરવાથી પહેલાં સાવધાનીથી એની પ્રૂફરીડિંગ કરો. જો સ્પેલિંગમાં ભૂલો હોય, વ્યાકરણની ખરાબ સંરચના હોય અથવા લાપરવાહ ટાઇપિંગ હોય, તો એક સારો રિપોર્ટ પણ વિશ્વસનીયતા ગુમાવી દે છે. આંકડાઓની તપાસ સાવધાનીપૂર્વક કરવી જોઈએ. એને ફરીથી વાંચો. જો શક્ય હોય, તો એ એક કે વધારે સહયોગીઓ પાસે વંચાવો. એના પછી જરૂરી પરિવર્તન કરી લો. પછી ફરી એકવાર વાંચીને પૂરી રીતે સંતુષ્ટ થઈ જાઓ. એ તપાસ કરો કે, આપણો મેનેજર રિપોર્ટ કેવી રીતે મેળવવા ઇચ્છે છે? કેટલાક મેનેજરો કાગળમાં રિપોર્ટ ઇચ્છે છે, કેટલાક ડાઉનલોડ કરવા માટે ઈમેલમાં રિપોર્ટ ઇચ્છે છે અને કેટલાકબંને પ્રકારથી ઇચ્છે છે.

સંગઠનના બીજા લોકોને નકલો ના મોકલો, જ્યાં સુધી કે આપણઆ બોસ કે એ અધિકારીએ એવું કરવાનો આગ્રહ ના કર્યો હોય, જેના માટે આપણે રિપોર્ટ તૈયાર કરી રહ્યા છીએ. જ્યાં સુધી કે વિપરીત આદેશ ના આપવામાં આવ્યો હોય, ત્યાં સુધી આપણે પોતાની હાર્ડડ્રાઈવમાં એક પ્રતિ રાખવી જોઈએ, જેથી આપણે એની સમીક્ષા કરી શકીએ અથવા જરૂર પડવા પર એને ફરીથી મોકલી શકીએ. રિપોર્ટ તૈયાર કરવામાં પ્રયુક્ત બધી સ્રોત સામગ્રીને હંમેશાં સંભાળીને રાખો, જેમાં એ શોધ સામગ્રી સામેલ છે, જેનો આપણે રિપોર્ટમાં ઉપયોગ નથી કર્યો. જ્યારે આપણને રિપોર્ટ વધારવાનું કહેવામાં આવશે અથવા એ બિંદુઓ પર સવાલ પૂછવામાં આવશે, તો આ શોધ સામગ્રી મૂલ્યવાન હોઈ શકે છે. એવી તકો આવે છે, જ્યારે આપણને કોઈ મિટિંગમાં મૌખિક રિપોર્ટ રજૂ કરવાનું કહેવામાં આવે છે.

આપણે પહેલા નિર્ણય તો એ લવો જોઈએ કે, શું વર્તમાન કંપનીમાં રોકાવું આપણા માટે સૌથી સારું છે કે, પછી કોઈ બીજી કંપનીમાં જવું યોગ્ય રહેશે. આપણા અવસર ચાર વાતોથી નકકી થાય છે : આ સમયે આપણે કયા ઉદ્યોગમાં કામ કરીએ છીએ, આપણી કંપની, આપણું પદ અને આપણી વર્તમાન સ્થિતિ.

# ૭. અવસરોની તપાસ

## વર્તમાન સ્થિતિ

કારકિર્દીમાં પ્રગતિની કેટલીય રીતો છે. આપણે પોતાની વર્તમાન કંપનીમાં આગળ વધી શકીએ છીએ, અથવા પછી પોતાના જ ક્ષેત્રમાં કંપની બદલી શકીએ છીએ અથવા પછી પોતાની કારકિર્દીને બદલી શકીએ છીએ. આ અધ્યાયમાં આપણે પોતાની વર્તમાન કંપનીમાં અવસરોની તપાસ કરીશું. પછીથી આવતા અધ્યાયમાં આપણે એ જોઈશું કે ક્યારે અને કેવી રીતે પગલાં વધારવાના છે.

આપણે પ્રથમ નિર્ણય તો એ લેવો જોઈએ કે, શું વર્તમાન કંપનીમાં રોકાવું આપણા માટે સૌથી સારું છે કે, પછી કોઈ બીજી કંપનીમાં જવું યોગ્ય રહેશે. આપણા અવસર ચાર વાતોથી નક્કી થાય છે : આ સમયે આપણે કયા ઉદ્યોગમાં કામ કરીએ છીએ, આપણી કંપની, આપણું પદ અને આપણી વર્તમાન સ્થિતિ.

જો આપણા ઉદ્યોગમાં વિકાસની સંભાવના વધારે નથી, તો નિશ્ચિત રૂપથી એની આપણા ભવિષ્ય પર અસર થશે. પ્રૌદ્યોગિકીમાં થયેલા પરિવર્તનોના કારણે કેટલાક ઉદ્યોગ લગભગ લુપ્ત થઈ ચુક્યા છે; કેટલાય અન્ય ઉદ્યોગ પોતાના પ્રાન્ત કે દેશથી પણ બહાર ચાલ્યા ગયા છે. ઉદાહરણ તરીકે, મીરાએ મહિલાઓના પોશાક ઉદ્યોગમાં કારકિર્દી બનાવી હતી, પરંતુ સમયની સાથે મહિલાઓના પોશાકનું મોટાભાગનું ઉત્પાદન અન્ય દેશમાં થવા લાગ્યું. હવે આ ક્ષેત્રમાં ખૂબ ઓછા અવસર છે. જો કે, આપણે સચોટ ભવિષ્યવાણી તો નથી કરી શકતા, પરંતુ આપણે પરિવર્તનના સૂચકો વિશે સતર્ક અવશ્ય રહી શકીએ છીએ. આપણે પૂછવું જોઈએ કે, શું આપણા ઉદ્યોગમાં વિકાસનો પ્રબળ ઇતિહાસ છે? શું આપણો ઉદ્યોગ આ સમયે વિકાસના દોરમાં છે? શું આપણો ઉદ્યોગ પ્રૌદ્યોગિકીમાં પોતાની પ્રગતિ માટે પ્રસિદ્ધ છે? શું આપણો ઉદ્યોગ બજારમાં ફેલાયેલો છે? શું સંભાવિત બજાર વિકાસ કરી રહ્યું છે? આપણા ઉદ્યોગમાં નોકરી કરનારા લોકોની સંખ્યા હાલના વર્ષોમાં વધી રહી છે કે ઘટી રહી છે?

# કંપની

આપણે પોતાના ધંધા કે કામમાં ભલે જેટલા પણ નિપુણ હોઈએ, આપણી વર્તમાન કંપની આપણા ભવિષ્યનેનક્કી કરવામાં એક મોટી ભૂમિકા નિભાવે છે. જો આપણી કંપની સમૃદ્ધ હોય છે, તો આપણે પણ પ્રગતિ કરીશું; જો આ રોકાઈ જાય છે, તો આપણો વિકાસ પણ રોકાઈ જાય છે.

પોતાની કંપની વિશે આ સવાલોના જવાબ આપો કે, શું કંપની પોતાના ઉદ્યોગમાં લીડર છે? શું ઉદ્યોગની તુલનામાં આપણી કંપનીનું વેચાણ વધ્યું છે? શું કંપનીએ નવી પ્રૉડક્ટ કે સેવાઓ શરૂ કરી છે? શું કંપની ઉદ્યોગમાં થયેલા પ્રૌધ્યોગિકી પરિવર્તનોથી પગલાં મિલાવીને ચાલે છે? શું પ્રતિસ્પર્ધી, ગ્રાહક અને સપ્લાયર કંપનીનું સન્માન કરે છે? શું કંપનીનો નાણાકીય પાયો સુદૃઢ છે? શું કંપની પોતાના કર્મચારીઓની સંખ્યા વધારી રહી છે? શું કંપની ભીતરથી પ્રમોશન આપવાની પરંપરા પર ચાલે છે? શું કંપનીમાં પ્રમોશન વરિષ્ઠતાના નહીં, યોગ્યતાના આધાર પર મળે છે? શું પ્રમોશનમાં ભાઈ-ભત્રીજાવાદ કે પક્ષપાત એક મહત્ત્વપૂર્ણ ઘટક હોય છે?

# પદ

દરેક કંપનીમાં એવા પદ હોય છે કે, જેમની પ્રકૃતિ જ એવી હોય છે કે, તે પ્રગતિની તરફ લઈ જાય છે, જ્યારે બાકી પદ બંધ ગલીની શ્રેણીમાં આવે છે. જ્યાં સુધી આપણું પદ પૂર્વ શ્રેણીમાં ન આવતું હોય, આપણે કંપનીની ભીતર બદલી કરાવવાં પર વિચાર કરવો જોઈએ. પોતાના વરતમાન પદ વિશે આ સવાલોનો જવાબ આપો કે, શું આપણું પદ પ્રમોશનની પંક્તિમાં છે? શું આપણા પૂર્વ એ પદ પર કામ કરનારાઓને પ્રમોશન મળ્યું છે? શું આ પદ પ્રગતિ માટે પ્રશિક્ષણ સ્થળની શ્રેણીમાં આવે છે? શું આ પદ આપણને નિર્ણય લેવાના અવસર આપેછે? શું આ પદ પર આપણે કંપનીના લોકોની નજરોમાં આવીએ છીએ? શું આ પદ પર ઉચ્ચાધિકારીઓ સાથે મેળ-મિલાપ કરવાના અવસર મળે છે? શું આ પદ પર બેસનારો વ્યક્તિ બીજા લોકોનું પ્રબંધન કરે છે? શું આ પદ પર આપણને કંપનીના સંસાધનો (પૈસા, સામગ્રી, મશીનો, કામકાજ સમય વગેરે)ને લગાવવાનો અધિકાર છે? શું આ પદને કંપનીની ભીતર પ્રતિષ્ઠાપૂર્ણ માનવામાં આવે છે? શું આ પદ કોઈ એવા અધિકારીના અધીન છે, જે પ્રગતિની અનુશંસા કરી શકે છે?

## વ્યક્તિગત સ્થિતિ

પોતાની કારકિર્દીની સંભાવનાઓના વિશ્લેષણમાં આપણે વ્યક્તિગત ઘટકો પર પણ ધ્યાન આપવું જોઈએ. આપણને પોતાના કામમાં આનંદ પણ આવવો જોઈએ. કોઈ પદમાં ભલે કેટલી પણ ખૂબીઓ હોય, એ નિશ્ચિત રૂપથી ઉત્તમ થશે, જો આપણે દરેક દિવસ કામ પર જવાનો ભય ના થતો હોય તો.

પોતાના વર્તમાન પદ વિશે સ્પષ્ટવાદી રહેવાથી લાભ થાય છે. એવી વસ્તુઓ શીખવી, જે આપણને કોઈ બીજી કંપની માટે મૂલ્યવાન બનાવી દેશે, બસ શરત કે આપણે આ કંપની છોડવાની પસંદગી કરીએ. પોતાના વરિષ્ઠ અધિકારીઓ, સહકર્મીઓ અને અધીનસ્થોથી કેટલું સન્માન મળે છે? મને આગલું પ્રમોશન (વાંછિત સમય બતાવો) સુધીમળી જવું જોઈએ આ બિંદુઓનું વિશ્લેષણ કરવાથી આપણને નિષ્પક્ષ નિર્ણય લેવામાં મદદ મળશે, જે ભાવનાઓથી દૂષિત નહીં હોય.

## બદલી

જો આપણા બોસ મનાઈ કરી દે અથવા આપણે એમની સાથે બદલી વિશે વાતચીત નથી કરી શકતા, તો આપણે વધારે વરિષ્ઠ અધિકારી સાથે વાત કરવાનો નિર્ણય લઈ શકીએ છીએ - કદાચ આપણા બોસના બોસ. ગોપનીય વાતચીતનો આગ્રહ કરો. ધ્યાન રાખો કે, એની પાસે આપણી પૃષ્ઠભૂમિનું ફક્ત સપાટીનું જ જ્ઞાન હશે, આથી પોતાની ઉપલબ્ધિઓ અને પ્રગતિની ઈચ્છાનું વર્ણન કરવા માટે તૈયાર રહો.

એ બતાવી દો કે, આપણે કંપનીન ખૂબ વધારે પસંદ કરીએ છીએ અને એમાં પ્રગતિ કરવા ઈચ્છીએ છીએ, પરંતુ કેમ કે આપણા વર્તમાન પદનાકારણે પ્રગતિ રોકાયેલી છે, આથી આપણે એ પદ પરથી બદલી ઈચ્છીએ છીએ. આ વિશ્લેષણ પછી આપણને એ જાણ લાગી શકે છે કે, આપણા વર્તમાન પદમાં પ્રગતિની રાહમાં કેટલાય ગતિરોધ છે, પરંતુ કંપનીની ભીતર વિકાસની કેટલીય સંભાવનાઓ ઉપસ્થિત છ. સમાધાન એ નથી કે, આપણે કંપની બદલી નાખીએ. સમાધાન તો એ છે કે, આપણે કંપનીની ભીતર કોઈ બીજા વિભાગમાં બદલી કરાવી લઈએ.

કંપનીની ભીતર બદલી કેટલીય રીતોથી કરાવી શકાય છે. ઘણું બધું બોસની સાથે આપણા સંબંધ પર નિર્ભર કરે છે. માની લો, આપણે કેટલાય વર્ષોથી પોતાના પદ પર કામ કરી રહ્યા છીએ. આપણા બોસની થોડા સમય માટે આગળના પદ પર પહોંચવાની સંભાવના નથી. જો એની સાથે આપણા સારા સંબંધ છે, તો

આપણે મૈત્રીપૂર્ણ ચર્ચા કરી શકીએ છીએ. એને બતાવી દો કે, આપણા વર્તમાન વિભાગમાં જેટલી પ્રગતિ કરી શકાય છે, આપણે એનાથી વધારે ઝડપથી પ્રમોશન ઇચ્છીએ છીએ. એને બતાવી દઈએ કે, આ કારણે આપણે કોઈ બીજા વિભાગમાં બદલી કરાવવા ઇચ્છીએ છીએ, જ્યાં આપણે પોતાના લક્ષ્ય પ્રાપ્ત કરવા માટે વધારે ઝડપથી પ્રગતિ કરી શકીએ છીએ.

વધાર વરિષ્ઠ અધિકારીની પાસે આપણી ઇચ્છા પૂરી કરવાની શક્તિ હોય છે, પરંતુ એ યાદ રાખો કે તે કદાચ આ વિશે આપણા સુપરવાઇઝર સાથે વાત કરશે અને આપણા સુપરવાઇઝરને ખરાબ લાગી શક છે કે, આપણે એને દરકિનાર કરીને સીધા એના અધિકારી સાથે વાત કેમ કરી? જો આપણી બદલી નથી થતી, તો કદાચ સુપરવાઇઝરની સાથે આપણા સબંધ કમજોર રહેશે. આપણેઆ જોખમ માટે તૈયાર રહેવું જોઈએ. કટલીય કંપનીઓમાં બદલી કરાવવાની આદર્શ રીત માનવ સંસાધન વિભાગની મદદ લેવાની છ. સામાન્યતઃ એચઆર સ્ટાફ તટસ્થ રહ છે. એનો ઉદેશ્ય બધા કર્મચારીઓનો ઉપયોગ કરીને કંપની અને એમના સર્વશ્રેષ્ઠ લાભની વ્યવસ્થા કરવાનો હોય છે.

એચઆર સહયોગીની સાથે અનૌપચિરાક કે ઔપચારિક ચર્ચા કરી શકાય છે. અનૌપચારિક ચર્ચા વધારે સામાન્ય છે. આપણને આશ્વાસન આપી શકાય છે કે, આપણા વિશ્વાસનું સન્માન કરવામાં આવશે અને આપણી સહમતિ વગર આપણા સુપરવાઇઝરને વાતચીત વિશે બતાવવામાં નહીં આવે. એચઆર સહયોગી આપણને કંપનીમાં પોતાની સ્થિતિનું નિષ્પક્ષ મૂલ્યાંકન બતાવી શકે છે. એ આપણને બતાવી શકે છે કે, આપણે પોતાની વર્તમાન સ્થિતિથી ક્યાં જઈ શકીએ છીએ અને આપણે કયા પગલાં ઉઠાવવા માટે પાત્ર છીએ. તે એ સલાહ આપી શકે છે કે, આપણે થોડા સમય સુધી પોતાના વર્તમાન પદ પર જ જળવાઈને રહીએ. તે એ સલાહ પણ આપી શકે છે કે, આપણે પદલી માટે ઔપચારિક અરજી મોકલી દઈએ અથવા પછી તે આપણને કંપનીની અંદર કેટલાય એવા પદ બતાવી શકે છે કે, જેમના વિશ આપણે વિચાર્યું જ ન હતું.

બદલીનો ઔપચારિક આગ્રહ આ પ્રારંભિક અનૌપચારિક ચર્ચાની સાથે પણ કરી શકાય છે અને એના વગર પણ પ્રારંભિક ચર્ચા કરવી ખૂબ જ લાભકારી હોય છ. બની શકે છે, કંપની આપણાથી એક વિશેષ ફોર્મ ભરવા માટે કહે. કેટલીક કંપનીઓ આપણાથી એ આશા પણ કરે છે કે, આપણે જે વિભાગોમાં આવેદન કરી રહ્યાં છીએ, ત્યાંના પ્રબંધકોના વિચાર-વિમર્શ કરવા માટે બિસ્તૃત બાયોડેટા મોકલો. કંપનીના કેટલાક અન્ય અધિકારી આપણો ઇન્ટરવ્યૂ પણ લઈ શકે છે.

જો આપણી કંપનીમાં આ જ પ્રણાલી ચાલે છે, તો કોઈ બીજી કંપનીમાં પદના આવેદન કરતી નીતિનું પાલન કરો (વર્તમાન કંપનીની બહાર ઇન્ટરવ્યૂ પર અધિકર વિવરણ માટે અધ્યાય 9 જુઓ.)

## પગાર

પારંપરિક રુપથીઆપણને વધારે પૈસા ત્યારે મળે છે, જ્યારે આપણું પ્રમોશન વધારે જવાબદારીના પદ પર હોય. ક્યારેક-ક્યારેક આપણને મહેસૂસ થઈશકે છે કે, આપણે વેતનવૃદ્ધિના હકદાર છીએ, જો કે આપણને નજીકના ભવિષ્યમાં કોઈ પ્રમોશન નથી મળવાનું. આ રીતની વેતનવૃદ્ધિ આપણને ત્યારે જ મળશે, જ્યારે આપણે એને માંગીશું. તાર્કિક દષ્ટિથી આપણે પોતાના અધિકારીથી વેતનવૃદ્ધિ માંગવી જોઈએ. મોટાભાગની કંપનીઓમાં એ જ એકમાત્ર વ્યક્તિ હોય છે, જે વેતનવૃદ્ધિની ભલામણ કરી શકે છે, જો કે સામાન્ય રીતે સંગઠનના ઉચ્ચાધિકારીઓને એનું અનુમોદન કરવાનું હોય છે.

પહેલાં મોટાભાગની કંપનીઓમાં વેતનવૃદ્ધિ લગભગ સ્વચાલિત હતી અને આપણે વાર્ષિક વાર્ષિક વેતનવૃદ્ધિ અથવા સમય-સમય પર મળતી યોગ્યતા વૃદ્ધિ પર ભરોસો કરી શકતા હતા. જ્યારે મજૂરોનું યૂનિયન પોતાના સદસ્યો માટે વેતનવૃદ્ધિની સોદાબાજી કરતું હતું, તો હંમેશાં સુપરવાઇઝરો અને પ્રૉફેશનલ તેમજ મેનેજમેન્ટ સ્ટાફને પણ એટલી જ વેતનવૃદ્ધિ આપવામાં આવતી હતી. આ રીતની વેતનવૃદ્ધિઓ પર આપણું અથવા તો ખૂબ જ ઓછું નિયંત્રણ હોય છે અથવા બિલ્કુલ પણ નિયંત્રણ નથી હોતું. એ આજે પણ કેટલીક હદ સુધી હોય છે, પરંતુ ઘણા બધા સંગઠનોમાં વેતનવૃદ્ધિઓ હવે વઅપેક્ષિત કે નિયમિત રુપથી નથી મળતી. જો વેતનવૃદ્ધિઓ નિયમિત રુપથી નથી મળતે અથવા જ્યારે આપણે કોઈ વિશેષ વેતનવૃદ્ધિ ઇચ્છીએ છીએ, તોઍને પ્રાપ્ત કરવા માટે આપણે ખાસ પ્રયાસ કરવા પડશે.

વેતનવૃદ્ધિ માંગવાથી પહેલાં કંપનીની વેતન નીતિ સંબંધી જાણકારી પ્રાપ્ત કરો. જો વેતનવૃદ્ધિઓ વિશે નિયમ કઠોર છે, તો જુઓ કે તેઓ આપણા મામલામાં ક્યાં અને કેવી રીતે લાગુ થાય છે. મોટાભાગના મામલાઓમાં કઠોર નિયમ પણ નિશ્ચિત પરિસ્થિતિઓમાં વાળી શકાય છે. વેતન શ્રૃંખલામાં આપણું વર્તમાન વેતન ક્યાં છે? જો આપણે પોતાના પદના વેતનના શિખર પર છીએ, તો કોઈપણ સ્થિતિમાં ત્યાં સુધી નથી મળી શકતી, જ્યાં સુધી કે આપણને પ્રમોશન ના મળી જાય અથવા આપણા પદને ઉપર ના ઉઠાવી દેવામાં આવે. જો આપણે પોતાના

પદના વેતનના શિખરથી નીચે છીએ, તો આપણને વેતનવૃદ્ધિ મળી શકે છે.

પોતાના બૉસ સાથે વ્યક્તિગત ઇન્ટરવ્યૂનો આગ્રહ કરો. બીજા કર્મચારીઓ પાસે વેતનવૃદ્ધિની ઇચ્છા/આગ્રહ વિશે વાતચીત ના કરો. આપણી વેતનવૃદ્ધિથી સહકર્મીઓને સમસ્યાઓ થઈ શકે છે, જે આપણા સુપરવાઇઝર કદાચ ના ઇચ્છતા હોય. પોતાના બૉસ સાથે ક્યારેય કોઈ પાર્ટી કે સામાજિક સમારોહમાં વેતનવૃદ્ધિ કે પ્રમોશન વિશે વાત ના કરો. બૉસ જ્યારે કેટલાક પૅગ લગાવી લે છે, તો તે હંમેશાં વેતનવૃદ્ધિનું વચન આપી દે છે, પરંતુ આગલી સવાર સુધી એ વાત 'ભૂલી' પણ જાય છે.

પોતાના સુપરવાઇઝરની સાથે વાતચીત કરતાં સમયે પોતાની વિશેષ ઉપલબ્ધિઓનો ઉલ્લેખ કરો. એમાં સહેજપણ સંકોચ ના કરો. બતાવો કે, આપણે એ પદની પાયાની જરૂરિયાતો કરતાં વધારે સારું શું કર્યું છે. યાદ અપાવો કે એમણે અત્યાર સુધી આપણા કામની કેટલી પ્રશંસા કરી છે. ધ્યાન આપો કે, આપણે કંપની છોડવાની ચેતાવણી નથી આપી. જો આપણે 'જીતી' પણ ગયા, ત્યારે પણ આપણને હંમેશાં બ્લેકમેલર માનવામાં આવશે. જો આપણે હારી ગયા, તો આપણને નોકરીમાંથી કાઢી મૂકવામાં આવશે!

સાવધાનીથી સાચો સમય પસંદ કરો. વેતનવૃદ્ધિના આગ્રહનો સારો સમય ત્યારે છે, જ્યારે આપણને સારો મૂલ્યાંકન રિપોર્ટ મળ્યો હોય અથવા જ્યારે આપણે કોઈ મુશ્કેલ પ્રોજેક્ટ પર ઉત્તમ કામ કર્યું હોય. ખોટો સમય આગ્રહ કરવ બદલે રાહ જોવી ઉત્તમ છે.

> એ જ લોકો આ સંસારમાં આગળ નીકળે છે, જે ઊઠીને પોતાની મનગમતી પરિસ્થિતિઓની શોધ કરે છે અને જો તે એમને નથી મળતી, તો તે એમન બનાવી લે છે.
>
> – જૉર્જ બરનાર્ડ શૉ

## પ્રમોશન

ગ્રીન્સબરો, એન.સી.માં સેન્ટર ફૉર ક્રિએટિવ લીડરશિપની ડાયરેક્ટર મેરિયન રૂડરમેને પ્રમોશન સંબંધી મિથક બતાવ્યા છે કે, લોકોને પ્રદર્શનના આધાર પર પ્રમોશન મળે છે : જો કે, પ્રદર્શન અને ઉપલબ્ધિઓ મોટી ભૂમિકા નિભાવે છે, પરંતુ સાચો સમય સાચી જગ્યા પર રહેવો એક મોટું ઘટક છે. બીજા શબ્દોમાં,

પરિસ્થિતિઓ અને અવસર આ વાતમાં એક મોટી ભૂમિકા નિભાવે છે કે, કોને પ્રમોશન મળે છે. સુપરવાઈઝર જ્યારે એ નિર્ણય લે છે કે પ્રમોશન કોને આપવાનું છે, તો હંમેશાં પોતાના ખુદના આંતરિક બોધ અને બીજા લોકોની સલાહ પર ભરોસો કરીએ છીએ. એ લોકોને ખૂબ જ મહત્ત્વ આપે છે, જેમના પર તેઓ વિશ્વાસ કરે છે અને જે ખુદને સારી રીતે રજૂ કરે છે. આપણ પોતાના માટે સારા અવસર બનાવવા વિશે હંમેશાં સતર્ક રહવું જોઈએ.

લોકોને પ્રમોશન આથી મળે છે, કેમ કે એમની યોગ્યતાઓ ખાલી થયેલા ઊંચા પદ માટે ઉપયુક્ત હોય છે : જો કે, લોકોની ખાસ યોગ્યતાઓનો ઉપયોગ કરવા માટે એમને પ્રમોશન આપી શકાય છે, પરંતુ હંમેશાં પદને કોઈ કર્મચારીની યોગ્યતાઓના અનુરૂપ બનાવી કે ઢાળી શકાય છે. જ્યારે કંપની વિકાસ કરે છે, તો પદોને હંમેશાં ઉમેદવારની યોગ્યતાઓના અનુરૂપ બનવા માટે ઢાળવામાં આવે છે. આપણે પોતાની યોગ્યતાઓ સૌની સામે ઉજાગર કરવી જોઈએ.

આપણે પ્રમોશન માટે કેટલાય અન્ય ઉમેદવારો વિરુદ્ધ પ્રતિસ્પર્ધા કરી રહ્યા છીએ : હંમેશાં સુપરવાઈઝર સારી રીતે જાણે છે કે, તે કોને પ્રમોશન આપવા ઇચ્છે છે. જો એ આપણે છીએ, તો આપણું કામ એને એ વિશ્વાસ અપાવવાનું કે, તે સાચો નિર્ણય લઈ રહ્યો છે. જો આપણને પાક્કો વિશ્વાસ નથી, તો આપણે પોતાની દર્શનીયતાને વધારવી જોઈએ અને પોતાના ગુણોનું પ્રદર્શન કરવું જોઈએ.

પ્રગતિ અને અધિક ધનનો સામાન્ય માર્ગ એ છે કે, કંપનીના પદો પર સમય-સમય પર પ્રમોશનમળતું રહે. પ્રમોશન સુનિશ્ચિત કરવા માટે પ્રથમ અને સ્પષ્ટ પગલું એ છે કે, આપણે પોતાના કામમાં અવ્વલ રહીએ. જો આપણે નિચલા સ્તર પર પ્રદર્શન નથી કરી રહ્યા, તો સામાન્ય રીતે ઊંચા પદ માટે આપણા નામ પર વિચાર પણ નહીં કરવામાં આવે. પરંતુ ફક્ત ઉત્તમ પ્રદર્શન જ પ્રમોશન અપાવવા માટે પર્યાપ્ત નથી, એની સાથે કેટલાય અન્ય ઘટક પણ જોડાયેલા છે.

કેટલીય કંપનીઓમાં નિચલા સ્તરો પર લગભગ સ્વચાલિત પદોન્નતિ યોજના હોય છે. પ્રશિક્ષુ પ્રબંધકના પદથી નોકરીમાં આવનારો યુવક પ્રબંધનના નિચલા પદો સુધી સરળતાથી પ્રગતિ કરી લેશે, બસ શરત કે એનું કામ સરેરાશ કરતાં ઓછું ના હોય. કંપનીની નીતિ અને સંગઠનાત્મક તંત્ર સરળતાથી આ લોકોને સમાહિત કરી શકે છે.

ખેર, આવા પ્રમોશન ભ્રામક હોઈ શકે છે. તે પદ અને પ્રારંભિક જવાબદારીના મામલામાં પ્રગતિ તો આપે છે, પરંતુ ક્યાંય પહોંચાડતા નથી.

કારકિર્દી-કેન્દ્રિત વ્યક્તિઓએ પોતાની પ્રગતિની સાચી સીડીવાળું પદ પસંદ કરવું જોઈએ, ભલે જ એના માટે એમને એ પ્રમોશનને ઠોકર મારવી પડે, જે એમની કારકિર્દીમાં સહાયક નથી.

બૅન એક મોટી ઉત્પાદક કંપનીના માનવ સંસાધન વિભાગમાં રોજગાર સાક્ષાત્કારકર્તા છે. બે વર્ષ પછી એની સામે વરિષ્ઠ સાક્ષાત્કારકર્તાના પદ પર પ્રમોશન લેવાનો પ્રસ્તાવ રાખવામાં આવ્યો. એણે પ્રમોશનને ઠોકર મારવા માટે પોતાના સુપરવાઈઝર સાથે મુલાકાતનો આગ્રહ કર્યો. બૅનને મહેસૂસ થયું કે, પોતાના ધંધામાં પ્રગતિ કરવા માટે એને માનવ સંસાધન પ્રબંધનના બીજા પાસાઓનો વધારે વ્યાપક અનુભવ હોવો જોઈએ. સુપરવાઈઝર સાથે સંમત થઈને પ્રમોશનનો પ્રસ્તાવ પાછો લઈ લીધો. છ મહિના પછી બૅનનું પ્રમોશન પ્લાન્ટના સ્તર પર એચરઆર આસિસ્ટન્ટ મેનેજરના પદ પર કરી દેવામાં આવ્યું, જ્યાં એને વિવિધ અનુભવ મળી શકતો હતો.

આપણે જે પદ પર છીએ અને આપણા કામની જે ઉત્કૃષ્ટતા છે, એના સિવાય આપણા પ્રમોશનના અવસરો માટે વ્યક્તિગત દર્શનીયતાઘટક મહત્ત્વપૂર્ણ છે. આપણે એવા પદ પર હોવું જોઈએ, જેથી આપણે બીજાઓની નજરમાં રહીએ. એના સિવાય, આપણે પોતાના સમકક્ષો અને વરિષ્ઠ અધિકારીઓની વચ્ચે લોકપ્રિય તેમજ સન્માનિત પણ હોવું જોઈએ. જ્યારે કંપનીના લોકો આપણને પોતાના ક્ષેત્રમાં પ્રતિષ્ઠિત વ્યક્તિ માનવા લાગે, તો આપણે પ્રગતિના એક પાયાના અવરોધથી બહાર નીકળી ચુક્યા છીએ - ગુમનામી.

કેટલાક ઉદયમાન અધિકારીઓએ અધિકતમ દર્શનીયતા પ્રાપ્ત કરવા માટે જનસંપર્ક વિશેષજ્ઞો સુધીને નિયુક્ત કર્યા છે, પરંતુ એ જરૂરી નથી. બસ એ સુનિશ્ચિત કરો કે, આપણી ઉપલબ્ધિઓની જાણ એ લોકોને ચાલી જાય, જે મહત્ત્વ રાખે છે.

પ્રગતિના સંઘર્ષમાં જૂઠી વિનમ્રતાની કોઈ જગ્યા નથી. આવો, કેટલાક ઉદાહરણ જોઈએ.

જ્યારે જૉશને ખબર પડી કે, પોતાના વિભાગના હેડના પદ પર પ્રમોશન માટે એના નામ પર વિચાર પણ ના કરવામાં આવ્યો હતો, તો તે તૂટી ગયો. પાછલા પાંચવર્ષથી એના તાત્કાલિક બૉસ ડૉટ એને આશ્વસ્ત કરી રહ્યા હતા કે, જ્યારે તેઓ રિટાયર થશે, તો તે એ પદ માટે જૉશના નામની ભલામણ કરી દેશે. દુર્ભાગ્યથી ટૉડ સેવાવૃત્તિથી બે વર્ષ પહેલાં જ સ્વર્ગ સિધારી ગયા અને કંપની એક બાહ્ય વ્યક્તિને નવો મેનેજર નિયુક્ત કરી દીધો.

કંપનીના અધિકારીઓએ જોશના નામ પર વિચાર કેમ ના કર્યો? કેમ કે ટોડ સિવાય કોઈપણ જોશની ક્ષમતાઓ વિશે જાણતું ન હતું. હકીકતમાં, ઉપરી સ્તરનો કોઈ મેનેજર જોશને જાણતો પણ ન હતો. તે ''અદૃશ્ય'' હતો. મોટાભાગા સંગઠનોમાં કેટલાય લોકો વધારે સક્ષમ હોય છે, જે જોશની જેમ વધારે પ્રગતિ ક્યારેય નથી કરી શકતા, કેમ કે કોઈ નથી જાણતું તે કોણ છે? પોતાની કારકિર્દીમાં ઉપર ઉઠવા માટ માણસે પોતાના મેનેજર સિવાય પોતાના પ્રબંધકોની નજરમાં પણ રહેવું જોઈએ.

માણસ લોકોની નજરમાં કેવી રીતે આવે છે? પહેલી શરત છે સક્ષમતા. જો આપણે અક્ષમ છીએ અને લોકોની નજરમાં આવીએ છીએ, તો  વાત આપણી વિરુદ્ધ જાય છે. જોશ સક્ષમ હતો, પરંતુ માત્ર સક્ષમ હોવું જ પર્યાપ્ત ન હતું.

જ્યારે જોશે પોતાના મેનેજરની સાથે બેઠકોમાં હિસ્સો લીધો હતો, તો એણે કયારેય પોતાની તરફથી વિચારોને સામે રાખ્યા ન હતા. જ્યારે એને કોઈ વાત કહેવી હતી, તો તે એને પરચી પર લખીને પોતાના બોસને થમાવી દેતો હતો, જે એને બોલતા હતા. જ્યારે એને પૂછવામાં આવ્યું કે, એણ પોતાના વિચાર ખુદ રજૂ કેમ ના કર્યા? તો એણે સ્વીકાર કર્યો કે તે બીજાઓની સામે બોલવામાં સંકોચ અનુભવતો હતો.

પોતાના સંગઠનના અધિકારીઓ દ્વારા ઓળખાવાનીસૌથી પ્રભાવી રીતોમાંથી એકબેઠકોમાં સક્રિયતાથી ભાગીદારી કરવાની છે. જે લોકો પોતાના ક્ષેત્રમાં આગળ હોય છે, એમનામાંથી મોટાભાગના લોકોની પાસે રજૂ કરવા માટે ઘણું બધું હોય છે. લોકોની સામે બોલવાનો ડર સૌથી વધાર સામાન્ય ડરોમાંથી એક છે.

પરંતુ આ ડરને પ્રશિક્ષણ અને અભ્યાસથી દૂર કરી શકાય છે. મોટાભાગની કૉલેજોમાં સાર્વજનિક સંભાષણના કોર્સ હોય છે. એના સિવાય, ડેલ કારનેગી કોર્સ આ ઈફેક્ટિવ સ્પીકિંગ એન્ડ હ્યૂમન રિલેશન્સ જેવા વિશેષ કાર્યક્રમોએ આ ડરથી બહાર નીકળવામાં અસંખ્ય લોકોની મદદ કરી છે.

## બીજાઓના લક્ષ્યોમાં રુચિ

જ્યારે વેલેરીથી પૂછવામાં આવ્યું કે, તે કંપનીમાં પોતાની તીવ્ર ઉન્નતિનો શ્રેય કોને આપે છે, તો એણે પ્રતિક્રિયા કરી, 'પોતાના મોટા કાનોને.' એણે આગળ બતાવ્યું: 'હું બીજા લોકોની વાચ ખરેખર સાંભળું છું - ફક્ત ત્યારે જ નહીં, જ્યારે તેઓ મારી સાથે વાત કરે છે, બલ્કે ત્યારે પણ જ્યારે તેઓ મારી આસ-પાસ બીજા લોકો સાથે વાત કર છે. પોતાની કારકિર્દીની શરૂઆતમાં હું એક મિટિંગ

શરૂ થવાની રાહ જોઈ રહી હતી અને મારી બાજુવાળો વ્યક્તિ કોઈની સાથે આંકડાઓની ગુણવત્તાના નિયંત્રણ પર વાત કરી રહ્યો હતો. થોડા સપ્તાહ પછી એ જ વિષય પર મેં એક વ્યાપારિક પ્રકાશનમાં મેં લેખ જોયો, જેણે એમાં રસ દાખવ્યો હતો. એણે આભાર વ્યક્ત કર્યો અને બીજા પ્રબંધકોને પણ બતાવ્યુંકે, હું કેટલું ધ્યાન રાખું છું. કેમ કે તે નાનું કામ એઓ માટે ખૂબ મહત્ત્વ રાખતું હતું, આથી મેં કંપનીના કેટલાય લોકોને લેખોની નકલો મોકલવાની આદત નાખી દીધી. જલ્દી જ મારી આ પ્રતિષ્ઠા બની ગઈ કે, હું બીજાઓની પરવાહ કરું છું અને હંમેશાં એવી જાણકારીની શોધમાં રહું છું, જે બીજાઓ માટે ઉપયોગી થઈ શકે છે. એનાથી અધિકારી પોતાના વિભાગમાં મારી બદલી કરવાનો આગ્રહ કરવા લાગ્યા અને દરેક બદલી મારા માટે એક પ્રગતિ હતી.'

વેલેરીના ઉદાહરણ પર ચાલીને આપણે ક્યારેક-ક્યારેક કોઈ અધિકારીને ખાસ રીતે રોચક લેખ મોકલી શકીએ છીએ, જેની સાથે આપણો થોડો સંપર્ક રહ્યો હોય. ધ્યાન આપો, જો આપણે સામાન્ય રીતે એમની સાથે કામ નથીકરતા, તો પ્રેસિડેન્ટ કે અન્ય વરિષ્ઠ અધિકારીઓથી સંપર્ક કરવો સમજદારીપૂર્ણ નથી. પોતાની ઠીક ઉપરના સ્તર પર જ આ કામ કરો.

## સ્વયં સેવા

જયારે બિલએ કોલેજની ડિગ્રી મેળવી, તો એના પછી તે એક મોટી ફોર્ચ્યૂન-૫૦૦ કંપનીના માનવ સંસાધન સ્ટાફમાં સામેલ થઈ ગયો. એને એ અહેસાસ કરવામાં વધારે સમય ના લાગ્યો કે, ઓછામાં ઓછા વીસઅન્ય પ્રતિભાશાળી યુવક હતો, જેમનાથી એને સીધી પ્રતિસ્પર્ધા કરવી પડશે, ત્યારે જ એને પ્રગતિમળી શકે છે. પોતાના પ્રતિસ્પર્ધીઓને હરાવવા માટે એણે પોતાના કામમાં અસાધારણ પ્રદર્શન કરવા કરતાં વધારે કરવાની જરૂર હતી.

થોડા મહિના પછી બિલએ યુનાઈટેડ-વે માટે વાર્ષિક ફાળો ઉઘરાવવાના કંપની અભિયાનની અધ્યક્ષતા કરવાની સ્વૈચ્છિક પહેલ કરી. આ પ્રોજેક્ટમાં તે મુખ્યાલયમાં દરેક વિભાગમાં ગયો અને કંપનીના મોટાભાગના અધિકારીઓને મળ્યો. આગલા ત્રણ વર્ષ સુધી દરેક વર્ષે બિલ એ ચળવળની અધ્યક્ષતા કરી.

કંપનીનો એક વાઈસ પ્રેસિડેન્ટ એ કામ પ્રતિ બિલના સમર્પણ અને પ્રોફેશનલ અંદાજથી ખૂબ પ્રભાવિત હતો. એમણે એક એવા પદનો ઉલ્લેખ કર્યો, જેનું તે પોતાના વિભાગમાં સર્જન કરવા ઇચ્છતો હતો અને એ પણ કહ્યું કે, બિલ એના

માટે સાચો વ્યક્તિ હોઈ શકે છે. બિલએ એમની રજૂઆતને સ્વીકાર કરી લીધી. હવે એચઆર વિભાગમાં પ્રગતિ માટે કેટલાય પ્રતિસ્પર્ધીઓમાંથી એક રહેવાના બદલે એક વરિષ્ઠ અધિકારીના સંરક્ષણમાં આવી ગયું, જેની સામે એક સ્પષ્ટ કારકિર્દીનો માર્ગ છે.

જ્ઞાનમાં શક્તિ છે. એ અવસર અને પ્રગતિ નિયંત્રિત કરે છે.

– પીટર ડ્રકર

## પ્રોફેશનલ સંગઠનોમાં સક્રિયતા

સામંતા અમેરિકાની એક ખૂબ જ પ્રતિષ્ઠિત કંપનીના માર્કેટિંગ વિભાગની નોકરી છોડવામાટે તૈયાર હતી. એને એ સમજમાં આવી રહ્યું ન હતું કે, જ્યારે આટલા બધા લોકો પ્રગતિ માટે એનાથી પ્રતિસ્પર્ધા કરી રહ્યા છે, તો એને પ્રગતિ કેવી રીતે મળી શકશે?

હાર માનવાના બદલે એણે નિર્ણય લીધો કે, એને પોતાના વિભાગના ઉચ્ચ્યાધિકારીઓની નજરમાં આવવું પડશે, જેથી તેઓ એની ક્ષમતાને ઓળખી લે.

સામંતા અમેરિકન માર્કેટિંગ ઍસોસિએશનના સ્થાનીય ખંડની સદસ્ય હતી. પોતાની યોજના પર અમલ કરવા માટે તે પ્રોગ્રામ કમિટીમાં સેવા કરવા માટે તૈયાર થઈ ગઈ. એનું પહેલું કામ હતું એપ્રિલની બેઠક માટે વક્તાને શોધવો. એણે પોતાની કંપનીના માર્કેટિંગ એક્ઝિક્યૂટિવ સાથે વાત કરી ન હતી અને એને વિશ્વાસ હતો કે, તેઓ તે એ જાણતા પણ નહીં હોય કે, તે કોણ છે, પરંતુ તેમ છતાં સામંતાએ એમને વક્તા બનવા માટે આમંત્રિત કરી લીધા. એમણે ના માત્ર મિટિંગમાં બોલવા માટે સંમતિ આપી, બલ્કે સામંતાને બતાવ્યું કે, આ આમંત્રણનું તેઓ સન્માન કરે છે. મિટિંગથી પહેલાં બે મોકા પર એમણે સામંતાને વ્યાખ્યાન સંબંધી વિચાર-વિમર્શ કરવા માટે બોલાવ્યા. મિટિંગમાં તે વક્તાની બાજુમાં મંચ પર બેઠી અને સમૂહને એમનો પરિચય આપ્યો. એના પછી સામંતા એ વાઈસ પ્રેસિડેન્ટની નજરમાં આવી ગઈ અને વિભાગમાં ઉત્કૃષ્ટ પ્રગતિ કરવા લાગી.

નજરમાં આવવાના બીજા સાધનોમાં વેપારિક જર્નલોમાં લેખ લખવાનું સામેલ છે. જો આપણા લેખમાં કંપનીમાં આપણી ગતિવિધિ સામેલ હોય, તો એને મોકલવાથી પહેલાં પોતાના અધિકારીની અનુમતિ અવશ્ય લો. એનાથી આપણે શરમથી બચી જઈશું, જો એને લેખમાં કોઈ એવી જાણકારી સામેલ છે, જે પ્રકાશિત

ના થવી જોઈએ. મોટાભાગના મામલાઓમાં આપણા લેખ થઈ જશે અને કંપનીમાં આપણો હોદ્દો ઉપર ઊઠી જશે.

આપણે કોઈ વ્યાપારિક કે પ્રૉફેશનલ સંઘના અધિકારી બનવા પર પણ વિચાર કરવો જોઈએ અને કંપનીની રુચિવાળી સામાજિક ગતિવિધિઓમાં સામેલ થવા વિશે પણ વિચારવું જોઈએ.

પોતાના પ્રદર્શનને સુપરવાઇઝરના ધ્યાનમાં લાવવાની એક ઉત્તમ રીત એ છે કે, કોઈ ગ્રાહક કે સપ્લાયર એમની સામે આપણી પ્રશંસા કરે. જો કોઈ ગ્રાહક કે સપ્લાયર આપણી પ્રશંસા કરે છે, તો એને એ અભિપ્રાય આપવો પૂરી રીતે ઉચ્ત છે કે, તે આપણા સહયોગી સ્વભાવ કે સારી સેવા વિશે આપણા બૉસને પ્રશંસાત્મક પત્ર કે ઈમેલ લખી દે. આ રીતનો સકારાત્મક ફીડબેક આપણા વિભાગ અને પૂરા સંગઠનમાં આપણા મહત્ત્વને સારી રીતે પ્રગટ કરે છે.

સક્ષમતા અને પ્રૉફેશનલ અંદાજ સફળતા માટે પાયો છે, પરંતુ આપણે ભલે જેટલા પ્રભાવી બની જઈએ, જો આપણી કંપનીના ઉચ્ચાધિકારીઓને એ વાતની ખબર ના હોય, તો આપણને નજરઅંદાજ કરી શકાય છે. લોકોની નજરમાં આવવાની યોજના બાવવા અને એના પર અમલ કરવાથી કારકિર્દી વિકાસના આપણા અવસર મહત્ત્વપૂર્ણ રૂપથી વધી જવા જોઈએ.

લોકોની નજરમાં આવવું આપણા વર્તમાન પદ પર આગળ વધવામાં જ મહત્ત્વની ભૂમિકા નથી નિભાવતું, એ તો આપણા ઉદ્યોગ, આપણા સમુદાય અને આપણા જીવનના બીજા પાસાઓની ભીતર પણ આપણા અવસરોનો વિસ્તાર કરે છે. આ સંગઠનના બીજા લોકો, સપ્લાયરો, ગ્રાહકો અને પ્રતિસ્પર્ધાઓ સુધીની જાણકારી પ્રાપ્ત તકરવામાં એક સહાયક સાધન બની જાય છે. આ નેટવર્કિંગનો અધિકતમ લાભ ઉઠાવવામાં પણ સક્ષમ બને છે. (અધ્યાય ૮માં એના પર વધારે વાત કરવામાં આવી છે.)

## સ્વ-વિજ્ઞાપન લક્ષ્ય

સ્વ-વિજ્ઞાપન તૈયાર કરવી પોતાની દર્શનીયતાને વધારવાની ઉત્તમ રીત છે, જેથી જ્યારે આપણે કંપનીમાં કે કંપનીની બહાર કોઈને મળીએ, તો આપણે સ્પષ્ટ, સારગર્ભિત અંદાજમાં બાતવી શકીએ કે આપણે કોણ છીએ? આપણએ શું કરીએ છીએ અને આપણું કારોબારમાં શું મહત્ત્વ છે. એને સ્વ-વિજ્ઞાપન આથી કહે છે, કેમ કે એ એટલી સારગર્ભિત અને વિશ્વસનીય હોય છે કે, લોકો સમજી શકે છે કે, તે આપણાથી ખરેખર કયા પરિણામ પ્રાપ્ત કરી શકે છે. જેમ કે

કોઈ પણ વિજ્ઞાપન એક્ઝિક્યૂટિવ આપણને બતાવી શકે છે, એવું સર્જનાત્મક અને સારગર્ભિત કથન તૈયાર કરવું સરળ નથી હોતું. ઉદ્દેશ્ય છે સ્પષ્ટ થવું અને રુચિ જાગૃત કરવી અને આ કામ ૧૫૦થી ઓછા શબ્દોમાં કરવું.

સ્વ-વિજ્ઞાપનનું લક્ષ્ય શ્રોતાઓની રુચિ જગાવવાનું છે. એનાથી એમેએટલા જિજ્ઞાસુ બનાવી દો કે, તેઓ વધારે જાણવા ઇચ્છે. સારી રીતે રિહર્સલ કરવામાં પ્રભાવી સ્વ-વિજ્ઞાપન અસીમિત જગ્યાઓ પર ઉપયોગી થઈ શકે છે. કારોબારી સંઘની મિટિંગ, સામાજિક સમારોહ, પ્રૉફેશનલ સમૂહ અને તુરંત થનારી બેઠકો- આ બધી જગ્યાઓ પર એનો ઉપયોગ કરી શકાય છે.

આવો, માની લઈએ છીએ કે, આપણે પહેલીવાર પોતાના સંગઠનના કોઈ વરિષ્ઠ મેનેજરને મળી રહ્યા છીએ. આપણે એવી છાપ છોડવા ઇચ્છીએ છીએ, જે તે સકારાત્મક રૂપથી યાદ રાખે. ખૂબ સંભવ છે કે, વહેલાં-મોડાં તે આપણને પૂછશે કે, આપણે સંગઠનમાં શું કરીએ છીએ? જો કે, બંને એક જ કંપનીમાં કામ કરીએ છીએ, પરંતુ એ માનીને ના ચાલો કે, ફક્ત પદ બતાવવું જ પર્યાપ્ત છ. આપણો ઉદ્દેશ્ય પદનું વર્ણન કરવાનું નથી, બલ્કે એ સંકેત કરવાનો છે કે, એ કામને પૂરું કરનારા બીજા કર્મચારીઓસાથે આપણે કયા પ્રકારે અલગ, ઉત્તમ અને/અથવા વધારે પ્રભાવી છીએ.

એવું કરવાનો એક ઉપાય એક મિનિટની ''પ્રસ્તાવના'' તૈયાર કરવાનો છ કે, આપણે કોણ છીએ અને આપણે શું-શું પ્રાપ્ત કર્યું છે. જે પ્રકારે સાર આપણી વાર્તા બતાવવા માટે દોહરાવવામાં આવે છે, એ જ રીતે ''પ્રસ્તાવના'' આવનારી વાર્તાઓનો સંકેત હોય છે, જે પછીથી સામે આવશે. એમાં નોકરીમાં આપણી સૌથી મહત્ત્વપૂર્ણ ઉપલબ્ધિઓને સારાંશમાં બતાવી દઈએ.

ઉદાહરણ : ''હું સહાયક એચઆર મેનેજર છું. હું પોતાની નોકરીથી પ્રેમ કરું છું, કેમ કે એમાં મને સર્જનાત્મક બનવાનો અવસર મળે છે. ઉદાહરણ સ્વરૂપે, મેં નવા ટીમ લીડરો માટે એક નેતૃત્વ પ્રશિક્ષણ યોજના તૈયાર કરી, જેના કારણે તેઓ પોતાના નવા પદ પર વધારે ઝડપથી ઉત્પાદક બની શકે. એના માટે મેં કૉમ્પ્યુટર 'ગેમ્સ'ની એક શ્રૃંખલા ડિઝાઇન કરી, જેમાં નવા ટીમ લીડરોની સામે આવનારી મોટાભાગની સમસ્યાઓને બતાવવામાં આવી છે, જેથી દરેક પ્રશિક્ષુ પોતાની ખુદની ગતિ અને પોતાના ખુદના સમયમાં શીખી શકે. એના પછી અમે કેટલાય પારસ્પરિક અભ્યાસ કર્યા અને અંતમાં એક વ્યાવહારિક અભ્યાસ સત્ર પણ રાખ્યું, જેમાં એક અુભવી ટીમ લીડરે માર્ગદર્શકી ભૂમિકા નિભાવી. આ કારણથી પ્રશિક્ષણ અવધિ ૩૦ ટકા સુધી થઈ ગઈ.''

''પ્રસ્તાવના''ની કેટલીય વાર રિહર્સલ કરો. એને ટેપ કરીને સાંભળવાથી સારી મદદ મળશે. એ તાજગીપૂર્ણ લાગે, એ સુનિશ્ચિત કરવા માટે એને કંઠસ્થ ના કરો. એમાં ફેરબદલ કરવા માટે તૈયાર રહો, જેથી આપણ પોતાની એ ઉપલબ્ધિઓ સામે રાખી શકીએ, જેમાં સામેવાળાની ખૂબ જ રુચિ હોય આ શ્રોતાને દરેક વખત રટી-રટાયેલી વાતના બદલે મૌલિક અને અર્થપૂર્ણ લાગે.

## કંપનીની રાજનીતિ

હંમેશાં કોઈ કંપનીમાંકેટલાય સમૂહ વર્ચસ્વ માટે સંઘર્ષ કરે છે. નાની કંપનીમાં પણ કેટલાય જૂથ પ્રગતિ માટે પ્રતિસ્પર્ધા કરે છે અને પ્રબંધન માટે બીજા લોકોનું સમર્થન પ્રાપ્ત કરવા માટે ઘણાં બધા પૈતરાંનો ઉપયોગ કરે છે.

કોઈ નવા કર્મચારી માટે સૌથી સારો નિયમ એ છે કે, તે જૂથોના વિવાદોથી દૂર રહે. સૌથી સારું એ જ રહે છે કે, કોઈ જૂથની સાથે જોડાવામાં ના આવે, જ્યાં સુધી કે આપણને વિકલ્પ પસંદ કરવા માટે મજબૂર જ ના કરી દેવામાં આવે. સામાન્ય રીતે કોઈ કંપનીમાં રાજનીતિથી દૂર રહેવું મુશ્કેલ હોય છે. અંતત: પ્રબંધનના સૌથી નાદાન લોકોને છોડીને બધા ખુદને એક કે બીજા જૂથમાં જોશો. હંમેશાં આપણું જૂથ સ્વત: જ પસંદ કરી લેવામાં આવે છે. આપણને એક બૉસ આપી દેવામાં આવે છે અને આપણે આપમેળે એના પસંદગીના રાજનીતિક સમૂહ સાથે જોડાઈ જઈએ છીએ. જો આપણે વિજેતા ટીમમાં છીએ, તો આ આપણા માટે



લાભકારી હોય છે. જ્યારે આપણી ટીમનો લીડર શક્તિ પ્રાપ્ત કરે છે, તો આપણને પ્રમોશન અને એનાથી જોડાયેલા લાભોનો પુરસ્કાર મળશે. ખેર, જો આપણને કોઈ પરાજિત રાજનીતિક જૂથના સદસ્ય માનવામાં આવે છે, તો આપણે નિમ્ન-સ્તરીય પદ માટે અભિશપ્ત થઈ શકીએ છીએ અથવા આપણને બહાર કાઢવા માટે પણ વિવશ કરવામાં આવી શકે છે.

પક્ષ પસંદ કરવો ખૂબ જ મુશ્કેલ નિર્ણય હોઈ શકે છે. સૌથી સારો એ નિર્ણય છે કે, આપણે વધારેમાં વધારે સમય સુધી તટસ્થ રહીએ. કોઈ પક્ષના જીતવાની

સૌથી વધારે સંભાવના છે, એના માટે કંપનીનું જ્ઞાન, એના કર્મચારીઓનું જ્ઞાન અને એના પરિવેશનું પૂર્ણ જ્ઞાન જરૂરી હોય છે. સ્થિતિને ધ્યાનથી જોયા પછી આપણે કંપનીના આંતરિક સંઘર્ષમાં વિજેતાઓના પક્ષમાં જઈ શકીએ છીએ. જો આપણે પરાજિતોના જૂથમાં છીએ, તો આ બીજી નોકરી શોધવાનું બાધ્યકારી કારણ હોઈ શકે છે.

કંપનીની અંદરની મોટાભાગની રાજનીતિનું નિરાકરણ જીત-હાર સમાધાનથી નથી થતું.

આ તો વર્ષો સુધી કોઈ નિશ્ચિત નિષ્કર્ષ વગર ચાલતી રહે છે. આપણે મૂલ્યાંકન કરવું જોઈએ કે, આપણે આંતરિક સમૂહની સાથે ક્યાં ઊભા છીએ. આપણે બધા જૂથોની સાથે સારા સંબંધ જાળવી રાખવા જોઈએ. કોઈ શરમ વગર પક્ષ નથી બદલવામાં આવતો, પરંતુ એને શું કરી શકાય છે. આ ક્યારે અને કેવી રીતે કરવાનું છે, આ જાણકારી કંપનીમાં આપણા અસ્તિત્વને સુરક્ષિત બનાવી શકે છે.

# પ્રતિસ્પર્ધા

જો આપણે કોઈ પારિવારિક સ્વામિત્વના વ્યવસાયમાં છીએ, તો સંભવત: માત્ર પરિવારના સદસ્ય જ શીર્ષ પ્રબંધનમાં પહોંચી શકે છે. કોઈપણ કંપનીમાં કોઈ પ્રતિસ્પર્ધા બોસના ખાસ હોઈ શકે છે અને દોડમાં આપણાથી વધારે આગળ હોઈ શકે છે. એમાંથી કોઈપણ સ્થિતિમાં આપણા માટે આ લાભકારી રહે છે કે આપણે પોતાની પ્રગતિમાં નિચલા સ્તરથી જ સંતુષ્ટ થઈ જશે. મોટાભાગની કંપનીઓમાં આપણને ઉચ્ચ-સ્તરીય પદો માટે પોતાના વિભાગની અંદર અને બહાર બંને જગ્યાના વ્યક્તિઓ સાથે પ્રતિસ્પર્ધા કરવી પડશે. જેમ-જેમ આપણે પોતાના સંગઠનના પદક્રમમાં વધાર ઉપર ઊઠીએ છીએ, સ્વાભાવિક રૂપી પદોની સંખ્યા ઘટતી જાય છે. એમના માટે પ્રતિસ્પર્ધા ખૂબ જ તીક્ષ્ણ થઈ જાય છે.

ઉપરના માર્ગ પર ચાલતા સમયે આપણે પોતાના મનગમતા પદોના પ્રતિદ્વંદ્વીઓ વિશે સતત જાગૃત રહેવું જોઈએ. આપણ પોતાના વિરોધીઓની વાહ લેવી જોઈએ અને શ્રેષ્ઠ પ્રદર્શન તેમજ વધેલી દર્શનીયતાનો પ્રયાસ કરવો જોઈએ.

આપણે વધારેમાં વધારે શીખવા અને પછી કંપનીની ભીતર કોઈ બીજા પદ પર જવાની પસંદગી પણ કરી શકીએ છીએ, જ્યાં વધારે અવસર હોય. આપણે કોઈ બીજી કંપનીમાં જવાનો વિકલ્પ પણ પસંદ કરી શકીએ છીએ. જો આપણને

મહેસૂસ થાય છે કે, આપણે પ્રતિસ્પર્ધા કરી શકીએ છીએ, તો આપણે ખુદને સાબિત કરવાની સર્વશ્રેષ્ઠ કોશિશ કરવી જોઈએ.

આપણે પોતાના પ્રતિદ્વંદ્વીઓની ચાલોથી સતર્ક રહેવું જોઈએ. દરેક માણસ ન્યાયપૂર્ણ ઢંગથી પ્રતિસ્પર્ધા નહીં કરે. દુર્ભાગ્યથી, આપણા કેટલાક પ્રતિસ્પર્ધી દરેક તક પર આપણી પીઠમાં છરી ભોંકશે, બસ શરત એનાથી એમની પ્રતિષ્ઠા વધતી હોય.

જો કે, આ ચાલો કેટલાક અધિકારીઓને રાસ આવે છે, પરંતુ સમજદાર અધિકારી એમના વિશે જાગૃત હોય છે અને એમને નાપસંદ કરે છે. પોતાના સહકર્મીઓને નીચા બતાવવા ખરાબ વિવેકની પરાકાષ્ઠા છે. તેમ છતાં આપણા કેટલાક પ્રતિદ્વંદ્વી આપણને અને બીજા પ્રતિસ્પર્ધીઓને બદનામ કરીને આગળ વધવાની કોશિશ કરી શકીએ છીએ.

યુગલીખોર આપમા દરેક પગલાં પર નજર રાખે છે. જો આપણે કોઈ ભૂલ કરીઈ છીએ, તો તે એના વિશે પૂરા પ્રબંધનને બતાવવું પોતાની જવાબદારી સમજે છે. તે આપણી દરેક ભૂલ પર ખુશ હોય છે. ઉપર બતાવવામાં આવેલી રીતી પોતાની ઉપલબ્ધિઓનો પ્રચાર કરીને આપણે એનાથી મુકાબલો કરી શકીએ છીએ. જો આપણે ક્યારેક-ક્યારેક ભૂલ કરીએ છીએ (જે સૌથી થાય છે), તો આપણી ઉપલબ્ધિઓ આપણી ભૂલોથી ભારે પડશે.

નકારાત્મક લોકો આપણા વિચારો અને યોજનાઓને ધ્યાનથી સાંભળે છે. તેઓ સામાન્ય રીતે ત્યાં સુધી રાહ જુએ છે, જ્યાં સુધી કે આપણે ઉચ્ચ-સ્તરીય પ્રબંધકોની મિટિંગમાં એમના પર વાત નથી કરતા. પછી તે વાર કરી દે છે! તેઓ યોજનાની બધી ખામીઓ બતાવે છે અને નકારાત્મક પાસાઓ પર ભાર આપે છે (જેમ કે ખર્ચ ખૂબ વધારે છે; એને ક્યારેય નથી અજમાવવામાં આવ્યો; એને સ્વીકાર નહીં કરવામાં આવે વગેરે), જો કે અમે જોયું છે કે, સકારાત્મક પાસા કયા પ્રકારે એમના પર ભારે પડે છે. તેઓ વિકલ્પ નથી દર્શાવતા. એમનો ઉદ્દેશ્ય તો આપણને રક્ષાત્મક બનાવવો અને મૂર્ખ બતાવવાનો છે. જ્યાં સુધી કે આપણે એના માટે તૈયાર ના થઈએ, એ જોખમ રહે છે કે, બીજા અધિકારીઓ પર આપણી ખરાબ છાપ છૂટશે. પછી આપણે યોજનાને ઉચિત સ્પષ્ટીકરણની સાથે ફરીથી રજૂ કરી શકીએ છીએ, પરંતુ આપણે એક મહત્ત્વપૂર્ણ મુકાબલામાં હારી ચુક્યા છીએ. આપણી ખરાબ છબી બનાવવાના એમના મનસૂબા પૂરા થઈ ગા છે, કેમ કે તે છબી આપણા વરિષ્ઠ પ્રબંધકોના દિમાગમાં વસી ચુકી છે. આવા હુમલાનો પ્રતિરોધ કરવા માટે આપણે ભાવનાત્મક નહીં, તાર્કિક દૃષ્ટિથી પોતાના વિચારોની રક્ષા કરવા માટે તૈયાર રહેવું જોઈએ. નકારાત્મક લોકો ઇચ્છે છે કે,

આપણે બૉસની સામે ભડકી જાય. એનાથી આપણી પ્રગતિની સંભાવના જેટલી ઓછી થશે, એટલી વધારે વસ્તુઓથી નહીં થાય.

નકારાત્મક લોકોના વિપરીત તમારાથી- ઉત્તમ આપણને એક અલગ રીતથી નીચા બતાવે છે. તેઓ આપણા વિચાર સાથે મળતો એક નવો વિચાર રાખી દે છે, જે ઓછામાં ઓછો આપણા વિચાર કરતાં વધારે ચમકદાર દેખાય છે. ઉદાહરણ તરીકે, આપણે એક જાહેરાત યોજનાને સુનિયોજિત વિચાર આપ્યો છે, જેમાં કોઈ પ્રસિદ્ધ હસ્તીથી પોતાની પ્રૉડક્ટની જાહેરાત કરાવવાની સલાહ આપી છે. તમારાથી ઉત્તમ લોકો આપણા વિચારનું અપહરણ કરને ખૂબ જ ગ્લેમરસ કલાકારનો અભિપ્રાય આપી શકે છે. પછી તેઓ પૂરી ચર્ચા ''એમના'' કલાકારની ચારે તરફ કેન્દ્રિત કરી લે છે અને એને પોતાનો વિચાર શિશુ બનાવી લે છે.

તમારાથી-ઉત્તમ સાથે ઝૂમવા માટે એમના સંશોધનને ઉચિત પરિપ્રેક્ષ્યમાં રાખો. જો એમાં ખૂબ ઓછો દમ છે, તો પોતાના વિચારની શક્તિને દોહરાવો. જો એમાં થોડું મૂલ્ય છે, તો પોતાની યોજનામાં યોગદાન આપવા માટે એમનો આભાર વ્યક્ત કરો, પરંતુ પોતાના વિચારના અમલમાં વ્યાપક સંભાવનાઓ પર ભાર આપો.

દરેક કંપનીમાં જ઼ી-હજૂરી કરવાવાળા લોકો હોય છે. કેટલાક બૉસ પોતાના અહમ્ની તુષ્ટિ માટે ખુદને ચાપલૂસોથી ઘેરાયેલા રાખે છે. ક્યારે અને કેવી રીતે બૉસને મસ્કો લગાવવાનો છે, એ જાણવું કેટલાય લોકો માટે સફળ કારકિર્દીનો પાયો હોય છે. પરંતુ ક્યારેક-ક્યારેક મસ્કાબાજ઼ી અને ચાપલૂસીમાં ફરક હોય છે. ચાપલૂસ પોતાના સુપરવાઇઝ઼રોની ચાપલૂસી કરવાના બહાના શોધે છે. તેઓ એમની દરેક ઇચ્છા પૂરી કરવા માટે દોડે છે, તેઓ ક્યારેય અસહમત નથી થતા અને સામાન્ય રીતે પોતાના બૉસના વિચારોને રટ્ટૂ પોપટની જેમ દોહરાવતા રહે છે.

જો તેઓ સુરક્ષિત છે, જેને અહમ્ની તુષ્ટિની જરૂર હોય છે તો આપણે ચાપલૂસોના ખેલમાં સામેલ થયા વગર એમને નથી હરાવી શકતા. પરંતુ મોટાભાગના અધિકારી આ જ઼ી-હજૂરિયા લોકોની હકીકતને આંકી લે છે અને એમનાથી પ્રભાવિત થવાના બદલે બસ આનંદિત થાય છે.

આપણે પોતાના પ્રતિ સાચા રહેવું જોઈએ અને પોતાના વિચારો પર અડગ રહેવું જોઈએ. જરૂર પ્રમાણે પોતાના સુપરવાઇઝ઼રની વાત સાથે સહમત કે અસહમત થાઓ અને પોતાની અસહમતિને સ્પષ્ટતા તેમજ પ્રામાણિકતાથી રજૂ

કરો. મોટાભાગના અધિકારી આપણને એવું કરવાનો અધિકાર આપે છે. જો આપણે એમને આપણા તર્કો છતાં એ વિશ્વાસ કે આપણે સાચા છીએ, ત્યારે પણ તેઓ અસહમત થવાના આપણા અધિકારનું સન્માન કરશે.

પોતાના પ્રતિદ્વંદ્વિઓને ઓળખતા શીખો અન એમની સામે ઝઝૂમવા માટે વિશ્લેષણ કરો કે, તેઓ કેવી રીતે કામ કરે છે અને એમનાથી નિપટવા માટે તૈયાર રહો.

સારું કામ અને એની માન્યતા હજુ પણ કંપનીની અંદર વિકાસ કરવાનો સૌથી તીવ્ર માર્ગ છે. ચાલબાજ પ્રતિદ્વંદ્વિ અલ્પકાલીન ઝટકા તો આપી શકે છે, પરંતુ આપી અખંડતા આપણને હંમેશાં એમનાથી ઉગારી લેશે.

## પ્રદર્શન સમીક્ષા

પ્રદર્શન સમીક્ષા કંપનીની ભીતર આપણી પ્રગતિ નક્કી કરવામાં એક મહત્ત્વપૂર્ણ ઘટક છે. મોટાભાગની કંપનીઓમાં સુપરવાઇઝર સામાન્ય રીતે એ સમીક્ષા વાર્ષિક રૂપથી કરે છે.

આપણામાંથી કેટલાય લોકો આ મિટિંગથી ગભરાય છે. ડર અને તણાવ આ અતિ મહત્ત્વપૂર્ણ મિટિંગમાં આપણી વિરુદ્ધ કામ કરી શકે છે. સાવધાનીપૂર્વક યોજના બનાવીને આપણે આ વાતચીતને લાભકારી અવસરમાં બદલી શકીએ છીએ.

પોતાની પ્રદર્શન સમીક્ષાથી અધિકતમ લાભ લેવા માટે એની સાવધાનીથી તૈયારી કરવી અનિવાર્ય છે. સુપરવાઇઝરની સાથે બેઠકથી પહેલાં એ અવધિમાં પોતાના પ્રદર્શનની નિષ્પક્ષ સમીક્ષા કરો. જો આપણે પોતાના કામોની પૂરી સૂચી બનાવી રાખી છે, તો આ કામ સરળતાથી કરી શકાય છે. જો આપણે એવું નથી કર્યું, તો બધા ઉપલબ્ધ રેકૉર્ડ જુઓ.

પોતાના લોકો, લેખિત રેકૉર્ડ કે સ્મૃતિની મદદથી પાછલા વર્ષની મોટી ઉપલબ્ધિઓને લખી લો. એ બધા ખાસ કામોને સામેલ કરો, જેમણે વિભાગની સફળતામાં યોગદાન આપ્યું છે. ઉદાહરણ તરીકે, આપણા આપેલા અભિપ્રાયોની યાદી બનાવો, જેના પર અમલ કરવામાં આવ્યો હોય, જેમ કે સુરક્ષા યોજના શરૂ કરવી જેના કારણે દુર્ઘટનાઓ મહત્ત્વપૂર્ણ રૂપમાં ઓછી થઈ; સમય બચાવતી પ્રણાલી વિકસિત કર વી, જેના કારણે આપણે એક ખૂબ મુશ્કેલ ડેડલાઇન પૂરી કરી શકીએ; કોઈ નવા કર્મચારીને માર્ગદર્શન આપવું, જેથી તે વધારે ઝડપથી ઉત્પાદક બની જાય; કોઈ કામમાં નિર્ધારિત લક્ષ્ય કરતાં ખૂબ આગળ નીકળવું અને એવી જ ઉપલબ્ધિઓ.

આપણામાંથી કોઈપણ આદર્શ નથી હોતું. કેટલીક એવી ગતિવિધિઓ હોય છે, જેમાં આપણે ઉત્તમ બની શકીએ છીએ. એ વાતની સંભાવના છે કે, સમીક્ષામાં આપણા સુપરવાઈઝર આ મુદ્દાઓને ઉઠાવશે. વિચારો કે, આપણે કઈ રીતે પોતાના પ્રદર્શનને ઉત્તમ બનાવી શકીએ છીએ અને આ ઉપાયોને સો રાખવા માટે તૈયાર રહો.

ઉદાહરણ તરીકે, બની શકે છે કે, આપણે કેટલીક તકનીકી પ્રણાલીઓ વિશે એટલું નથી જાણતા, જેટલું આપણે જાણવું જોઈએ. આ વાતની ખૂબ સંભાવના છે કે, બૉસ આ કમી પર ટિપ્પણી કરશે આથી એ બતાવવા માટે તૈયાર રહો કે, આપણે એ જ્ઞાનને પ્રાપ્ત કરવા માટે આ સમયે શું કરી રહ્યા છીએ.

યાદ રાખો, પ્રદર્શન સમીક્ષા સુપરવાઈઝર અને આપણી વચ્ચે થવાવાળી વાતચીત છે. એનો અર્થ એ નથી કે, બૉસ આપણને એ બતાવે, ''તમે આ કામ સારા કર્યા; તમે આ કામ ખરાબ કર્યા.'' આ બેતરફી સંવાદ હોવો જોઈએ. સત્ય છે, આ સંવાદમાં આપણે બોલવા કરતાં વધારે સાંભળવાનું હોય છે, પરંતુ આપણી ટિપ્પણીઓ મહત્ત્વપૂર્ણ હોય છે.

ધ્યાનથી સાંભળો. વાત ના કાપો, પરંતુ સ્પષ્ટીકરણથી પ્રશ્ન પૂછો. સુપરવાઈઝરની વાત જો સ્પષ્ટ નથી, તો એની કહેલી વાતને પોતાના શબ્દોમાં દોહરાવો. પૂછો, ''શું તમારો આશય આ હતો...?'' અથવા પછી કથન વિશે કોઈ નિશ્ચિત સવાલ પૂછો. પોતાની વાત કહેવાથી પહેલાં સુપરવાઈઝરને એની વાત પૂરી કરી લેવા દો.

સર્જનાત્મક બનો. જો આપણે બૉસની ટિપ્પણીઓ સાથે સહમત નથી, તો આપણે એમનું ખંડન કરવું જોઈએ. કેમ કે આપણે પોતાની ઉપલબ્ધિઓની યાદી સાવધાનીથી તૈયાર કરી છે અને આપણે પોતાની કમીઓને જાણીએ છીએ, આથી આપણે પોતાની વાત રાખવા માટે પૂરી રીતે તૈયાર રહો. પાછલા વર્ષે સુપરવાઈઝરના સમર્થન માટે એમને ધન્યવાદ આપીને વાત શરૂ કરવી એક સારો વિચાર છે. પછી કહો : ''હું તમારા દ્વારા અત્યારે કહેવામાં આવેલી દરેક વાતને સમજું

> પ્રદર્શન સમીક્ષાઓ બેતરફી માર્ગ છે. સુપરવાઈઝર અને અધનીસ્થ બંનેએ આને પ્રદર્શનના સર્જનાત્મક મૂલ્યાંકનનો અવસર અને સતત સુધારની યોજનાઓ બનાવવાનો અવસર માનવો જોઈએ.
>
> – સ્કૉટ વેટ્રેલા
> પરામર્શદાતા અને લેખક

છું અને હું તમારી સ્પષ્ટતાની કદર કરું છું. કેટલીક ખાસ ઉપલબ્ધિઓ છે, જેના પર મને વિશેષ ગર્વ છે અને જેના માટે તમે એ સમયે મને અભિનંદન આપ્યા હતા. બની શકે છે કે, તમે એના પર હજુ વિચાર ના કર્યો હોય.'' પછી આ બિંદુઓને ગણાવો.

જો બતાવવામાં આવેલી કમીઓ ખરેખર છે, તો એમના માટે બહાના ના બનાવો. એના બદલે એ બતાવો કે એમનાથી બહાર નીકળવા માટે આપણે શું કરી રહ્યા છીએ. એ અભિપ્રાય આપો કે, આપણા સુપરવાઈઝર આપણા પ્રદર્શનને યોગ્ય બનાવવાના આપણા પ્રયાસો પર વિચાર કર્યા પછી જ મૂલ્યાંકનને અંતિમ રૂપ આપે.

## લક્ષ્ય

કેટલીય કંપનીઓમાં પ્રદર્શન સમીક્ષા અવધિ આગલી અવધિ માટે લક્ષ્ય નક્કી કરવાનો સમય હોય છે. એના વિશે વાતચીત કરો કે આપણે પાછલી સમીક્ષામાં નક્કી લક્ષ્યો સુધી પહોંચવાના કેટલા નજીક પહોંચ્યા. જો એ લક્ષ્ય આ વર્ષમાં પૂરા ના થઈ શક્યા, તો પરિસ્થિતિઓને સ્પષ્ટ કરો.

એ વિશે વાતચીત કરો કે, આગામી અવધિમાં આપણા લક્ષ્ય શું છે? એ વિશિષ્ટ કામ-સંબંધી ઉદ્દેશ્યના રૂપમાં હોઈ શકે છે, જેમ કે ઉત્પાદન વધારવું અથવા નવા પ્રોજેક્ટ તૈયાર કરવા અથવા કારોબાર સંબંધી વ્યક્તિગત લક્ષ્ય હોઈ શકે છે, જેમ કે કોઈ નવી ભાષા કે કૉમ્પ્યુટર પ્રોગ્રામ શીખવો કે કૉલેજની ડિગ્રી પ્રાપ્ત કરવાની દિશામાં કામ કરવું. સુનિશ્ચિત કરો કે, આ લક્ષ્ય કંપની માટે મહત્ત્વપૂર્ણ છે અને એનાથી પ્રગતિના આપણા અવસર વધશે. એ નોંધ કરો કે, આપણે એને પ્રાપ્ત કરવા માટે સમર્પિત છીએ.

જો આપણે આ સલાહો પર અમલ કરીએ છીએ, તો આપણે પોતાની પ્રદર્શન સમીક્ષાઓથી ફાયદો ઉઠાવી શકીએ છીએ અને એને પોતાની કારકિર્દીની પ્રગતિમાં એક મૂલ્યવાન પગથિયું બનાવી શકીએ છીએ. પૂરા વર્ષમાં પોતાની ઉપલબ્ધિઓની યાદી બનાવીને પ્રદર્શન સમીક્ષાઓની તૈયારી કરો અને બતાવો કે, આપણે પોતાની કમીઓમાંથી બહાર નીકળવા માટે શું કરી રહ્યા છીએ. ધૈર્યવાન બનો. પ્રમોશન રાતોરાત નથી મળતું.

# ૮. નવી નોકરીની શોધ

આપણે મજબૂરીમાં કોઈ નવી નોકરી શોધીએ છીએ, કેમ કે આપણને વર્તમાન નોકરીથી કાઢી મૂકવામાં આવ્યા છે. વર્તમાન અર્થ વ્યવસ્થામાં નોકરીમાંથી કાઢી મૂકવાની બાબત સામાન્ય થઈ ચુકી છે. જો આપણી કંપની પોતાના સ્ટાફની છંટણી કરીને આપણને મૂકે છે, તો આપણે કામ-ધંધા માટે કોઈ બીજી જગ્યાની શોધ કરવા માટે તૈયાર રહેવું જોઈએ.

બીજી તરફ, પોતાની વર્તમાન સ્થિતિનું મૂલ્યાંકન કરીને અને એના નિષ્કર્ષોનું અધ્યયન કર્યા પછી આપણે એ નિર્ણય લઈ શકીએ છીએ કે, વર્તમાન કંપનીમાં આપણા અવસર સીમિત છે, આથી આપણે કોઈ બીજી કંપનીમાં નવી નોકરીની શોધ કરવી જોઈએ. સાવધાન! સ્વેચ્છાથી નોકરી બદલવી એક ગંભીર મામલો છે અને નોકરી બદલવાના નિર્ણયને સામાન્ય ના ગણવો જોઈએ. કોઈ નવી નોકરીની શોધ શરૂ કરવાથી પહેલાં આપણે નિમ્ન વાતો પર વિચાર કરવો જોઈએ કે, પદ અને કંપનીના પોતાના મૂલ્યાંકનની સમીક્ષા કરીને સુનિશ્ચિત કરો કે, કંપની છોડવાનું પર્યાપ્ત કારણ શું છે? વિશુદ્ધ ભાવનાત્મક કારણોથી નોકરી ના બદલો. જો આપણે આથી નોકરી છોડી રહ્યા છે, કેમ કે આપણને સુપરવાઈઝર પસંદ નથી, તો આ નાપસંદગી કંપનીના બીજા લાભો કરતાં વધારે ભારે હોવી જોઈએ. કોઈ બીજા વિભાગમાં બદલી વધારે સારો વિકલ્પ હોઈ શકે છે. કોઈ અસહમતિના કારણે ના તો ક્યારેય નોકરી છોડો, ના તો છોડવાની ધમકી આપો. ત્યાં સુધી જૂની નોકરી કરતા રહો, જ્યાં સુધી નવી નોકરી પ્રાપ્ત ના થઈ જાય. જૂની નોકરી કરતા રહેવાથી બેરોજગારીનું નાણાકીય અને ભાવનાત્મક દબાણ નિશ્ચિત રૂપથી ઓછું થઈ જાય છે. એ ઉપરાંત, કેટલીય કંપનીઓ એવા લોકોને નિયુક્ત કરવાનું વધારે પસંદ કરે છે, જે વર્તમાનમાં કોઈ બીજી જગ્યાએ નોકરી કરી રહ્યા છે.

# નવી નોકરીની યોજના

> આગળ વધવાનું રહસ્ય શરૂ કરવું છે. શરૂ કરવાનું રહસ્ય જટીલ, ભારે-ભરખમ કામોને નાના, સરળ કામોમાં તોડવાનું છે અને પછી પહેલા કામથી શરૂઆત કરવાની છે.
>
> – માર્ક ટ્વેન

નોકરી શોધવી એક મોટું કામ છે અને એની યોજના સાવધાનીપૂર્વક બનાવવી જોઈએ. આ કાર્યને લાપરવાહ અંદાજમાં નથી કરી શકાતું. એને એક વેચાણ અભિયાન માનો, જેમાં આપણે સંભાવિત નિયોક્તાને પોતાની યોગ્યતા વેચી રહ્યા છીએ. પોતાની પૃષ્ઠભૂમિનું સાવધાનીપૂર્ણ વિશ્લેષણ- આપણે એ નિયોક્તાની સામે શું રજૂ કરીએ છીએ. નોકરીઓ ક્યાં-ક્યાં મળી શકે છે, તેની યાદી તૈયાર કરવી જોઈએ અને પ્રભાવશાળી આત્મ-પરિચય (બાયોડેટા) લખવો.

વ્યક્તિગત ઉપલબ્ધિની તપાસ આપણી નોકરીની શોધમાં પ્રથમ પગથિયું છે. પોતાની પૃષ્ઠભૂમિની સમીક્ષા કરવી અને પોતાની ઉપલબ્ધિઓની યાદી તૈયાર કરવી. જો આપણે કૉલેજ સ્નાતક નથી, તો આપણા મનગમતા પદ માટે પ્રાસંગિક સારા શિક્ષણ કે પ્રશિક્ષણનો ઉલ્લેખ કરો.

જો આપણે કૉલેજ સ્નાતક છીએ, તો કૉલેજ ડિગ્રીઓ અને વિશેષ ઉપલબ્ધિઓ કે સન્માનોનો ઉલ્લેખ કરો. જો આપણને કૉલેજમાંથી નીકળ્યાના પાંચ વર્ષ કે એનાથી ઓછા થયા હોય, તો શિક્ષણ વિશે વિસ્તારથી બતાવો; જો આપણને કૉલેજ છોડ્યે પાંચ વર્ષથી વધારે સમય થઈ ચુક્યો છે, તો શિક્ષણ કામકાજ અનુભવથી ઓછું મહત્ત્વપૂર્ણ થઈ જાય છે. આથી, પોતાના શૈક્ષણિક અનુભવને વિસ્તારથી બતાવવાની કોઈ જરૂર નથી.

એમાંથી ભલે જે સ્થિતિ હોય, પોતાની વિશિષ્ટતાનો ઉલ્લેખ કરો, જેનાથી એ જાણ થાય કે, આપણે પોતાના ક્ષેત્રમાં થનારી નવીનતમ પ્રગતિની સાથે ચાલી રહ્યા છીએ. પ્રમાણીકરણો અને લાઈસન્સોનો ઉલ્લેખ કરો, જેમ કે સીપીએ, પીઈ, સ્ટેટ બારના સદસ્ય વગેરે.

પ્રૉફેશનલ, વ્યાવસાયિક કે ઔદ્યોગિક સંગઠનોની સદસ્યતાઓનો પણ ઉલ્લેખ કરો. જો પ્રાસંગિક હોય, તો એ પ્રકાશનોની યાદી બનાવો, જેમાં આપણા લેખ પ્રકાશિત થયા છે. ઔદ્યોગિક સંમેલનો વગેરેમાં સહભાગિતાનો પણ ઉલ્લેખ કરો. તમે જેટલા પણ પદ પર રહ્યા છો, દરેકની યાદી બનાવો. પોતાના વર્તમાન

કે સૌથી નવીન પદથી શરૂઆત કરો અને પછી એની પાછળ ચાલતા જાઓ. સંભાવના એ વાતની છે કે, આપણા મનગમતા પદ માટે આપણા નવીનતમ અનુભવની જ સૌથી વધારે જરૂર પડશે. દરેક પદ માટે :

- કંપનીનું નામ-સરનામું, રોજગારની તિથિઓ અને પદનામની યાદી બનાવો. જો આપણે એ જ કંપનીમાં કેટલાય પદો પર રહ્યા છીએ, તો દરેક પદને એક અલગ નોકરીના રૂપમાં લખો. પ્રારંભિક અને વર્તમાન પગાર લખો, સુપરવાઇઝરનું નામ બતાવો અને નોકરી છોડવાનું કારણ બતાવો.

> સામાન્ય માણસ પોતાના કામકાજમાં પોતાની ફક્ત ૨૫ ટકા ઊર્જા લગાવે છે. સંસાર એ લોકોને સલામ કરે છે, જે પોતાની ૫૦ ટકા ક્ષમતા કરતાં વધારે લગાવે છે અને સંસાર એ લોકો માટે તો માથાના બળે ઊભો થઈ જાય છે, જે ૧૦૦ ટકા લગાવી દે છે.
> — એન્ડ્રૂ કારનેગી

- વ્યક્તિગત ઉપલબ્ધિ યાદી બનાવ્યા પછી આપણે પોતાના નેટવર્કના લોકોની સાથે પોતાની પૃષ્ઠભૂમિ પર વાત કરવા પોતાનો આત્મ-પરિચય લખવો.

- અને તમે ઇન્ટરવ્યૂમાં પૂછી શકાય તેવા સંભાવિત પ્રશ્નો પર પ્રતિક્રિયા કરવાના માર્ગ પર હશો.

## નોકરીના સ્રોત

નોકરીના અવસરોની જાણકારી આપનારા ઘણા બધા સ્રોત છે. નોકરી શોધતા સમયે આપણે ખુલ્લી માનસિકતા રાખવી જોઈએ, કેમ કે આપણે ક્યારેય નથી જાણતા કે, આપણને નવી નોકરી કેવી રીતે મળશે? ઇન્ટરનેટ સંદર્ભ સેવા અખબારોમાં ''પદ ખાલી છે''નું ઑનલાઇન સમતુલ્ય છે. નોકરી શોધનારા આ સેવાઓનો ઉપયોગ બે રીતે કરી શકે છે. પ્રથમ રીત છે, પદોની યાદીઓમાં છણાવટ કરવી; બીજી રીત છે- એમની ડેટા બેંકમાં પોતાનો આત્મ-પરિચય મૂકવો. આ બંને જ સેવાઓ માટે અરજદારો પાસેથી કોઈ શુલ્ક નથી લેવામાં આવતું.

વર્તમાનમાં કેટલીય ઇન્ટરનેટ સંદર્ભ સેવાઓ ઑનલાઇન છે અને કેટલીય દર મહિને શરૂ થઈ રહી છે. મોટાભાગની સેવા કંપનીઓ, કંપનીઓ પાસેથી

વેબસાઇટ પર નોકરીની જાહેરાત મૂકવા માટે શુલ્ક લે છે. અરજદારો પાસેથી કોઈ શુલ્ક નથી લેવામાં આવતું. જ્યારે અરજદાર એમની વેબસાઇટ પર રજિસ્ટર કરી લે છે, તો તે એમની ફાઇલોમાં સર્ચ કરી શકે છે, પોતાનો ખુદનો આત્મ-પરિચય મૂકી શકે છે, આત્મ-પરિચય લખવા વિશે સલાહ પણ પ્રાપ્ત કરી શકાય છે અને આ સેવાના ઉપયોગ પર સલાહ પણ મેળવી શકે છે.

ભલે કોઈ કંપનીની પોતાની ખુદની વેબસાઇટ હોય, પરંતુ આ એ ભરોસે નથી રહી શકતી કે, એ પદ માટે સૌથી ઉપયુક્ત અરજદાર એની સાઇટ પર આવશે. વધારે મોટી જાળ બિછાવવા માટે કંપનીઓ એક કે કેટલીય ઇન્ટરનેટ સંદર્ભ સેવાઓ પર જાહેરાત મૂકી દે છે. કેમ કે આ જાહેરાત અખબારી જાહેરાતો કરતાં વધારે વ્યાપક હોય છે, આથી આપણને એમની પાસેથી પદ વિશે વધારે જાણ પ્રાપ્ત થઈ શકે છે. મુખ્ય શબ્દોનો ઉપયોગ કરીને આપણે ઉચિત યાદીઓની પસંદગી કરી શકીએ છીએ અને જો આપણી રુચિ છે, તો નિયોક્તાનો સીધો સંપર્ક પણ કરી શકીએ છીએ.

કોઈ પદને શોધવાની ખૂબ જ પ્રભાવી રીત જૉબ બેંકમાં પોતાનો આત્મ-પરિચય રજિસ્ટર કરાવવાનો છે. જે રીતે આપણો નોકરીની યાદીઓની છણાવટ કરીએ છીએ, એ જ રીતે નિયોક્તા પણ પદો માટે અરજદારોની શોધ કરે છે. યાદ રાખો, આપણા આત્મ-પરિચય પર નિયોક્તાનું ધ્યાન જાય, એની એક જ રીત છે અને તે છે- સર્ચનું પરિણામ. જે રીતે કંપની પોતાની યાદીઓમાં અરજદારોને આકર્ષિત કરવા માટે મુખ્ય શબ્દોનો ઉપયોગ કરે છે, એ જ રીતે આપણે પણ એ મુખ્ય શબ્દોનો ઉપયોગ કરવો જોઈએ, જેમની નિયોક્તા શોધ કરશે અને જે એના પદ માટે આપણી યોગ્યતાઓને બતાવશે. પદનામ હંમેશાં ખૂબ સામાન્ય કે કંપની વિશિષ્ટ હોય છે. પરંતુ જો આપણે પદનામનો ઉલ્લેખ કરીશું, તો આપણો આત્મ-પરિચય ખોવાઈ જશે. સામાન્યના બદલે વિશિષ્ટ પદનામનો ઉપયોગ કરો. જો આપણે યાદીમાં ''મેનેજર'' શબ્દ મૂકીએ છીએ, તો આપણો આત્મ-પરિચય બધા પ્રકારના પ્રબંધકોની સાથે જોડાઈ જશે. એ પદનામનો ઉલ્લેખ કરો, જે સૌથી સારી રીતે વર્ણન કરતું હોય, જેમ કે ''ઉત્પાદન નિયંત્રણ મેનેજર'' અથવા ''પુરુષોના પરિધાન સ્ટોર મેનેજર'' અથવા ''પ્રશિક્ષણ અને વિકાસ મેનેજર.''

પોતાના આત્મ-પરિચયને રોજગાર ડેટાબેઝમાં રાખતા સમયે પદનામનો ઉપયોગ કરવો જરૂરી નથી કેમ કે, નોકરીઓ પદનામથી વર્ણક્રમ અનુસાર નથી

રાખવામાં આવતી (જેમ કે અખબારની વર્ગીકૃત જાહેરાતોમાં હોય છે), બલ્કે મુખ્ય શબ્દથી સર્ચ કરવામાં આવે છે, તો કોઈ એવો શબ્દ કે શબ્દ-સમૂહ પસંદ કરો, જેના વિશે એ સંભાવના હોય કે, કંપની જે પદને ભરવા ઇચ્છે છે, એનું વર્ણન કરવા માટે એ જ શબ્દ કે શબ્દ-સમૂહને પસંદ કરશે. ''કૉમ્પ્યુટર સાઇન્ટિસ્ટ'' લખવાના બદલે વિશિષ્ટ વાક્યાંશનો ઉપયોગ કરો, જેમ કે ''સૉફ્ટવેયર ડિઝાઇનર'' અથવા ''ફાઇનેન્શિયલ સિસ્ટમ્સ ઍનાલિસ્ટ.''

આત્મ-પરિચયમાં એવા મુખ્ય શબ્દોનો ઉપયોગ કરો, જે આપણા અનુભવને વિસ્તારથી બતાવતા હોય, જેમ કે ''ડિઝાઇનર અને ડેવલપર'' અથવા એવી શબ્દાવલી, જે વિશેષજ્ઞતાપૂર્ણ જ્ઞાનને બતાવે. કૉમ્પ્યુટર વિશેષજ્ઞ પ્રયુક્ત પ્રોગ્રામો કે સિસ્ટમોના નામની યાદી પણ બનાવી શકે છે; માનવ સંસાધન મેનેજર ''યુનિયન સોદાબાજી'' અથવા ''ઍક્ઝિક્યૂટિવ વિકાસ'' જેવા અનુભવના મોટા ક્ષેત્રનો ઉલ્લેખ કરી શકે છે. સેલ્સ ઍક્ઝિક્યૂટિવ પોતાના બજારોને રેખાંકિત કરી શકે છે, જેમ કે ''મોટી ફૂડ ચેન્સ'' અથવા ''ઔદ્યોગિક ઉત્પાદક.''

જ્યારે કોઈ કંપની આપણો આત્મ-પરિચય પસંદ કરી લે છે, તો એના પછી એ મેઇલ, ફોન કે પત્ર દ્વારા આપણો સંપર્ક કરશે. બહુધા કંપનીનો પ્રતિનિધિ વધારે જાણકારી માંગશે અને/અથવા ફોન પર ઇન્ટરવ્યૂ લેશે, એના પછી જ તે એ નિર્ણય લેશે કે, આપણને આમંત્રિત કરવામાં આવે કે નહીં. કોઈપણ પૂછપરછ પર પ્રતિક્રિયા કરતાં પહેલાં કંપનીની વેબસાઇટ પર જાઓ અને એ કંપની વિશે વધારેમાં વધારે જાણકારી પ્રાપ્ત કરો, એનાથી આપણે સંપર્ક દરમિયાન વધારે પ્રભાવી ઢંગથી ખુદને રજૂ કરવા માટે તૈયાર થઈ શકીએ.

## જાહેરાતોનો જવાબ

દરેક મોટા શહેર અને કેટલાય નાના સમુદાયોમાં ઓછામાં ઓછું એક અખબાર હોય છે, જે 'કર્મચારી જોઈઍ છે'ની જાહેરાત પ્રકાશિત કરે છે. એ ઉપરાંત કેટલાય અખબાર ઍક્ઝિક્યૂટિવ અને તકનીકી પદો માટે સામાન્ય રીતે નાણાકીય અથવા અખબારી પાનાઓ પર વધારે મોટી જાહેરાત છાપે, જેમને ડિસ્પ્લે જાહેરાત કહેવામાં આવે છે.

નોકરી શોધવાનો અન્ય એક સ્રોત અખબારો અને પત્રિકાઓમાં પ્રકાશિત થનારા 'કર્મચારી જોઈઍ છે'ની જાહેરાત છે. ઇન્ટરનેટ પર મૂકવામાં આવેલા પદોની જેમ જ આ જાહેરાતોથી આવનારી અરજીઓની સંખ્યા ખૂબ વધારે હોય

છે, આથી કોઈ જાહેરાતથી પોતાનું મનગમતું પદ મેળવવાની સંભાવના ખૂબ ઓછી હોય છે. આ જાહેરાતોને વાંચવા અને એમના પર પ્રતિક્રિયા કરવાથી લાભ થાય છે, જેમાં જરૂરિયાતો આપણી પૃષ્ઠભૂમિની નજીક હોય.

સ્થાનિક કે મોટા શહેરના અખબારોમાં જાહેરાત નવી નોકરીઓ માટે માત્ર એક સ્ત્રોત હોય છે. દરેક ઉદ્યોગ અને ધંધામાં વ્યાપારિક પ્રકાશન પણ હોય છે, જે 'કર્મચારી જોઈએ છે'ની જાહેરાત છાપે છે. ઉદાહરણ તરીકે, એક્ઝીક્યૂટિવ્સ અને પ્રશાસકીય કર્મચારીઓ માટે ધ વૉલ સ્ટ્રીટ જર્નલ, નવી નોકરીઓનો એક ઉત્કૃષ્ટ સ્ત્રોત છે.

વેબ પર નવા પદોની જાણકારીની જેમ જ કેટલીય અખબારી જાહેરાતો પણ જાહેરાત આપતી કંપનીનું નામ ઉજાગર નથી કરતા. એના બદલે કંપનીની ઓળખ ફક્ત એક બૉક્સ નંબરથી થાય છે. કંપનીઓ કેટલાય કારણોથી 'અનામ જાહેરાતો'નો ઉપયોગ કરે છે. એક કારણ તો એ છે કે, કંપનીઓ પોતાના ખુદના સ્ટાફને એ જાણ નથી ચાલવા દેવા ઇચ્છતી કે, તેઓ કોઈને કાઢીને કોઈ બીજાને રાખવાનું વિચારી રહી છે. એ ઉપરાંત, બની શકે છે કે, કંપની એ પણ ના ઇચ્છતી હોય કે, અરજદાર સીધો એમને ફોન કરે. એ ઉપરાંત, કદાચ કંપનીઓ એ મુશ્કેલ સ્થિતિથી પણ બચવા ઇચ્છતી હોય કે મિત્ર, સગા-સંબંધી, ગ્રાહક અને અન્ય લોકો અયોગ્ય અરજદારો પર વિચાર કરવા અને એમનો ઇન્ટરવ્યૂ લેવાનું દબાણ નાખે.

જો આપણે બેરોજગાર છીએ અથવા કોઈ પદને ખુલ્લેઆમ મેળવવા ઇચ્છીએ છીએ, તો અનામ જાહેરાતનો જવાબ આપવામાં કોઈ સમસ્યા નથી. જો આપણે આ સમયે નોકરી કરી રહ્યા છીએ, તો આપણે એવી જાહેરાતનો જવાબ આપવામાં સાવધાની રાખવી જોઈએ, કેમ કે બની શકે છે કે આ જાહેરાત આપણી જ કંપનીએ આપી હોય.

સૌથી સારી સલાહ તો એ છે કે, કોઈપણ અનામ જાહેરાતનો જવાબ ના આપો, જો એનું વર્ણન આપણી વર્તમાન કંપની સાથે ઘણા અંશે હળતું-મળતું લાગી રહ્યું હોય.

સ્પષ્ટ છે કે, જો જાહેરાતમાં કહેવામાં આવ્યું છે કે, પદ રબર ઉદ્યોગમાં છે અને આપણે મદ્યનિર્માણશાળામાં કામ કરીએ છીએ, તો કોઈ જોખમ નથી. જો કંપનીના સામાન્ય ક્ષેત્રને ઓળખવાની કોઈ રીત ના હોય, તો એવામાં સમજદારી એમાં જ છે કે, એ જાહેરાત પર પ્રતિક્રિયા ના કરવામાં આવે.

જો પદનું વર્ણન કંપનીની ઓળખ બતાવી દે છે, તો આપણે એ પ્રકારની શંકામાંથી મુક્ત થઈ જઈએ છીએ. સામાન્ય રીતે કોઈ કંપની કોઈ જાહેરાત પર 'હસ્તાક્ષર' કરશે, જો કંપની એ કર્મચારીઓને આકર્ષિત કરવા ઇચ્છે છે, જે કંપનીની પ્રતિષ્ઠાને જાણે છે અને જ્યારે એ ઇચ્છે છે કે, ઉમેદવાર એ ડર વગર જવાબ આપે કે, આ એમની ખુદની કંપની હોઈ શકે છે.

કોઈપણ જાહેરાત (અનામ કે હસ્તાક્ષરિત)નો જવાબ આપવાથી પહેલાં ડ્રાફ્ટને સાવધાનીથી વાંચવાનું સુનિશ્ચિત કરો. તપાસ કરો કે, કંપની શું ઇચ્છે છે? શું આપણી પૃષ્ઠભૂમિમાં કોઈ એવી ખાસ વસ્તુ છે, જે એના માટે વિશેષ રીતે પ્રાસંગિક છે? જો આપણો આત્મ-પરિચય આ વાતોને રેખાંકિત ના કરતો હોય, તો પોતાના આત્મ-પરિચયની જાણકારીની સાથે એક કવર લેટર મોકલીને નિયોક્તા દ્વારા અપાયેલા ક્ષેત્રોમાં પોતાની પૃષ્ઠભૂમિ બતાવી દો.

કવર લેટરને સંક્ષિપ્ત રાખો અને નોકરીની જરૂરિયાતો પ્રમાણે બિંદુ દર બિંદુ ઉપ્યુક્ત બનાવો. જ્યારે જાહેરાત કંપનીની જરૂરિયાતોના માનથી ખૂબ જ સચોટ હોય, તો આ વિશેષ રૂપથી સહાયક થાય છે. સંલગ્ન આત્મ-પરિચય બાકીની વાર્તા બતાવી દેશે.

## રોજગાર એજન્સીઓનો ઉપયોગ કરવો

પ્રભાવી ઢંગથી કોઈ રોજગાર એજન્સીનો ઉપયોગ કરવા માટે એ સમજવું જરૂરી છે કે, તે કેવી રીતે કામ કરે છે અને એમનાથી સર્વશ્રેષ્ઠ પરિણામ મેળવવા માટે આપણે શું કરી શકીએ છીએ?

કોઈ એજન્સી વિશે જાણ લગાવવા જેવી સૌથી પહેલી વસ્તુઓમાંથી એક એ છે કે, શું આ એ પ્રકારના પદોમાં કામ કરે છે, જેનામાં આપણી રુચિ છે. કોઈ એવી એજન્સીમાં અરજી આપવાથી કદાચ જ ક્યારેક લાભ થાય છે, જે આપણા ક્ષેત્ર અને/અથવા આપણી ખાસ વેતન શ્રેણીમાં પદોની જાહેરાત નથી આપતી અથવા ખૂબ ઓછી આપે છે.

જ્યારે આપણને કોઈ સંભાવનાપૂર્ણ એજન્સી મળી જાય, તો ત્યાં જઈને સુનિશ્ચિત કરો કે, એના સ્ટાફના સદસ્ય આપણી જરૂરિયાતોને ખરેખર સમજતા હોય અને એમની પાસે આપણી તર્ફથી સર્વશ્રેષ્ઠ કામ કરવા માટે વિશેષજ્ઞતા અને સંપર્ક હોય. એજન્સીમાં આપણા માટે એક પરામર્શદાતા નિયુક્ત કરવામાં આવશે. આ વ્યક્તિએ રોજગાર બજારથી પરિચિત હોવું જોઈએ અને આપણને આપણા

ક્ષેત્રની વર્તમાન સંભાવનાઓ વિશે સારી જાણકારી આપવી જોઈએ. એ આપણા આત્મ-પરિચયની સમીક્ષા કરીને અભિપ્રાય આપવા જોઈએ કે, એને કઈ રીતોથી ઉત્તમ બનાવી શકાય છે (એના માટે તૈયાર રહો). જો કોઈ ખાસ પદ છે, જેના માટે આપણે આત્મ-પરિચયને આપણી પૃષ્ઠભૂમિના એ પાસાઓ પર ભાર આપવા માટે કેવી રીતે ઢાળી શકાય છે, જે એ નિયોક્તા માટે સૌથી વધારે મૂલ્યવાન હશે.

કોઈ રોજગાર એજન્સી પાસેથી સર્વાધિક લાભ મેળવવા માટે પોતાના ઉદ્દેશ્યો પર વાતચીત કરતા સમયે પરામર્શદાતાની સાથે પૂરી રીતે સ્પષ્ટતાવાદી રહો. નોકરીના બજારમાં પોતાની યોગ્યતાઓને વેચવા વિશે એનું મૂલ્યાંકન પ્રાપ્ત કરો. એ ધ્યાન રાખો કે, એજન્સી સ્ટાફના સદસ્યોને વેતન શ્રેણીઓ અને લાભોનું અંતરંગ જ્ઞાન હોય છે અને સામાન્ય રીતે આપણે જ્યાં છીએ, એ ઉપરાંત બીજા સ્થાનો પર પણ આ પ્રકારના આંકડા હોય છે. પૂર્વમાં નક્કી કરેલા અંતરાલોમાં પરામર્શદાતાના સંપર્કમાં રહો, જેથી એને આપણી રુચિ અને ઉપલબ્ધતા પર વિશ્વાસ થાય. જ્યારે કોઈ સંભાવિત નિયોક્તાને આપણો સંદર્ભ આપવામાં આવે, તો એજન્સીએ પોતાની પ્રગતિની નજીકની જાણકારી આપતા રહો.આ એવી સ્થિતિમાં વિશેષ રૂપથી અનિવાર્ય હોય છે, જ્યાં કંપનીના પ્રસ્તાવ આપવાથી પહેલાં કેટલાય ઇન્ટરવ્યૂ સુનિશ્ચિત હોય. એવા મામલાઓમાં એજન્સી- આપણા અને સંભાવિત નિયોક્તા - બંનેના સંપર્કમાં રહીને - વધારાની સલાહ અને ઇન્ટરવ્યૂની વચ્ચે જાણકારી આપવામાં સક્ષમ હોય છે, જે હંમેશાં ખૂબ જ મૂલ્યવાન થઈ શકે છે.

આપણે કેટલી એજન્સીઓની મદદ લેવી જોઈએ? માત્ર એક સુધી સીમિત રહેવામાં સમજદારી નથી. બીજી તરફ, આપણે પોતાનો આત્મ-પરિચય પોતાના શહેરની દરેક એજન્સીને અંધાધુંધ પણ ના મોકલવો જોઈએ. પોતાના શહેરની રોજગાર એજન્સી જાહેરાતોને વાંચવી એક સારો વિચાર છે, સાથે જ એ વિસ્તારો માટે પણ, જ્યાં તમે જઈને રહી શકો છો. ભલે આપણી જરૂરિયાતો માટે ઉપયુક્ત કોઈ વિશિષ્ટ સૂચી ના હોય, પરંતુ જો રોજગાર એજન્સીઓની પાસે આપણી રુચિના સામાન્ય ક્ષેત્રોમાં અવસર ઉપલબ્ધ રહે છે, તો એમનો સંપર્ક કરવાથી લાભ થાય છે.

ઘણી વાર સંભાવિત નિયોક્તા, કારોબારી મિત્ર અને કાર્મિક અધિકારી (એજન્સીઓથી લેવા-દેવા રાખતી કંપનીઓની અંદર: સંપર્ક કરવા માટે સારીએજન્સીઓની સલાહ આપી શકે છે. આ વિશે સર્વશ્રેષ્ઠ સલાહ પ્રાપ્ત કરો

કે, કઈ એજન્સીઓ સૌથી મહેનતી અને સૌથી સફળ છે. એનાથી આપણો સમય બચશે. જે સલાહ ખાનગી રોજગાર સેવાઓ પર લાગુ થાય છે, એ જ ત્યારે પણ સારી રીતે કામ કરે છે, જ્યારે આપણે પોતાની ઉપલબ્ધતા વિશે તકનીકી અને પ્રૉફેશનલ સમિતિઓ, કૉલેજ પૂર્વ છાત્ર રોજગાર ઑફિસો અને અન્ય સંગઠનોને બતાવીએ છીએ, જે રોજગાર પ્રાપ્ત કરવા ઇચ્છુક લોકોનો સંદર્ભ આપી શકતા હોય.

## ઍક્ઝિક્યૂટિવ

નિયુક્તિકર્તા રોજગાર શોધવામાં કોઈ અરજદારની મદદ નથી કરતા. હકીકતમાં એનાથી એમનો ઉદેશ્ય જ અસફળ થઈ જશે. નિયુક્તિકર્તાઓના દોહનના સૌથી સારા અને સરળ સ્રોત એમની ખુદની ફાઈલો હોય છે. આથી એ સલાહ આપવામાં આવે છે કે, આપણે પોતાની રુચિના ક્ષેત્રોમાં કામ કરનારા નિયુક્તિકર્તાઓને આત્મ-પરિચય મોકલી દઈએ. જો આપણે દરેક વર્ષે એક લાખ ડૉલરથી વધારેના પગારવાળું પદ શોધી રહ્યા છીએ, તો ઍક્ઝિક્યૂટિવ નિયુક્તિકર્તા એક સારો સ્રોત છે. આ પ્રૉફેશનલ એજન્સીઓ એ અર્થમાં રોજગાર એજન્સીઓથી અલગ હોય છે, કેમ કે તે પૂરી રીતે નિયોક્તાઓ માટે કામ કરે છે અને એમનામાં વિશિષ્ટ ક્ષેત્રો કે ઉદ્યોગોના વ્યક્તિઓની સાથે કામ કરવાની પ્રવૃત્તિ હોય છે. મેનેજર નિયુક્તિકર્તા પોતાના પદોની કદાચ જ ક્યારેક જાહેરાત કરે છે. સામાન્ય રીતે તેઓ ઉપયુક્ત ઉમેદવારોને ઓળખવા માટે કોઈ ક્ષેત્રમાં શોધ કરે છે અને પછી સીધા એમનો જ સંપર્ક કરે છે. આ તકનીકથી નિયુક્ત થઈ શકનારા મોટાભાગના લોકો વર્તમાનમાં બીજી નોકરી કરી રહ્યા હોય છે અને જ્યારે એમનો સંપર્ક કરવામાં આવે છે, તો બની શકે છે કે, તેઓ કારકિર્દી કે પદ બદલવા વિશે ના વિચારી રહ્યા હોય. આપણા પગારની જરૂરિયાતો, બીજી જગ્યાએ જવાની ઇચ્છા અને અન્ય પ્રાસંગિક જાણકારીની સાથે સંક્ષિપ્ત પત્ર લખો. બની શકે છે, કેટલાક નિયુક્તિકર્તા આપણને વાતચીત માટે આમંત્રિત કરી લે.

મોટાભાગના નિયુક્તિકર્તા એ પત્રને ભાવિ ઉપયોગ માટે ફાઇલમાં લગાવી લેશે. આજે કદાચ તે આપણાથી કહે કે, આપણે ઇલેક્ટ્રૉનિક માધ્યમથી પોતાનો આત્મ-પરિચય ફાઇલ કરી દઈએ. જો આપણી ફાઇલ કોઈ સર્ચમાં ખુલશે, તો તે આપણો સંપર્ક કરશે.

## કાઉન્સિલિંગ સેવા

એક વાત તો એ છે કે, રોજગાર કાઉન્સિલિંગ સેવાઓ રોજગાર શોધનારાઓ પાસેથી ફી લે છે. એ ફીના બદલામાં તેઓ રોજગાર (નોકરી) શોધવાનું માર્ગદર્શન પ્રદાન કરે છે. આ સેવાઓમાં વ્યક્તિની શૈક્ષણિક અને કામકાજ પૃષ્ઠભૂમિનું મૂલ્યાંકન કરવું, પ્રૉફેશનલ રીતથી લખવામાં આવેલો આત્મ-પરિચય (બાયોડેટા) તૈયાર કરવો, ડાયરેક્ટ મેઇલ અભિયાન તૈયાર કરવું અને કેટલીય અન્ય વસ્તુઓ સામેલ છે. રોજગાર કાઉન્સિલિંગ સેવાઓને ઍક્ઝિક્યૂટિવ નિયુક્તિકર્તા સમજવાની ભૂલ ના કરો. જો તમે એવું કરો છો, તો આ કોઈ સંયોગ નથી, કેમ કે એમની જાહેરાતોથી એવું લાગે છે કે, તેઓ નિયુક્તિકર્તા છે. આ પ્રકારના સંગઠન ખૂબ જ અલગ હોય છે. એ વાતની કોઈ ગેરંટી નથી કે, આપણી શોધમાં એમના માર્ગદર્શનથી આપણને ખરેખર નોકરી મળી જશે. તેઓ આપણી પાસેથી પૈસા તો લઈ લે છે, પરંતુ બદલામાં કોઈ વચન નથી આપતા. એમની ફી સેંકડો રૂપિયાથી હજારો રૂપિયા સુધી હોઈ શકે છે, જે એ વાત પર નિર્ભર કરે છે કે, તમે કઈ સેવાઓ ખરીદો છો. તેઓ જે કરશે, એનો મોટાભાગનો હિસ્સો તમે આ પુસ્તકમાં બતાવવામાં આવેલા દિશા-નિર્દેશો પર અમલ કરીને ખુદ જ કરી શકો છો. જે લોકો પોતાના માટે નોકરીની શોધ કરી રહ્યા છે, એમની સેવા કરવા સિવાય રોજગાર પરામર્શદાતાની સેવાઓ નિયોક્તા પણ લે છે, જેથી તેઓ નોકરીમાંથી કર્મચારીઓની કપાત કર્યા બાદ કર્મચારીઓ માટે નવી નોકરી શોધવામાં મદદ કરે. કેમ કે એમની ફીની ચૂકવણી કંપની કરે છે, આથી

> આગળ વધવા અને નોકરી મેળવવા માટે તમારે થોડા મુશ્કેલ કામમાંથી પસાર થવાનું હોય છે. જો તમે જટિલ કામોને નાના-નાના કામોમાં તોડી લો છો, તો તમે વધારે ઝડપથી શરુ કરી શકો છો અને પૂરું કરી શકો છો.
>
> - કેવિન ડૉનલિન, મિનીપૉલિસ સ્ટાર ટ્રિબ્યૂન

અરજદારે આ સેવાઓનો લાભ લેવો જોઈએ. તેઓ આપણી નોકરીની શોધની સાચી શરૂઆત કરવામાં અત્યંત મદદરૂપ હોઈ શકે છે, જો કે એમની સફળતાની કોઈ ગેરંટી નથી હોતી. આથી આપણે આ ખંડમાં બતાવવામાં આવેલા અન્ય સ્રોતોના ઉપયોગ માટે પણ તૈયાર રહેવું જોઈએ.

## ઇન્ટરનેટનો ઉપયોગ

એ વાતની ખૂબ જ વધારે સંભાવના છે કે, જે કંપની આપણને નિયુક્ત કરી શકે છે, તે પોતાના પદો પ્રમાણે યોગ્ય ઉમેદવારોને ઓળખવા માટે ઑનલાઇન સર્ચ અને શોધનો ઉપયોગ કરશે.

ઇન્ટરનેટના કારણે નોકરી શોધનારાનું કામ ખૂબ જ સરળ અને વધારે જરૂરી પણ થઈ ગયું છે કે, આપણે એ કંપનીઓ પર શોધ કરીએ, જેનામાં આપણો રસ હોઈ શકે છે. કંપનીની વેબસાઇટ પર જવું અનિવાર્ય છે. સાથે જ એક વ્યાપક ઇન્ટરનેટ સર્ચ કરીને જુઓ કે, એના વિશે કયા સકારાત્મક કે નકારાત્મક કથન લખેલા છે. આપણે એમની બધી પ્રૉડક્ટ્સ કે સેવાઓથી પરિચિત થવા માટે મહત્ત્વપૂર્ણ સમય આપવો જોઈએ અને સ્પષ્ટ છે, એ જાણવા માટે પણ કે તે કયા પ્રકારની નોકરીઓ આપે છે. આપણે વર્તમાનમાં નિયુક્તિ માટે ખાલી પદોની સૂચી પણ જોવી જોઈએ.

એક હજાર કૉર્પોરેટ નિયોક્તાઓના સર્વેમાં એ જોવા મળ્યું છે કે, મોટાભાગની કંપનીઓએ પોતાના નિયુક્તિકરણ બજેટનો મહત્ત્વપૂર્ણ હિસ્સો ઇન્ટરનેટ પર ખર્ચ કર્યો અને એ ખૂબ ઝડપથી વધી રહ્યો છે. કેટલીય કંપનીઓએ તો નવી નોકરીઓ પ્રતિ સમર્પિત ખાસ વેબસાઇટો બનાવી છે. આપણે કંપનીની મુખ્ય વેબસાઇટ પર લૉગઇન કરીને નવી નોકરીઓવાળી લિંક પર ક્લિક કરીને એના સુધી પહોંચી શકીએ છીએ.

મોટાભાગની કંપનીઓ પોતાની વેબસાઇટ પર પોતાના વ્યવસાય અને કારકિર્દીના અવસરો વિશે મહત્ત્વપૂર્ણ જાણકારી આપે છે. અખબારની જાહેરાતોના વિપરીત આ સૂચી બીજી કંપનીઓની વિજ્ઞાપનો સાથે પ્રતિસ્પર્ધા નથી કરતી. એ ઉપરાંત, એમાં અખબારની જાહેરાતોની જેમ સ્થાન તેમજ પ્રારૂપનું બંધન પણ નથી હોતું. એમાં આપણને એ અધ્યયન કરવાનો અવસર મળી જાય છે કે, કંપની શું પ્રદાન કરે છે અને નોકરી માટે જરૂરી યોગ્યતાઓ શું છે? જો વિવરણ આપણી પૃષ્ઠભૂમિ અને નોકરીના ઉદ્દેશ્યોના અનુરૂપ હોય, તો આપણે ઈ-મેલ કે ફોનના માધ્યમથી તુરંત સંપર્ક કરી શકીએ છીએ. એના સિવાય, આપણે પોતાની

પૃષ્ઠભૂમિના એ પાસાઓ પર ભાર આપતો એક ખાસ આત્મ-પરિચય તૈયાર કરી શકીએ છીએ, જે એ પદની જરૂરિયાતોથી મેળ ખાતો હોય. (આ કેવી રીતે કરવામાં આવે, એ વિશે વધારે જાણકારી અધ્યાય ૯માં આત્મ-પરિચય અને પત્રો પર ચર્ચામાં આપવામાં આવી છે.)

ભલે તુરંત કોઈ પદ ખાલી ના હોય, પરંતુ આપણે ભાવિ સંદર્ભ માટે પ્રાસંગિક જાણકારી પોતાના સંસાધનોની ફાઇલમાં દર્જ કરી શકીએ છીએ.

## સોશિયલ મીડિયા

પાછલા દશકમાં સોશિયલ નેટવર્ક આપણા દૈનિક જીવનનો અભિન્ન હિસ્સો બની ગયું છે. ફળસ્વરૂપે બધા નોકરી શોધનારાઓ માટે એ અનિવાર્ય છે કે, તેઓ પોતાના પ્રૉફેશનલ નેટવર્કનો વિસ્તાર કરીને અને કારકિર્દીના સંભાવિત અવસરોની જાણ લગાવવા માટે સોશિયલ મીડિયાનો ઉપયોગ કરે. કારકિર્દી શોધવા માટે સૌથી પ્રભાવિ સોશિયલ નેટવર્ક છે : ફેસબુક, લિંક્ડઇન અને ટ્વિટર.

જો આપણે ફેસબુક પર છીએ, તો વિચારો કે, આપણા કેટલા મિત્ર હોઈ શકે છે. પચાસ? સો? પાંચસો? હવે એ વિચારો કે, આપણા પ્રત્યેક મિત્રના કેટલા મિત્ર હશે. સામાન્ય ગણિત એ ઉજાગર કરી દેશે કે, આપણે હજારો વ્યક્તિઓથી માત્ર બે પગલાં દૂર છીએ. જો કે, આપણે એ વ્યક્તિઓને ''મિત્રો''ની શ્રેણીમાં રાખી શકીએ છીએ, પરંતુ એમાંથી પ્રત્યેક આપણા પ્રૉફેશનલ નેટવર્કનો સહાયક સદસ્ય બની શકે છે. શરૂમાં ફેસબુક પર પોતાના મિત્રોની સમીક્ષા કરીને જુઓ કે, એમના કેટલા સંબંધ હોઈ શકે છે - કોઈનો આપણા વેપારમાં એક પારિવારિક સદસ્ય હોઈ શકે છે અથવા પછી એનો મિત્ર કદાચ એ જ કંપનીમાં કામ કરતો હોય, જ્યાં આપણે નોકરી માટે અરજી આપી રહ્યા છીએ. આ વ્યક્તિને એક નાનો ફેસબુક મેસેજ કારગર થઈ શકે છે, જેમાં એની સાથે ફરીથી જોડાવા અને અંતે નોકરી શોધવામાં સહયોગ આપવાનો આગ્રહ કરવામાં આવ્યો હોય. આપણો આ મેસેજ એ પદ માટે એક સંદર્ભ અપાવી શકે છે અને સમીક્ષા માટે આપણા આત્મ-પરિચયને સૌથી ઉપર પહોંચાડવામાં મદદ કરી શકે છે.

ફેસબુક હંમેશાં આપણું વ્યક્તિગત ઑનલાઇન ઘર હોય છે, પરંતુ લિંક્ડઇનને આપણે પોતાનું પ્રૉફેશનલ ઘર માની શકીએ છીએ. જો આપણે હજુ પણ લિંક્ડઇન પર નથી, તો આજથી જ એની સાથે જોડાઈ જાઓ અને ઑનલાઇન પ્રોફાઇલ બનાવી લો. જો આપણે નોકરી શોધી રહ્યા છીએ અથવા એની વચ્ચે છીએ, તો આ ખાસ રીતે મહત્ત્વપૂર્ણ છે. આપણી લિંક્ડઇન પ્રોફાઇલ અનિવાર્ય રૂપથી

આપણો ઓનલાઇન પ્રોફેશનલ આત્મ-પરિચય છે, જેમાં સંભાવિત નિયોક્તા પોતાની સુવિધાથી સંપર્ક કરી શકે છે (આમ તો આપણે પોતાના છપાયેલા આત્મ-પરિચયમાં પણ પોતાની લિંકડઇન પ્રોફાઇલની લિંક આપી શકે છે). જયારે આપણી પ્રોફાઇલ બની જાય છે, તો આપણે એ લોકોની સાથે સંબંધ બનાવી શકીએ છીએ, જેમની સાથે આપણે અતીતમાં કામ કરી ચુક્યા છીએ અથવા સ્કૂલ-કૉલેજ ગયા છીએ. સંબંધોનો સમૂહ બનવા પર આ સેવા આપમેળે નવા સંબંધોનો અભિપ્રાય આપશે. દરેક સંબંધ તર્કસંગત હોવો જોઈએ, જેથી આપણે જાણીએ કે, તે સાર્થક છે. જલ્દી જ આપણે જોઈશું કે, આપણે પોતાના ક્ષેત્રમાં હજારો નહીં, તો સેંકડો લોકોની સાથે નજીકથી જોડાયેલા છીએ અને આપણે એ ઓળખી શકીએ છીએ કે, તે કયા સંગઠનોમાં કામ કરે છે અને બીજા કયા લોકો ત્યાં કામ કરે છે. કેટલાય નિયોક્તા નોકરીઓને પણ લિંકડઇનના નોકરીઓવાળા ખંડ પર મૂકી રહ્યા છે અથવા પછી તેઓ પોતાની કંપનીના ખુદના લિંકડઇન પેજ પર નવી નોકરીઓ મૂકી રહ્યા છે, જેમાં નવીનતમ ખબરો, વિચાર-વિમર્શ ખંડ અને કંપનીના કર્મચારીઓનું વિશ્લેષણ રહે છે, જે આપણી શોધ માટે ઉત્તમ સામગ્રી છે.

ટ્વીટર પણ ખૂબ જ મહત્ત્વપૂર્ણ સોશિયલ મીડિયા સાધન છે. ટ્વીટરને માઇક્બ્લૉગ કે વ્યક્તિગત ન્યૂઝ ફીડ માનો. આપણી ન્યૂઝ ફીડમાં ૧૪૦ અક્ષરો અથવા એનાથી ઓછી જાણકારી હોય છે, જેને એ લોકો અથવા સમૂહ નાખે છે, જેમનું આપણે અનુસરણ કરીએ છીએ. એકવાર જયારે આપણે ટ્વીટ કરવા લાગીએ છીએ, તો બીજા લોકો આપણું અનુસરણ કરશે. જો આપણે પ્રૉફેશનલ રૂપથી ટ્વીટરનો ઉપયોગ કરીશું, તો આપણા ક્ષેત્રના લોકો આપણી કહેલી વાતો પર ધ્યાન આપશે અને આપણે પોતાના પ્રૉફેશનલ ક્ષેત્રના નવીનતમ મુદ્દાઓથી વાકેફ રહી શકીએ છીએ, જેમાં નવી નોકરીઓ અને અન્ય પ્રૉફેશનલ વિકાસના અવસરોનિ લિંક સામેલ છે. ટ્વીટરનો એક મહત્ત્વપૂર્ણ હિસ્સો હૅશટૅગ છે. જો આપણે માર્કેટિંગ સંબંધિત ખબરોમાં રુચિ રાખીએ છીએ, તો રુમાર્કેટિંગમાં શોધ કરો. એનાથી આપણને નવીનતમ જાણકારી મળી જશે કે, એ ક્ષેત્રમાં ફેશન શું છે? આપણે રૂમાર્કેટિંગજૉબ્સ, રુઐજયુકેશનજૉબ્સ, રુઐન્જિનિયરિંગજૉબ્સ વગેરેથી પણ એવી જ શોધ કરી શકીએ છીએ.

સોશિયલ મીડિયાનો ઉપયોગ કરવો આપણી કારકિર્દી શોધ રણનીતિનો માત્ર એક હિસ્સો છે. કારકિર્દીનો વિકાસ પોતાની યોગ્યતાઓની માર્કેટિંગ કરવા, સાર્થક સંબંધ બનાવવા અને મહત્ત્વપૂર્ણ કારકિર્દી અવસરોને ઓળખવાની સતત

પ્રક્રિયા છે. સૌથી સારું એ રહે છે કે, આપણે હંમેશાં પોતાની પ્રક્રિયાનું મૂલ્યાંકન કરીએ અને એના પર વિચાર કરીએ, જેથી જરૂર પડવા પર આપણે એમાં ફેરબદલ કરી શકીએ. કેમ કે આજના પ્રગતિશીલ સમયમાં કામકાજ સંસારની ગતિ ખૂબ તેજ થઈ ગઈ છે, આથી સોશિયલ મીડિયાનો પ્રભાવી ઉપયોગ આગળ વધવામાં આપણી મદદ કરશે અને કારકિર્દીની સફળતા માટે આપણને યોગ્ય સ્થિતિમાં ઊભા કરી દેશે.

ચેતાવણી: જો કે, એ વાત પર આપણું થોડું નિયંત્રણ હોય છે કે, આપણા ફેસબુક વગેરે પેજ કોણ જોઈ શકે છે, પરંતુ એ આશા કરવી સર્વશ્રેષ્ઠ છે કે, આપણે સોશિયલ મીડિયા સાઇટ પર જે પણ વસ્તુ મૂકીએ છીએ, એને કોઈપણ જોઈ શેક છે. આથી ક્યારેક કોઈ એવી વસ્તુ ના લખો, જેને આપણે પોતાના સંભાવિત નિયોક્તાની નજરોમાં આવવા દેવા ઇચ્છતા ના હોઈએ.

# નેટવર્કિંગ

વાંછિત પદોમાંથી મોટાભાગની જાણકારી ઍજન્સીઓ કે નિયુક્તિકર્તાઓને પણ નથી ચાલી શકતી. દરેક વર્ષે જેટલા પદ ભરવામાં આવે છે, નિયુક્તિકર્તા સામાન્ય રીતે એમનામાંથી ખૂબ ઓછા ટકાને જ ભરવામાં મદદ કરે છે. મોટાભાગના પદ મૌખિક ભલામણથી ભરવામાં આવે છે. કેટલીય વાર કોઈ કંપની સક્રિયતાથી ઉમેદવારોને નથી શોધતી, પરંતુ એવા લોકોને મળવામાં રુચિ વ્યક્ત કરે છે, જે એની વર્તમાન કે ભાવિ જરૂરિયાતોને પૂરી કરી શેક છે. કેટલીય કંપનીઓ વિસ્તાર કે પુનર્ગઠનની યોજના બનાવી શકે છે અને જો કે, તેઓ સક્રિયતાથી કર્મચારી નથી શોધી રહી, પરંતુ તેઓ અનુશંસિત યોગ્ય વ્યક્તિઓનો ઇન્ટરવ્યૂ લેશે અને નિયુક્ત કરશે. કેટલાય પ્રકરણોમાં જો કોઈ કંપનીને કોઈ એવો વ્યક્તિ મળે છે, જે ખરેખર પ્રભાવિત કરે છે, તો આ એક નવું પદ ઉત્પન્ન કરી શકે છે અથવા કોઈ વિદ્યમાન પદને બદલી શકે છે, જેથી એ વ્યક્તિને કંપનીમાં આકર્ષિત કરી શકાય.

> દાસનો ફક્ત એક માલિક હોય છે; મહત્ત્વાકાંક્ષી વ્યક્તિના એટલા માલિક હોય છે, જેટલાઓની સહાયતાથી તે પોતાનું ભાગ્ય ચમકાવી શકે છે.
>
> – જીન ડે બ્રુયર, ફ્રાંસીસી નિબંધકાર

જ્યારે કોઈ નિયોક્તાની પાસે ભરવા માટે કોઈ ખાસ રીતે વાંછનીય પદ હોય છે, તો એ વાતની વધારે સંભાવના છે કે, તે એને એ જ રીતે ભરશે, જે રીતે આપણે કોઈ સારા દંતચિકિત્સક, ઑટો મિકેનિક કે વકીલને શોધે છે; આપણે પોતાના મિત્રો અને સહકર્મિઓની સલાહ લઈએ છીએ.

ભલામણ કરનારા અને માર્ગદર્શન આપનારા લોકોનું નેટવર્ક બનાવીને આપણે એક એવું સંસાધન બનાવી શકીએ છીએ, જે કોઈ બીજાની પાસે નથી. નેટવર્કિંગનું મહત્ત્વ એ છે કે, એની પહોંચ અસીમિત છે. આપણી સૂચિનો દરેક વ્યક્તિ સંપર્ક રવા માટે વધારાના લોકોનો સ્રોત છે. જેમ-જેમ આપણી સૂચી વધે છે, આ અમૂલ્ય સંસાધનના માધ્યમથી પદ શોધવાની આપણી સંભાવના વધી જાય છે. હંમેશાં નેટવર્કિંગથી એવું પદ ઉજાગર થાય છે, જેની જાણ આપણને કોઈ બીજ઼ રીતથી નથી ચાલી શકતી.

પોતાના નેટવર્કને વધારવાના કેટલાય સ્રોત છે. જો આપણે પોતાની શોધ કોઈ વિશિષ્ટ બજાર સુધી સીમિત કરવા ઇચ્છીએ છીએ, તો આપણે પોતાની રુચિના ઉદ્યોગ પર ધ્યાન કેન્દ્રિત કરવાની પસંદગી કરી શકીએ છીએ. જો આપણે કોઈ ખાસ જગ્યા પર રહેવા કે જવા ઇચ્છીએ છીએ, તો આપણે એ જગ્યા પર કેન્દ્રિત નેટવર્ક બનાવી શકીએ છીએ. જો આપણે વધારે લચીલા છીએ, તો આપણી પાસે વધારે વિકલ્પ હોય છે.

આપણા કેટલાય સામાજિક મિત્રો અને પરિચિતોના એવા સંપર્ક હોય છે, જે આપણી શોદમાં મદદરૂપ સાબિત થઈ શકે છે, ભલે જ તેઓ આપણી રુચિના ઉદ્યોગ સાથે કોઈપણ પ્રકારથી ના જોડાયા હોય. ઉદાહરણ સ્વરૂપે, આપણા દંતચિકિત્સક કે ડૉક્ટર કે દર્દી એ ક્ષેત્રના હોઈ શકે છે, જેમાં આપણે નોકરી શોધી રહ્યા છીએ અને જે આપણા નેટવર્કમાં લાભકારી હશે.

આટલા વર્ષોથી આપણે પોતાની કારોબારી ગતિવિધિઓ અંતર્ગત ઘણા બધા સ્ત્રી-પુરુષોને મળ્યા છીએ. એમનામાં સેલ્સ પ્રતિનિધિ સામેલ છે, જે કેટલીય કંપનીઓમાં જાય છે, જ્યાં આપણા ક્ષેત્રમાં નોકરીઓ હોઈ શકે છે. પ્રતિસ્પર્ધી, ગ્રાહક, વેન્ડર, સર્વિસ ટેક્નિશિયન વગેરે પણ આ શ્રેણીમાં આવે છે. સ્પષ્ટ છે કે, જો આપણે વર્તમાનમાં કોઈ કંપનીમાં નોકરી કરી રહ્યા છીએ, તો આપણે સુનિશ્ચિત કરવું જોઈએ કે, નવી નોકરીની ઇચ્છા વ્યક્ત કરવાથી આપણા પર આંચ પણ નહીં આવે.

અખબારનો કારોબારી લેખ વાંચો. હંમેશાં અખબારના લેખમાં એ લોકો

અને કંપનીઓના નામ આપેલા હોય છે, જે નોકરીઓ માટે કામના હોઈ શકે છે. કારોબારી જર્નલ અને આપણી રુચિના ક્ષેત્રોના ન્યૂઝલેટર આપણા સંભાવિત નિયોક્તાઓના નામો અને સંપર્કમાં સૂચનાના ઉત્કૃષ્ટ સ્રોત હોય છે. કારોબારી અને પ્રોફેશનલ સંગઠન: જો આપણે પ્રાસંગિક સંગઠનોના સદસ્ય છીએ, તો આપણે પોતાની નેટવર્ક સૂચીઓ માટે એમની સદસ્યતા સૂચીથી લાભ લઈ શકીએ છીએ.

આપણી કૉલેજના પૂર્વ વિદ્યાર્થી આપણી મદદ કરવા માટે હંમેશાં વિશેષ પ્રયાસ કરતા રહે છે. સામુદાયિક સમૂહ, ધાર્મિક સમૂહ, પરોપકારી સંસ્થાઓ અને અન્ય બિન-લાભકારી સંગઠન આપણા નેટવર્ક માટે સંપર્ક બનાવવાની સારી જગ્યાઓ છે. જેમ કે આ અધ્યાયમાં પહેલા ઉલ્લેખ કરવામાં આવ્યો છે, ફેસબુક-લિંકડઇન, ટ્વીટર અને એવા જ અન્ય ઇન્ટરનેટ નેટવર્ક હકીકતમાં નેટવર્કિંગ માટે જ બનાવવામાં આવ્યા છે.

## સાર

નેટવર્કિંગ ફાઇલ બનાવવાનું શરૂ કરવા માટે ક્યારેક વધારે જલ્દી કે વધારે મોડું નથી થતું. કેટલાય કારકિર્દી-કેન્દ્રિત યુવા કૉલેજમાં જ એની શરૂઆત કરી દે છે. જો આપણે અત્યાર સુધી એવી ફાઇલ શરૂ નથી કરી, તો એને તુરંત બનાવી લો. નેટવર્કિંગ ફાઇલનના કેટલાય રૂપ હોઈ શકે છે.

અસંખ્ય કૉમ્પ્યુટર પ્રોગ્રામ ઉપલબ્ધ છે, જેનાથી આપણે પોતાની નેટવર્ક ફાઇલોને સુગમતાથી સુલભ બનાવી શકીએ છીએ. જો આપણે મેકનો ઉપયોગ કરીએ છીએ, તો આપણે કૉમ્પ્યુટરની સાથે આવતા એડ્રેસ બુક એપ્લિકેશનનો ઉપયોગ કરી શકીએ છીએ. કેમ કે આપણું મોટાભાગનું નેટવર્કિંગ ઇન્ટરનેટના માધ્યમથી થશે, આથી એ સૌથી વધારે સરળ હોય છે કે, આપણી નેટવર્ક ફાઇલો આપણી હાર્ડડ્રાઇવમાં રહે. અન્ય પ્રણાલીઓ પણ એટલી જ સારી રીતે કામ કરે છે, જે નીચે આપવામાં આવી છે.

બિઝનેસ કાર્ડ સુરક્ષિત રાખવાની નીતિ તો સરળ છે, પરંતુ આ થોડી દુષ્કર થઈ શકે છે. જ્યારે પણ સંભવ હોય, બિઝનેસ કાર્ડનું વ્યવસ્થિત ફાઇલિંગ

કરો. બિઝનેસ કાર્યોને સુરક્ષિત રાખવાનો સ્પષ્ટ લાભ એ છે કે, એ વ્યક્તિનું નામ, પદ, કંપનીનું નામ-સરનામું, ફોન નંબર અને ઈ-મેલ ઍડ્રેસ આપણને સુવ્યવસ્થિત રૂપમાં મળી જાય છે. કાર્ડની પાછળ આપણે કોઈ અન્ય પ્રાસંગિક જાણકારી લખી શકીએ છીએ, જેમ કે કોઈ પરિસ્થિતિ, જેનાથી આપણને એ વ્યક્તિને યાદ કરવામાં મદદ મળશે. આ વાતને ધ્યાન રાખો કે, આજે વિશેષ રૂપથી સ્કેનર ઉપલબ્ધ છે, જે બિઝનેસ કાર્ડને સીધા આપણા કૉમ્પ્યુટરમાં સ્કેન કરી શકે છે.

કેટલાક બિઝનેસ ઍક્ઝિક્યૂટિવ આ પ્રકારની પ્રણાલીને કારોબાર માટે અનિવાર્ય માને છે અને પોતાના બધા કારોબારી સંપર્ક આ ફાઇલોમાં રાખે છે. સામાન્ય કારોબારી વ્યવહારમાં ઉપયોગમાં થતી ફાઇલની સાથે આપણે પોતાના નેટવર્ક માટે એક ખાસ રોલોડેક્સ કે કાર્ડ ફાઇલ તૈયાર કરી શકીએ છીએ. એમાં એ જ જાણકારી આવશે, જેની અનુશંસા બિઝનેસ કાર્ડ ફાઇલ માટે આપવામાં આવી છે, પરંતુ આપણને આ પ્રણાલી વધારે સુવિધાજનક લાગી શકે છે.

બિઝનેસ કાર્ડ કે રોલોડેક્સ સિસ્ટમ્સના મામલામાં મુખ્ય સમસ્યા એ છે કે, એમને સામાન્ય રીતે વર્ણક્રમમાં જમાવવામાં આવે છે. આ ત્યારે તો ખૂબ સારી રહે છે, જ્યારે આપણે કોઈ ખાસ વ્યક્તિ વિશે શોધવા ઇચ્છીએ છીએ, જેનું નામ આપણને યાદ હોય, પરંતુ જ્યારે આપણને નામ યાદ ના હોય, ત્યારે એનો ઉપયોગ કરવો મુશ્કેલ હોય છે. ક્રૉસ-ઇન્ડેક્સ કાર્ડ સિસ્ટમથી આપણે પોતાના સંપર્કોને વર્ગીકૃત કરી શકીએ ચીએ અને એ જ અનુસાર લોકોને શોધી પણ શકીએ છીએ.

આત્મ-પરિચય આપણી કારકિર્દીની શોધના અનિવાર્ય તત્ત્વોમાંથી એક છે. આ સામાન્ય રીતે સંભાવિત નિયોક્તાની સાથે આપણો પ્રથમ સંપર્ક હોય છે. જો નિયોક્તા આપણા આત્મ-પરિચયથી પ્રભાવિત નથી થતો, તો આપણને કદાચ એને મળવાનો અવસર નહીં મળે. આપણને પોતાની યોગ્યતાઓને આમને-સામને રજૂ કરવા તથા વેચવાનો અવસર નહીં મળે!

# ૯. નવી નોકરીઃ પરિચય અને ઇન્ટરવ્યૂ

## આપણો આત્મ-પરિચય

આત્મ-પરિચય આપણી કારકિર્દીની શોધના અનિવાર્ય તત્ત્વોમાંથી એક છે. આ સામાન્ય રીતે સંભાવિત નિયોક્તાની સાથે આપણો પ્રથમ સંપર્ક હોય છે. જો નિયોક્તા આપણા આત્મ-પરિચયથી પ્રભાવિત નથી થતો, તો આપણને કદાચ એને મળવાનો અવસર નહીં મળે. આપણને પોતાની યોગ્યતાઓને આમને-સામને રજૂ કરવા તથા વેચવાનો અવસર પણ નહીં મળે!

આત્મ-પરિચય આપણા શિક્ષણ, અનુભવ અને સામાન્ય પૃષ્ઠભૂમિનું એ સારગર્ભિત કથન છે, જે સંભાવિત નિયોક્તાઓની સામે રજૂ કરવામાં આવે છે. એનો ઉપયોગ રોજગારની જાહેરાતના જવાબમાં કરવામાં આવે છે. આ રોજગાર એજેન્સીઓ અને/અથવા નિયુક્તિકર્તાઓને મોકલવામાં આવે છે. એને નેટવર્કિંગ સાધનના રુપમાં પણ મોકલી શકાય છે.

આત્મ-પરિચય પોતાની જાહેરાત કરવાની જગ્યા છે. એમાં આપણે પોતાની શક્તિઓ પર ભાર આપવો જોઈએ અને પોતાની સીમાઓને ન્યૂનતમ કરવી જોઈએ. જો એ કાગળ પર લખેલી વાતો વાચકને રોમાંચિત નથી કરતી, તો તે અતિ મહત્ત્વપૂર્ણ ઇન્ટરવ્યૂ ક્યારેય નહીં થઈ શકે.

પોતાનો આત્મ-પરિચય લખવાથી પહેલાં આપણે સાવધાનીથી પોતાની પૂરી પૃષ્ઠભૂમિની સમીક્ષા કરવી જોઈએ. એમાં આપણે કારકિર્દીમાં પોતાની અત્યાર સુધીની સફળતાઓ પર ભાર આપવો જોઈએ.

માત્ર આપણા પદનું કાર્ય-વિવરણ લખવું જ પૂરતું નથી. આપણા મોટાભાગના પ્રતિસ્પર્ધીઓની પાસે આપણા જેવો જ

અનુભવ થશે. આથી આપણે પોતાની સફળતાઓને ઉભારવી પડશે. આના જ કારણથી આપણે બીજાઓ કરતાં અલગ દેખાઈશું અને એ પદ માટે આપણા પર ધ્યાન આપવામાં આવશે.

આપણે જે પદ ઇચ્છીએ છીએ, એની જરૂરિયાતોના અનુરૂપ આત્મ-પરિચય લખીએ. જો આપણે જાહેરાતમાં બતાવેલા કોઈ ખાસ પદ માટે અરજી આપી રહ્યા છીએ, તો ધ્યાનથી જાહેરાતનું અધ્યયન કરો. જો કોઈએ આપણને એ પદનો સંદર્ભ આપ્યો છે, તો સંદર્ભ આપનારી એજન્સી કે વ્યક્તિથી એના વિશે વધારેમાં વધારે જાણકારી પ્રાપ્ત કરો. પોતાના આત્મ-પરિચયને એ વિશેષ જરૂરિયાતો અનુરૂપ ઢાળો.

ઉદાહરણ સ્વરૂપે, જો કોઈ નોકરીમાં ''કૉમ્પ્યુટર ગ્રાફિક્સ ડિઝાઈન કરવા'' જેવી કોઈ વિશિષ્ટ યોગ્યતા માંગવામાં આવી છે, તો એ સુનિશ્ચિત કરો કે, આ શબ્દ આત્મ-પરિચયમાં પ્રમુખતાથી દેખાય, ભલે જ એ ક્ષેત્રમાં આપણો અનુભવ ખૂબ જ ઓછો હોય.

> **સામાન્ય આત્મ-પરિચય મોકલવો સૌથી મોટી ભૂલોમાંથી એક છે.**
>
> – જૉન ડી. રૉકફેલર

કેમ કે નિયોક્તાઓને હંમેશાં ડઝનો કે સેંકડો આત્મ-પરિચય મળે છે, આથી એ વાતની ખૂબ સંભાવના છે કે, વાચક આ મુખ્ય શબ્દોની શોધમાં દરેક આત્મ-પરિચયને સીધી રીતે જોશે. જો આત્મ-પરિચય ઈ-મેલ કે કૉી બીજા ઇલેક્ટ્રૉનિક માધ્યમ દ્વારા મોકલવામાં આવ્યો છે, તો નિયોક્તા બસ ''ફાઇન્ડ'' મેનૂમાં મુખ્ય શબ્દોની શોધ કરી શકે છે અને જો તે શબ્દ આપણા આત્મ-પરિચયમાં નથી મળતા, તો આપણા નામ પર વિચાર પણ નહીં કરવામાં આવે.

## આત્મ-પરિચય (બાયોડેટા) બનાવતા સમયે ધ્યાન રાખો

આત્મ-પરિચય આત્મકથા નથી હોતી. પોતાની પૃષ્ઠભૂમિના એ મુખ્ય ક્ષેત્રો પર ભાર આપો, જે ઇન્ટરવ્યૂ પ્રાપ્ત કરવામાં આપણી મદદ કરે. યાદ રાખો, સંભાવિત નિયોક્તાની પાસે સમય સીમિત હોય છે. નિયોક્તા માત્ર સ્પષ્ટ તેમજ સારગર્ભિત આત્મ-પરિચય જ વાંચશે. મોટાભાગના આત્મ-પરિચય એક પેજથી વધારે લાંબા નથી હોતા. જે લોકોનો કામકાજી અનુભવ વ્યાપક છે, એમને બે પેજની અનુમતિ છે. જો આપણી સફળતાઓ ખરેખર મહત્ત્વપૂર્ણ છે, તો ત્રણ પેજ અંતિમ સીમા છે.

નામ, તારીખો અને પદનામ જ પર્યાપ્ત નથી. વાચકને પોતાની પૃષ્ઠભૂમિ વિશે પર્યાપ્ત જાણકારી આપો, જેથી એને સારી રીતે સમજમાં આવી જાય કે, એ પદ માટે આપણે ગંભીર વિચારના હકદાર કેમ છીએ? એ માનીને ના ચાલો કે જો નિયોક્તાને વધારે જાણકારીની જરૂર હશે, તો તે ફોન કરીને માંગી લેશે. જો એ પદના ઇચ્છુક બીજા ઉમેદવારોએ વધારે જાણકારી આપી છે, તો કદાચ આપણને દરકિનાર કરી દેવામાં આવશે.

## પોતાની મહત્ત્વપૂર્ણ ઉપલબ્ધિઓને અવશ્ય સામેલ કરો

દરેક વ્યક્તિની પૃષ્ઠભૂમિમાં સકારાત્મક અને નકારાત્મક બંને પાસાઓ સામેલ હોય છે. નકારાત્મક વસ્તુઓ અથવા નકારાત્મક માની શકાય તેવી વસ્તુઓથી બચો. નીચે બતાવવામાં આવ્યું છે કે, સામાન્ય રીતે આત્મ-પરિચયથી કયા પ્રકારની જાણકારીને હટાવી દેવી જોઈએ. વ્યક્તિગત જાણકારી જેમ કે ઉંમર, લિંગ અને વૈવાહિક સ્થિતિ. કદ અને વજન. લોકો આપણા કદ-કાઠીના આધઆર પર આપણા વિશે અનુમાન લગાવી શકે છે. નાના કે લાંબા, મોટા કે પાતળા હોવાથી આપણી યોગ્યતા પર કોઈ અસર નથી થતી. નિશ્ચિત રૂપથી તે આપણને ઈન્ટરવ્યૂના સમયે જોશે, પરંતુ ત્યારે આપણા દેખાવ વિશે એમની ભાવનાઓ આપણા સંપૂર્ણ વ્યક્તિત્વ અને અનુભવની પૃષ્ઠભૂમિમાં જોવામાં આવશે. ત્યારે તે ''અતિ મહત્ત્વપૂર્ણ આંકડાઓ''ની નજરથી નહીં જુએ. નોકરી છોડવાના કારણ. જો કે, નિયોક્તાને એ જાણવાનો અધિકાર છે કે, આપણે કોઈ નોકરી કેમ છોડી, પરંતુ એ વિશે ઈન્ટરવ્યૂમાં વાતચીત કરવી ઉત્તમ હોય છે. ''કંપનીનું દેવાળું નીકળી ગયું,'' જેવા બિલ્કુલ સ્પષ્ટ મામલાઓને છોડીને સામાન્ય રીતે વાર્તામાં વધારે વાતો હોય છે, જે થોડા શબ્દોમાં જ કહી નથી શકાતી. વાસ્તવમાં ખૂબ ઓછી જાણકારીના કારણે નકારાત્મક વ્યાખ્યાની આશંકા રહે છે. એ ઉપરાંત એ પણ ધ્યાન રાખો કે, જો આપણે કહીએ છીએ કે, આપણે પ્રગતિ માટે નોકરી બદલવા ઈચ્છીએ છીએ, તો એનો અર્થ એ કાઢી શકાય છે કે, આપણે પોતાના પાછલા પદમાં પ્રગતિ કરવા લાયક ન હતા. પગાર સંબંધી જાણકારી. કેમ કે આપણા પગારની માંગો નોકરી, સ્થાન કે અન્ય ઘટકોની સાથે બદલાઈ શકે છે, આથી સૌથી સારું એ જ રહે છે કે, આત્મ-પરિચયમાં અપેક્ષિત પગાર ના લખો. ફોટોનો ઉપયોગ ના કરો. ભલે ફોટો કેટલો પણ સારો કેમ ના હોય, એનાથી સંભાવિત નિયોક્તા આપણને મળ્યા વગર જ આપણા વિશે ધારણા બનાવી લે

છે. કેટલાય લોકોને ખોટી ધારણાઓના કારણે ઇન્ટરવ્યૂમાં બોલાવવામાં જ નથી આવતા. ઉદાહરણ સ્વરૂપે, એક સારા દેખાતા અરજદારને ઇન્ટરવ્યૂમાં આથી ના બોલાવવામાં આવ્યો કેમ કે, નિયોક્તાને એનો ચહેરો ''બાળક જેવો'' લાગ્યો.

મોટાભાગના ઇન્ટરવ્યૂ લેવાવાળા જો આપણામાં રુચિ રાખે છે, તો તેઓ ખુદ સંદર્ભ માંગી લેશે. આત્મ-પરિચયમાં એમની સૂચિ આપવાથી જગ્યા ઘેરાઈ જાય છે, જેનો ઉપયોગ આપણી પૃષ્ઠભૂમિના વધારે મહત્ત્વપૂર્ણ પાસાઓ માટે કરવામાં આવી શકાય છે. સામેવાળાના આગ્રહ પર આપણી પાસે સંદર્ભોની સૂચી આપવા માટે તૈયાર હોવી જોઈએ. આ સામાન્ય દિશાનિર્દેશનો એક અપવાદ ત્યારે છે, જ્યારે આપણા સંદર્ભમાં આપણા ક્ષેત્રના પ્રસિદ્ધ અને સન્માનિત લોકો હોય. જો એવું છે, તો પોતાના આત્મ-પરિચયમાં એમનું નામ જોડવાથી આપણી સાખ વધી શકે છે. પોતાના આત્મ-પરિચયમાં કોઈ વ્યક્તિનો સંદર્ભ આપવાથી પહેલાં એની અનુમતિ લઈ લો. વાંછિત વિશિષ્ટ પદનામનો ઉલ્લેખ ના કરો : જો આપણે મુખ્ય કેમિકલ એન્જિનિયરનું પદ ઇચ્છીએ છીએ, પરંતુ બીજા રોચક પદો પર પણ પોતાના નામ પર વિચાર ઇચ્છતા હોઈએ, જેના માટે આપણે યોગ્ય છીએ, તો આત્મ-પરિચય પર ''ચીફ કેમિકલ એન્જિનિયર'' લખવા પર આપણે આપમેળે જ બાકી અવસરોથી વંચિત થઈ જઈશું.

જાહેરાતના લોકોએ આપણને શીખવાડ્યું છે કે, ભાર ''હું'' પર નહીં, ''તમારા (તમે)'' પર આપવું જોઈએ. આથી કોઈ નિયોક્તાની સામે પોતાની યોગ્યતાઓને વેચતા સમયે આપણે એ વાત પર ભાર આપવો જોઈએ કે, આપણે નિયોક્તા માટે શું કરી શકીએ છીએ, એ વાર પર ભાર ના આપવો જોઈએ કે, આપણે શું ઇચ્છીએ છીએ. ''મારો ઉદ્દેશ્ય એક પડકારપૂર્ણ અને રોચક પદ મેળવવાનો છે.'' એ કહેવાના બદલે એ કહો, ''સૉફ્ટવેયર ડિઝાઇનમાં દસ વર્ષનો ક્રમશ: વધારે જવાબદારીનો અનુભવ પ્રદાન કરવો.'' ''હું'' પર વધારે ભાર બહુધા અપરિપક્વ કર્મચારીની નિશાની માનવામાં આવે છે, જેના કાર્ય સંસ્કાર અને દષ્ટિકોણ બંને જ કમજોર હોય છે.

જ્યારે આપણે કોઈ નવું પદ ઇચ્છીએ છીએ, તો પોતાની પૂરી પૃષ્ઠભૂમિનું ફરીથી મૂલ્યાંકન કરો અને એ જ અનુસાર આત્મ-પરિચયને ફરીથી લખો. પોતાની શૈક્ષણિક પૃષ્ઠભૂમિની જાણકારી આપતા સમયે શિક્ષણના એ પાસા પર ભાર આપો, જે આપણા વાંછિત પદ માટે સૌથી વધારે પ્રાસંગિક હોય. જે લોકોને કૉલેજ છોડવાનો સમય ઓછો થયો છે, એમણે શિક્ષણને વધારે જગ્યા ના આપવી જોઈએ, જ્યારે જો વધારે સમય થયો છે, તો ઓછી જગ્યા આપવી યોગ્ય છે. જે

આપણને કૉલેજ છોડ્યે પાંચ વર્ષ કરતાં વધારે સમય થઈ ચુક્યો છે, તો આપણે કૉલેજ, ડિગ્રી અને પ્રૉફેશનલ પ્રમાણપત્રોની માત્ર સારગર્ભિત સૂચી આપવી જોઈએ. જો આપણે કૉલેજ છોડ્યા પછી પોતાના ક્ષેત્ર સંબંધી કોર્સ કે સેમિનાર કર્યા છે, તો સૌથી મહત્ત્વપૂર્ણ કોર્સો અથવા સેમિનારોની સૂચી આપવી સારી રહે છે.

પોતાના સારા આત્મ-પરિચયને અનુચિત પ્રારૂપ કે ખોટા સ્પેલિંગ, વ્યાકરણની ભૂલો કે લાપરવાહીપૂર્ણ પ્રિન્ટિંગથી બરબાદ ના થવા દો. એની વારંવાર પ્રૂફરીડિંગ કરો અને એને બીજા વ્યક્તિઓને પણ વંચાવો. જો એવું લાગે

> નિયોક્તા કોઈ ખાસ પદ માટે જે વિશેષ યોગ્યતાઓને યાદીબદ્ધ કરે છે, એના પર ધ્યાન કેન્દ્રિત કરો અને એ સુનિશ્ચિત કરો કે, તમારા આત્મ-પરિચય કે પત્રમાં ઠીક એ જ શબ્દ સામેલ હોય.
> — જેરી ક્રિસ્પિન, નિયુક્તિકર્તા અને લેખક

છે કે, આ આત્મ-પરિચયથી પર્પાપ્ત ઇન્ટરવ્યૂ નથી મળી રહ્યા, તો એને ફરીથી લખો.

## અરજી પત્ર

આપણે બી રીતથી અરજી પત્ર મોકલી શકીએ છીએ. એક રીત છે – સંક્ષિપ્ત કવર લેટરની સાથે આત્મ-પરિચય (બાયોડેટા) મોકલવો. આ પારંપરિક નીતિ છે; મોટાભાગના નિયોક્તા કવર લેટર અને આત્મ-પરિચય બંનેની અપેક્ષા રાખે છે. બીજી નીતિ છે – આત્મ-પરિચયની જગ્યા પર અધિક વિસ્તૃત પત્ર મોકલવો. જો કે, અરજીની આ શૈલી વધારે ઉપયુક્ત નથી માનવામાં આવતી, પરંતુ કેટલીક પરિસ્થિતિઓમાં વિકલ્પ તરીકે એનો ઉપયોગ કરી શકાય છે. બંને જ પ્રકારના પત્ર હાર્ડ કોપી કે ઈમેલના રૂપમાં મોકલી શકાય છે.

## કવર લેટર

આત્મ-પરિચયની સાથે કવર લેટર મોકલવાની સ્થિતિ પર ધ્યાન આપો: વિલિયમ માર્શલ વિલેટ્સ, ઓહિયોમાં સ્કિનર સ્ટીલ ફેબ્રિકેટર્સના પરચેઝિંગ મેનેજર છે. એમના નેટવર્કના એક સદસ્ય ચાર્લ્સ ગ્રાહમે અભિપ્રાય આપ્યો કે, તેઓ સ્ટાન્ડર્ડ ટૂલ્સ, ઇંકની એક્ઝિક્યૂટિવ વાઇસ પ્રેસિડેન્ટ સૂજન રેંડલને પોતાનો આત્મ-પરિચય મોકલે. એમણે શ્રી ગ્રાહમ પાસેથી પદ અને કંપની વિશે વધારેમાં

વધારે જાણકારી પ્રાપ્ત કરી અને કંપનીની વેબસાઇટનું અધ્યયન કર્યું. વિલિયમે પોતાના આત્મ-પરિચયની સાથે આ પત્ર મોકલ્યો :

### પ્રિય મિસ રેન્ડલ

ચાર્લ્સ ગ્રાહમે અભિપ્રાય આપ્યો છે કે, હું તમારા પરચેઝિંગ ડિપાર્ટમેન્ટના પદ મામલે તમારો સંપર્ક કરું.

જેમ કે તમે જાણો છો, અમારી વર્તમાન કંપની સ્કિનર સ્ટીલ ફેબ્રિકેટરનો વિલય મિડવેસ્ટ મેટલ્સની સાથે થઈ રહ્યો છે અને બધી ખરીદારી મિડવેસ્ટ દ્વારા કરવામાં આવશે. જેમ કે સંલગ્ન આત્મ-પરિચયમાં બતાવવામાં આવ્યું છે કે, મારો અનુભવ સ્ટીલ અને અન્ય કાચા માલને ખરીદવામાં મારી સફળતાઓને બતાવે છે, જે સ્ટાન્ડર્ડ ટૂલ્સના કાચા માલ જેવો જ છે. મારી આ પૃષ્ઠભૂમિ મને તમારા પરચેઝિંગ સ્ટાફ માટે મૂલ્યવાન બનાવી દેશે.

શું મને તમારી સાથે આ વિશે ચર્ચા કરવાનો અવસર મળી શકે છે? હું આવતા સપ્તાહે ફરીથી તમારો સંપર્ક કરીશ અને જોઈશ કે, શું આપણે મળવાનો સમય નક્કી કરી શકીએ છીએ.

ભવદીય,
વિલિયમ માર્શલ
સંલગ્ન: આત્મ-પરિચય

ધ્યાન આપો કે, માર્શલે તુરંત એ બતાવી દીધું કે, એને સંદર્ભ કોણે આપ્યો. પછી એણે બતાવ્યું કે, સામેવાળી કંપની એનામાં કેમ રુચિ લઈ શકે છે અને પછી એણે સીધો જ ઇન્ટરવ્યૂ માટે સમય માંગી લીધો. એણે પત્રમાં પોતાના પૂરા કામકાજ ઇતિહાસની સમીક્ષા ના કરી– આ કામ સંલગ્ન આત્મ-પરિચયે કરી દીધું. એવો પત્ર મોકલતા સમયે સંક્ષિપ્ત અને બિંદુવાર (પોઇન્ટ ટૂ પોઇન્ટ) રહો. પત્રમાં પૂરા આત્મ-પરિચયને દોહરાવવાની કોઈ જરૂર નથી. પરંતુ કેટલીક વિશેષ વાતોને રેખાંકિત અવશ્ય કરો, જેનામાં એ કંપનીની રુચિ હોઈ શકે છે (‘‘મારો અનુભવ સ્ટીલ અને અન્ય કાચા માલને ખરીદવામાં મારી સફળતાઓને બતાવે છે, જે સ્ટાન્ડર્ડ ટૂલ્સના કાચા માલ જેવો જ છે.’’) ઇન્ટરવ્યૂના આગ્રહની સાથે પત્ર સમાપ્ત કરો અને આગળની જાણકારી ફોન પર લો. એમાં સમય લાગી શકે છે, પરંતુ જો આપણે એ વ્યક્તિને મળવામાં સફળ થઈ જઈએ છીએ, તો એનાથી આપણી સફળતાની સંભાવના ખૂબ જ વધી જાય છે.

કેટલાક લોકો આત્મ-પરિચયના બદલે પોતાની યોગ્યતાઓનું વર્ણન કરનારા વ્યક્તિગત પત્ર લખવાનું વધારે પસંદ કરે છે. આ પત્ર એ વ્યક્તિને મોકલી શકાય છે, જેનો આપણને સંદર્ભ આપવામાં આવ્યો છે. જો આપણી પાસે સંદર્ભ નથી, તો આપણે એ પત્ર કોઈ કંપનીના અધિકારીને પણ મોકલી શકીએ છીએ, જેને આપણા જેવા અનુભવી વ્યક્તિની જરૂર હોઈ શકે છે.

આ પત્ર કોના નામ પર મોકલશો? મેનેજરના પદ માટે કંપની પ્રેસિડેન્ટ કે સીઈઓને પત્ર લખો; સેલ્સ પદ માટે સેલ્સ કે માર્કેટિંગ મેનેજરને પત્ર લખો, અકાઉન્ટિંગના પદ માટે ચીફ ફાઇનેન્શિયલ ઓફિસરને પત્ર લખો વગેરે.

આપણે સૂચીની દરેક કંપની માટે પોતાના કોમ્પ્યુટર પર વ્યક્તિગત પત્ર તૈયાર કરી શકીએ છીએ. એવા પત્રનું ઉદાહરણ નીચે આપવામાં આવ્યું છે. પત્રમાં કંપનીના નામનો ઉલ્લેખ જુઓ.


ચાર્લ્સ હોકિન્સ
૪૨, બ્રુસ્ટર લેન
ગ્રીનવિલ, એનવાય ૧૨૦૨૦


શ્રી એન્ડ્રૂ કાર્ટર
બ્લિઝાર્ડ મેન્યુફેક્ચરિંગ કંપની
૩૪ જે સ્ટ્રીટ
સ્કેનેકટેડી, એનવાય ૧૨૩૧૦


પ્રિય. મિ. કાર્ટર,
        શું બ્લિઝાર્ડના પ્રબંધનમાં કોઈ વ્યાપક અનુભવવાળા બિઝનેસ મેનેજર માટે પદ ખઆલી છે, જેને માર્કેટિંગ, ઉત્પાદન, કર્મચારી સંબંધો અને નાણાના બધા ક્ષેત્રોમાં મહત્ત્વપૂર્ણ અનુભવ છે?
        વેચાણના ક્ષેત્રમાં શરૂઆત કર્યા પછી મેં ટિકાઉ ઉપભોક્તા વસ્તુઓની મોટી ઉત્પાદક કંપનીમાં વાઇસ પ્રેસિડેન્ટ (વેચાણ) પદ સુધી પ્રગતિ કરી. મને પ્રભારી વાઇસ પ્રેસિડેન્ટ (ઓપરેશન્સ) બનાવવામાં આવ્યો અને સંચાલક મંડળમાં પણ પસંદ કરી લેવામાં આવ્યો. આ પદ પર મેં આધુનિક પ્રબંધન અંતર્ગત પૂરા વિભાગનું પુનર્ગઠન કરી દીધું, જેનાથી ઉત્પાદનમાં મહત્ત્વપૂર્ણ વૃદ્ધિ થઈ અને પ્રસાસકીય ખર્ચાઓમાં કમી થઈ. મારી ઉપલબ્ધિઓમાં આ સામેલ છે:

- હસ્તચલિત ઉત્પાદન નિયંત્રણોની જગ્યા પર કૉમ્પ્યુટર આધારિત પ્રોગ્રામ સ્થાપિત કરવો
- કાર્યકારી સ્ટૉક નિયંત્રણ શરૂ કરવો.
- શ્રમ અનુબંધો પર સોદાબાજી, જેના કારણે કંપનીને પાછલા અનુબંધથી ખૂબ જ વધારે લાભ થયો.
- રાષ્ટ્રીય વેચાણ ગતિવિધિઓનું નિર્દેશન.
- વેચાણ, પ્રબંધન અને તકનીકી કર્મચારીઓને રોજગાર તેમજ પ્રશિક્ષણ આપવું.
- બજારના વિશ્લેષણ અને ભખ્ય સૂચિત કરતા કાર્યક્રમ તૈયાર કરવા.
- પ્રોડક્ટ્સનું માર્કેટિંગ, વિજ્ઞાપન અને ક્રય-વિક્રયનો થોક અને ઓઈએમ માર્ગોમાં સમન્વય.


વીસ વર્ષોની સફળ ઉપલબ્ધિઓની સાથે, હું બ્લિજાર્ડની પ્રબંધન ટીમનો મૂલ્યવાન હિસ્સો બની શકું છું. શું હું તમને વધારે વિવરણ મોકલું કે ફચી તમારી સુવિધા અનુસાર ઈન્ટરવ્યૂ માટે મળું?

*તમારો,*
*ચાલ્સ હૉકિન્સ*


નોકરી શોધતા કેટલાક લોકો પોતાના વિસ્તાર કે પોતાના ઉદ્યોગમાં ખૂબ જ સારી કંપનીઓને આ પ્રકારના સેંકડો પત્ર મોકલે છે. સામાન્ય રીતે કંપનીઓનીસામાન્ય સૂચીને પત્ર મોકલવો લાભદાયક નથી હોતો (જેમ કે ફૉર્ચ્યૂન ૫૦૦). સામાન્ય રીતે મોટી કંપનીઓને એટલા વધારે અવાંછિત પત્ર મળે છે કે, મોટાબાગના મામલાઓમાં તેઓ એમને નજરઅંદાજ કરી દે છે. બીજી તરફ, જેમ શ્રી હૉકિન્સે કર્યું, કોઈ વિશિષ્ટ, ખાસ ઉદ્યોગમાં કંપનીઓની સૂચીને પત્ર મોકલવાથી સન્માનજનક પ્રતિક્રિયા પ્રાપ્ત થઈ શકે છે. ગાંઠ બાંધી લો કે, અવાંછિત ટપાલ અભિયાનોથી જબરદસ્ત પરિણામોની આશા ના કરો. જો આપણને ૧૦૦ પત્ર મોકલવા પર બે-ત્રણ ઈન્ટરવ્યૂ મળી પણ જાય, તો આપણે માનવું જોઈએ કે, આપણું પ્રદર્શન સારું છે. સફળતાના ઓછા દરથી હતાશ ના થાઓ. આ તકનીકને નજરઅંદાજ પણ ના કરો!

સામાન્ય રીતે સૂચીની જે કંપનીઓથી આપણે સંપર્ક કરી લીધો છે, ત્યાં ફરીથી પત્ર મોકલવામાં સમય બરબાદ કરવો યોગ્ય નથી. જો પ્રથમ પત્રથી વાંછિત

પ્રતિક્રિયા નથી મળી, તો બીજો પત્ર પણ સામાન્ય રીતે વધારે સફળ નહીં થાય. આપણે પોતાની સૂચીની એ કેટલીક કંપનીઓના મામલામાં વધુ એક પ્રયાસ કરી શકીએ છીએ, જેમનામાં આપણને વિશેષ રસ છે.

આ પ્રકરણમાં એ વ્યક્તિને ફોન કરો, જેને આપણે મૂળ પત્ર મોકલ્યો હતો (એને પત્ર મળ્યાના એક સપ્તાહ કે દસ દિવસ પછી). ઉતાવળપણું કે તણાવ બતાવ્યા વગર એ વ્યક્તિને ઇન્ટરવ્યૂનો આગ્રહ કરો. એક વાર ફરી, જો એણે અત્યાર સુધી આપણા પત્રનો જવાબ નથી આપ્યો, તો એ વાતની સંભાવનાઓ ક્ષીણ છે કે, તે આપણને ઇન્ટરવ્યૂ માટે બોલાવશે.

આપણો આત્મ-પરિચય અને/અથવા પત્ર આપણા માટે ફક્ત દ્વાર કોલી શકે છે. એમનામાંથી કોઈને પણ લખતા સમયે એ ધ્યાન રાખો કે, તે આપણા વ્યક્તિગત વેચાણને વધારવાના સાધન છે અને એમણે સંભાવિત નિયોક્તાને પ્રેરિત કરવા જોઈએ કે, તે આપણને ઇન્ટરવ્યૂ માટે આમંત્રિત કરી લે.

# ઇન્ટરવ્યૂ

નોકરીનો ઇન્ટરવ્યૂ પસંદગી પ્રક્રિયાનું મુખ્ય પગથિયું છે. આ બિંદુ પર આપણને સંભાવિત નિયોક્તાની સામે પોતાની ખૂબીઓ રજૂ કરવાનો એક માત્ર સાચો અવસર આપવામાં આવે છે. જો આપણે પ્રથમ ઇન્ટરવ્યૂમાં સારો પ્રભાવ નથી છોડી શકતા, તો બીજી તક મળવાની સંભાવના નથી હોતી.

નિયુક્તિના મોટાભાગના નિર્ણય કેટલાય ઇન્ટરવ્યૂ પછી લેવામાં આવે છે. છંટણી માટે માનવ સંસાધન વિભાગનો કોઈ સદસ્ય પ્રથમ ઇન્ટરવ્યૂ લઈ શકે છે. પછીના ઇન્ટરવ્યૂમાં સામાન્ય રીતે એ લોકો હોય છે, જેમના અધીન અરજદાર કામ કરશે. એકથી વધારે લોકોને ઇન્ટરવ્યૂ આપ્યા પછી જ આપણે અંતિમ નિર્ણય લેનારાને મળી શકીએ છીએ. સામાન્ય રીતે આ નિર્ણય એ વ્યક્તિ લે છે, જેના અધીન આપણે કામ કરીશું અથવા તે એ વિભાગનો મેનેજર હોય છે, જેમાં આપણે કામ કરીશું. ધ્યાન રાખો કે, દરેક ઇન્ટરવ્યૂ મહત્ત્વપૂર્ણ હોય છે, કેમ કે જો આપણે દરેક ઇન્ટરવ્યૂમાં સારો પ્રભાવ નથી છોડતા, તો પ્રક્રિયા રોકાઈ જશે અને આપણે અંતિમ નિર્ણય લેનારાથી મળી પણ નહીં શકીએ. કેટલાય અરજદાર માત્ર આથી નાકામ થઈ ગયા, કેમ કે એમણે પોતાના સર્વશ્રેષ્ઠ બિંદુ અંતિમ ઇન્ટરવ્યૂ સુધી રોકીને રાખવાનું વિચાર્યું અને આ કારણથી તેઓ રસ્તામાં થયેલા કોઈ ઇન્ટરવ્યૂમાં સામેવાળાને પ્રભાવિત ના કરી શક્યા. આ પ્રારંભિક ઇન્ટરવ્યૂના મહત્ત્વને સામાન્ય માનવાના કારણે એમણે બોસને મળવાનો અવસર ગુમાવી દીધો.

આપણે દરેક ઇન્ટરવ્યૂની તૈયારી પૂરી સાવધાનીથી કરવી જોઈએ. પ્રથમ

ઇન્ટરવ્યૂ પણ એટલો જ મહત્ત્વપૂર્ણ છે, જેટલો કે છેલ્લો અને છેલ્લો ઇન્ટરવ્યૂ પણ એટલો જ મહત્ત્વપૂર્ણ છે, જેટલો કે પ્રથમ. એ માનીને ના ચાલો કે, આપણી નિયુક્તિ પાક્કી છે, કેમ કે છેલ્લા ઇન્ટરવ્યૂ સુધી દરેક વ્યક્તિએ આપણને એનો આભાસ કરાવ્યો હતો - આ એક ઘાતક ભૂલ હોઈ શકે છે. કેટલાક ઇન્ટરવ્યૂ લેવાવાળા એ સંકેત પણ આપી શકે છે કે, બૉસની સાથે મળવું તો માત્ર પરિચયની પરંપરા છે અને આપણી નિયુક્તિ પર એમની ''રબરની મહોર'' લાગવી નક્કી છે. એ જાળમાં ના ફસાશો. જો વધારે ઊંચા સ્તરના મેનેજરનો અભિપ્રાય નકારાત્મક થયો, તો એ નિશ્ચિત રૂપથી



નિચલાસ્તરના મેનેજરના અભિપ્રાય પર ભારે પડશે.

દરેક ઇન્ટરવ્યૂથી પહેલાં પોતાની રણનીતિ વિશે ફરીથી વિચાર કરી લો. આપણે પાછલા ઇન્ટરવ્યૂઓથી ઘણું બધું શીખી શકીએ છીએ- જેમ કે, કયા પ્રકારના પ્રશ્ન પૂછવાની સંભાવના છે અને કંપની માટે સૌથી વધારે મહત્ત્વપૂર્ણ શું છે. પાછલા ઇન્ટરવ્યૂઓનું સાવધાનીપૂર્ણ વિશ્લેષણ આગામી ઇન્ટરવ્યૂની તૈયારી કરવામાં મદદ કરી શકે છે.

પૂરા ઇન્ટરવ્યૂમાં આપણી વાતચીતને સરળ રાખવા માટે આપણે પ્રારંભિક ઇન્ટરવ્યૂનું ઉદાહરણ લઈશું. આપણે પછીથી થનારા ઇન્ટરવ્યૂઓની તૈયારી પણ એ જ રીતે કરવી જોઈએ, જે રીતે આપણે પ્રથમ ઇન્ટરવ્યૂ માટે કરી હતી. સ્પષ્ટ છે કે, પાછલા ઇન્ટરવ્યૂઓમાં આપણને કંપની કે પદ વિશે જે જ્ઞાન પ્રાપ્ત હશે, આપણે એનો જ ઉપયોગ કરીશું. આગલા ઇન્ટરવ્યૂની તૈયારી કરતા સમયે આપણે પાછલા ઇન્ટરવ્યૂ લેનારાઓની પ્રિય તકનીકોને પણ મગજમાં રાખવી જોઈએ.

આપણે કોઈ પણ ઇન્ટરવ્યૂ ત્યાં સુધી ના આપવો જોઈએ, જ્યાં સુધી આપણે પહેલાં એ જાણી ના લઈએ કે, શું ઇચ્છવામાં આવ્યું છે અને શું અપેક્ષિત છે? આ રોશનીમાં પોતાની પૃષ્ઠભૂમિની સમીક્ષા કરવી પણ એટલી જ મહત્ત્વપૂર્ણ છે કે, શું આપણે એ અપેક્ષાઓને પૂરી કરીએ છીએ, જેથી આપણે ઇન્ટરવ્યૂ દરમિયાન પોતાની શક્તિઓને સકારાત્મક, પ્રાસંગિક અને વિશ્વસનીય અંદાજમાં રજૂ કરવા માટે તૈયાર રહીએ.

મોટાભાગના મામલાઓમાં ઈન્ટરવ્યૂ લેવાવાળા આપણા આત્મ-પરિચય કે અરજી પત્ર અથવા બંને વાંચી ચુક્યા હોય છે, આથી તે આપણા કામકાજ અનુભવ અને શિક્ષણની પાયાની રૂપરેખા વિશે પહેલેથી જ જાણે છે. એવી સ્થિતિમાં નોકરીના ઈન્ટરવ્યૂનો ઉપયોગ મોટાભાગે આત્મ-પરિચય અને રોજગાર અરજીઓમાં આપવામાં આવેલા સંક્ષિપ્ત ડેટાનો વિસ્તાર કરવા માટે કરવામાં આવશે. ઈન્ટરવ્યૂ દરમિયાન સામેવાળો આપણા કરતાં આપણા કર્તવ્યો અને જવાબદારીઓ વિશે વધારાની જાણકારી માંગશે. કેટલીય વાર ઈન્ટરવ્યૂ લેવાવાળાએ આપણી પૃષ્ઠભૂમિની સાવધાનીથી સમીક્ષા નહીં કરી હોય, આથી આપણે પોતાના શિક્ષણ અને અનુભવનું સંક્ષિપ્ત સર્વેક્ષણ તૈયાર રાખવું જોઈએ (સ્પષ્ટ છે કે, ખાસ કરીને ત્યારે, જ્યારે તે આવેદિત પદ સાથે સંબંધિત હોય).

ઈન્ટરવ્યૂ લેનાર આપણી કામકાજ પૃષ્ઠભૂમિ વિશે વધારેમાં વધારે જાણકારી પ્રાપ્ત કરવાનો પ્રયત્ન કરશે. એ ઉપરાંત તે આપણી વ્યક્તિગત વિશેષતાઓનું આકલન કરવામાં પણ રસ લેશે. કામકાજ, પૂર્વ નિયોક્તાઓ, અધિકારીઓ અને અધીનસ્થો પ્રતિ આપણા દષ્ટિકોણનું પણ મૂલ્યાંકન કરવામાં આવશે. ઈન્ટરવ્યૂ લેનાર આપણી આંતરિક પ્રેરણાઓ, અલ્પકાલીન અને દીર્ઘકાલીન લક્ષ્યોને જાણવાનો પ્રયત્ન કરશે અને એ પણ કે, એના સુધી પહોંચવા માટે આપણે અત્યાર સુધી શું કર્યું છે? એને એ વાતની પણ પરવાહ થશે કે, આપણે કામકાજના વિશેષ સમસ્યાઓને કેવી રીતે સંભાળીએ છીએ અને આપણે મુશ્કેલ સ્થિતિઓનું નિરાકરણ કરવાના ક્ષેત્રમાં શું પરિણામ પ્રાપ્ત કર્યા છે.

દરેક પદ માટે વિશેષ યોગ્યતાઓની જરૂર હોય છે, જેની તપાસ ઈન્ટરવ્યૂમાં કરી શકાય છે. આપણી સર્જનાત્મકતા, ઉપાયકુશળતા, વિચાર વેચવાની યોગ્યતા, બીજાઓની સાથે હળીમળીને ચાલવાની યોગ્યતા, શક્તિઓ, નબળાઈઓ અને કારકિર્દી વિકાસની આપણી ક્ષમતાનું મૂલ્યાંકન કરવા માટે આપણાથી સવાલ પૂછી શકાય છે. ના માત્ર ઈન્ટરવ્યૂ લેવાવાળા આપણા કહેલા શબ્દ સાંભળશે, બલ્કે તેઓ એ આધાર પર પણ આપણું મૂલ્યાંકન કરશે કે, આપણે એ શબ્દોને કેવી રીતે કહીએ છીએ, આપણે શું નથી કહેતા અને આપણે બિન-શાબ્દિક ભાષાના કેવી રીતે સંકેત આપીએ છીએ. સંક્ષેપમાં, ઈન્ટરવ્યૂ લેવાવાળા ખૂબ જ ઓછા સમયમાં આપણી પૃષ્ઠભૂમિ, વ્યક્તિગત વિશેષતાઓ અને આંતરિક સ્વરૂપ વિશે વધારેમાં વધારે જાણકારી પ્રાપ્ત કરવા ઈચ્છશે. કોઈ નોકરીના ઈન્ટરવ્યૂમાં જતા સમયે આપણે ના માત્ર નિયોક્તાના ઉદ્દેશ્યો વિશે જાગૃત રહેવું જોઈએ, બલ્કે આપણે પોતાના ઉદ્દેશ્યો વિશે પણ જાગૃત રહેવું જોઈએ. ઈન્ટરવ્યૂના

અનુભવમાંથી પસાર થવાથી પહેલાં આપણા મનમાં એ નક્કી હોવું જોઈએ કે, આપણે ઇન્ટરવ્યૂથી શું પરિણામ ઇચ્છીએ છીએ. આપણો મુખ્ય ઉદ્દેશ નોકરી મેળવવાનો છે. એને સુગમ બનાવવા માટે આપણો પ્રથમ ઉપ-ઉદ્દેશ ઇન્ટરવ્યૂ લેનારા પર સારી વ્યક્તિગત છાપ છોડવાનો છે. જૂની કહેવત યાદ રાખો, પ્રથમ છાપ સૌથી મહત્ત્વપૂર્ણ હોય છે. એ ઉપરાંત એ પણ જાણી લો કે, આપણે રૂમમાં જ્યારે દાખલ થઈએ છીએ, ઇન્ટરવ્યૂ લેનાર એ પળથી આપણી દરેક વસ્તુનું આકલન કરે છે અને એને પોતાના મનમાં દર્જ કરી લે છે. આપણા કપડાં, આપણું સ્મિત અને આપણા વ્યવહારથી લઈને આપણી કહેવામાં આવેલી દરેક વાતથી ફરક પડે છે. બીજા શબ્દોમાં ''આપણે જે પણ કરીએ કે કહીએ છીએ, એનો ઉપયોગ આપણા પક્ષમાં અથવા આપણી વિરુદ્ધ કરી શકાય છે!''

આપણો આગલો ઉપ-ઉદ્દેશ એ છે કે, આપણા અનુભવના જે પણ ચરણ પર વાત થાય, આપણે એમાં પોતાની શક્તિઓ ઉજાગર કરીએ. હંમેશાં પોતાની કમજોરીઓને ન્યૂનતમ કરીએ. એને પ્રભાવી ઢંગથી કરવા માટે આપણે પોતાની સીમાઓ વિશે પણ એટલા જ જ્ઞાની અને યથાર્થવાદી હોવું જોઈએ, જેટલું કે આપણે પોતાની ખૂબીઓ વિશે હોઈએ છીએ. જો એમાંથી કોઈ સીમાનો ઉલ્લેખ કરવામાં આવે છે, તો એ બતાવવા માટે તૈયાર રહો કે, આ ક્ષેત્રોમાં આપણે કેવી રીતે યોગ્ય બનવા જઈ રહ્યા છીએ.

આપણા ઉપ-ઉદ્દેશ્યોમાં સૌથી મહત્ત્વપૂર્ણ એ વિશે જાગૃત રહેવાનું છે કે, એ પદ માટે કેટલાય અન્ય પ્રતિસ્પર્ધી હશે. જો કે, આપણે નથી જાણતા કે તે કોઈ છે? અને એમની પાસે કઈ યોગ્યતાઓ છે? પરંતુ આપણે પોતાની પૃષ્ઠભૂમિ એટલી સારી રીતે રજૂ કરવી જોઈએ, જેથી આપણે બાકી પ્રતિસ્પર્ધીઓ કરતાં વધારે શક્તિશાળી અને એ પદ માટે વધારે ઉપયુક્ત નજર આવીએ.

ઇન્ટરવ્યૂના સમયે આપણે બે ઉદ્દેશ્ય યાદ રાખવા જોઈએ. એક, સુનિશ્ચિત કરો કે, આ કંપની અને પદ આપણા માટે યોગ્ય છે (યોગ્ય કંપનીમાં ખોટું પદ અથવા ખોટી કંપનીમાં યોગ્ય પદના વિનાશકારી પરિણામ હોઈ શકે છે). બીજો - જો આપણી સામે નોકરીની રજૂઆત કરવામાં આવે છે, તો સર્વશ્રેષ્ઠ સંભવ રોજગાર સોદાબાજી માટે મંચ તૈયાર કરો.

જ્યારે આ બધા લક્ષ્ય આપણા દિમાગમાં સ્પષ્ટ થાય છે અને જ્યારે આપણે કંપનીના ઉદ્દેશ્યોની જાણકારી રાખીએ છીએ, તો એના પછી આપણે ઇન્ટરવ્યૂની યોજના બનાવવા માટે તૈયાર છીએ. એકવાર ફરી, સાવધાનીપૂર્વક તૈયારી કર્યા વગર ક્યારેય કોઈ ઇન્ટરવ્યૂમાં ના જાઓ. જેમ કે આ અધ્યાયમાં પહેલા બતાવવામાં આવ્યું છે કે, કંપની વિશે વધારેમાં વધારે જાણકારી પ્રાપ્ત કરો. પછી

પોતાની પૃષ્ઠભૂમિની સમીક્ષા કરો. કેટલાય સફળ ઇન્ટરવ્યૂ આપનારાઓએ બતાવ્યું છે કે, એમણે પોતાના કામકાજી ઇતિહાસમાં મુખ્ય પાસાઓની સૂચી બનાવી હતી, જેમાં એમની ઉપલબ્ધિઓ પર વિશેષ ભાર આપવામાં આવ્યો હતો અને એમણે દરેક ઇન્ટરવ્યૂથી પહેલાં આ સૂચીને વાંચી હતી.

અભ્યાસ આપણો સર્વશ્રેષ્ઠ સહારો છે. જો શક્ય હોય, તો કોઈ મિત્ર કે કારકિર્દી પરામર્શદાતાની સાથે રોલ પ્લે કરીને પોતાના ઇન્ટરવ્યૂની રિહર્સલ કરી લે. અભ્યાસના આ ઇન્ટરવ્યૂ જેટલા અસલી હોય છે, આપણે એટલા જ વધારે શીખીએ છીએ કે, અસલી ઇન્ટરવ્યૂમાં ઇન્ટરવ્યૂ લેવાવાળાઓના વધારે સૂક્ષ્મ પૈંતરાઓનો સામનો કેવી રીતે કરવામાં આવે. જે પદોને ખરેખર આપણે ઇચ્છીએ છીએ, એમના ઇન્ટરવ્યૂની તૈયારી કરવાની અન્ય એક રીત એ છે કે, આપણી સામે આવતા કોઈ પણ પદના ઇન્ટરવ્યૂ આપતા રહીએ, ભલે જ એ અવસરમાં આપણી ખાસ રુચિ ના હોય. આ સાચા જીવનની મુલાકાતો ઇન્ટરવ્યૂ આપવાની આપણી યોગ્યતાઓને ધારદાર કરશે, આત્મવિશ્વાસ વધારશે અને સામાન્ય રીતે આપણને વધારે પ્રભાવી બનાવી દેશે, જ્યારે આપણે એ ઇન્ટરવ્યૂઓમાં જઈશું, જે આપણા માટે ખરેખર મહત્ત્વપૂર્ણ છે.

## ઇન્ટરવ્યૂની યોજના બનાવવી અને તૈયારી કરવી

૧. હોમવર્ક કરો: ઉદ્યોગ, કંપની અને ઇન્ટરવ્યૂ લેવાવાળા વ્યક્તિ પર શોધ કરો.

૨. ઉદ્યોગમાં કંપનીના સ્થાનની જાણ લગાવો.

૩. ઇન્ટરવ્યૂમાં પૂછવામાં આવનારા સામાન્ય, મુશ્કેલ અને પડકારજનક પ્રશ્નોના સારગર્ભિત જવાબ તૈયાર કરો. (એમના ઉદાહરણ આ અધ્યાયમાં પછીથી આપવામાં આવ્યા છે).

૪. એક વ્યક્તિની સામે ઇન્ટરવ્યૂ આપવાની તૈયારી કરો અને સમૂહની સામે ઇન્ટરવ્યૂ આપવાની પણ તૈયારી કરો.

૫. આપણી પાસે જે જ્ઞાન, યોગ્યતાઓ

> જ્યારે તમને પૂછવામાં આવે કે, શું તમે કોઈ કામ કરી શકો છો, તો જવાબ આપો, "નિશ્ચિત રૂપથી હું કરી શકું છું!" પછી એ જાણ લગાવવામાં લાગી જાઓ કે, એને કેવી રીતે કરવામાં આવે.
> – થિયોડોર રૂઝવેલ્ટ

અને સકારાત્મક દષ્ટિકોણ છે, એના વિશિષ્ટ ઉદાહરણ અને પ્રમાણ દર્જ કરો.

૬. ઇન્ટરવ્યૂ લેનાર તમને જે પ્રશ્ન પૂછશે, એને એવી રીતે તૈયાર કરો, જેનાથી આપણું જ્ઞાન અને ત્યાં કામ કરવાની ઉત્સુકતા પ્રદર્શિત થાય.

૭. કોઈ વિશ્વસનીય વ્યક્તિની સાથે અભ્યાસ કરો, જેથી તે આપણો સાચો ફીડબેક આપે.

## ઇન્ટરવ્યૂમાં સામાન્ય રીતે પૂછવામાં આવતા સવાલ

નીચે ઇન્ટરવ્યૂમાં સામાન્ય રીતે પૂછવામાં આવતા પ્રશ્નોના ઉદાહરણ આપવામાં આવ્યા છે, જેમને હંમેશાં પૂછવામાં આવે છે. ધ્યાન આપો કે, આ બધા ખુલ્લા માથાવાળા એટલે કે વર્ણનાત્મક પ્રશ્ન છે; એમનો જવાબ 'હા' અથવા 'ના'માં નથી આપી શકાતો.

૧. તમે પોતાનું વર્ણન કેવી રીતે કરશો?

૨. તમે પોતાની પાછલી નોકરી કેમ છોડી?

૩. તમે કામ માટે આ જ ક્ષેત્ર કેમ પસંદ કર્યું?

૪. તમારા દીર્ઘકાલીન અને અલ્પકાલીન લક્ષ્ય શું છે?

૫. તમારા માટે કયા પ્રકારની માન્યતા અને પુરસ્કાર મહત્ત્વપૂર્ણ છે?

૬. પોતાના ધંધા સિવાય તમે કયા વિશિષ્ટ લક્ષ્ય નક્કી કર્યા છે?

૭. તમે આજથી પાંચ વર્ષ પછી ખુદને શું કરતાં જુઓ છો?

૮. તમે પાંચ વર્ષમાં કેટલું કમાવવાની આશા કરો છો?

૯. શું તમે નોકરીના ઇતિહાસના આ અંતરલને સ્પષ્ટ કરી શકો છો?

૧૦. એકલા કામ કરવા અને ટીમની સાથે કામ કર વા વિશે તમારા શું વિચાર છે?

૧૧. તમે દબાણમાં કેવું કામ કરો છો?

૧૨. તમે સંઘર્ષથી નિપટવા માટે પોતાની યોગ્યતાનું કેવું મૂલ્યાકંન કરશો?

૧૩. શું તમને કોઈ સુપરવાઇઝરની સાથે મુશ્કેલી આવી હતી? તમે આ સમસ્યાનું નિરાકરણ કેવી રીતે કર્યું?

૧૪. તમારા હિસાબથી તમારી સૌથી મોટી શક્તિઓ અને સૌથી મોટી નબળાઈઓ શું છે?

૧૫. તમારો સારો મિત્ર તમારું વર્ણન કઈ રીતે કરશે?

૧૬. તમે જે સર્વશ્રેષ્ઠ નોકરી કરી છે, એનું વર્ણન કરો.

૧૭. તમને જે સર્વશ્રેષ્ઠ સુપરવાઇઝર મળ્યો છે, એનું વર્ણન કરો.

૧૮. તમારો પાછલો બૉસ તમારા કામકાજી પ્રદર્શન વિશે શું કહેશે?

૧૯. મને તમારે કેમ નિયુક્ત કરવો જોઈએ?

૨૦. તમારા હિસાબથી અમારી કંપનીમાં સફળ થવા માટે કઈ વસ્તુની જરૂર છે?

૨૧. તમારા હિસાબથી તમે કઈ રીતોથી અમારી કંપનીમાં યોગદાન આપી શકો છો?

૨૨. તમે પોતાના ખાલી સમયમાં શું કરવાનું પસંદ કરો છો?

૨૩. સફળ મેનેજરમાં કયા ગુણ હોવા જોઈએ?



૨૪. સુપરવાઇઝર અને એમના અધીનસ્થોની વચ્ચે કયા પ્રકારનો સંબંધ હોવો જોઈએ, વર્ણન કરો.

૨૫. કઈ ઉપલબ્ધિઓથી તમને સૌથી વધારે સંતુષ્ટિ મળી છે? કેમ?

૨૬. તમે અમારી કંપની વિશે અને શું બતાવી શકો છો?

૨૭. અમારી સેવા કે ઉત્પાદનો વિશે તમને કઈ વસ્તુ રુચિકર લાગે છે?

૨૮. તમે અમારા પ્રતિસ્પર્ધીઓ વિશે અમને શું બતાવવા ઇચ્છો છો?

## મુશ્કેલ પ્રશ્નોને પહેલાંથી જ ઓળખી લો

કેટલીય તક પર આપણાથી કોઈ વિશેષ પડકારજનક પ્રશ્ન પૂછી શકાય છે, જેમ કે એ નોકરી વિશે સ્પષ્ટીકરણ, જે આપણે ખૂબ ઓછા સમય સુધી જ કરી હતી. એ ઉપરાંત, આપણાથી કોઈ કાલ્પનિક સમસ્યાનું સર્જનાત્મક સમાધાના પૂછી શકાય છે. એવું થવા પર આપણે કોઈ રીતે વિચલિત ના થર્વું જોઈએ અને

એ પ્રશ્નો ઉત્તર આપવાનો સર્વશ્રેષ્ઠ પ્રયાસ કરવો જોઈએ. જ્યારે આપણાથી કોઈ મુશ્કેલ પ્રશ્ન પૂછવામાં આવે, તો એનાથી નિપટવા માટે કેટલીક સલાહો આ છે :

- સાચી રુચિ બતાવો અને ધ્યાનથી સાંભળીને પ્રશ્નને સારી રીતે સમજી લો. જો જરૂરી હોય, તો સ્પષ્ટ કરવાનું કહો.
- પડકારનું સ્વાગત કરો. પ્રશ્ન માટે સામેવાળાનો આભાર વ્યક્ત કરો અને પ્રશ્નની પ્રશંસા કરો.
- પ્રશ્નને વ્યક્તિગત રૂપથી ના લો અને રક્ષાત્મક ના બનો. યાદ રાખો, દરેક પ્રશ્ન રુચિનો સંકેત કરે છે.
- શાંત રહો, પોતાની ભાવનાઓ પર કાબૂ રાખો અને શ્વાસ લો.
- સ્મિત રેલાવો, આંખોનો સંપર્ક જાળવી રાખો અને આત્મવિશ્વાસથી ભરેલી મુદ્રાઓનો ઉપયોગ કરો.
- યોગ્ય ચપળતાનો ઉપયોગ કરીને વાતાવરણને હળવું કરો.
- મુખ્ય શબ્દોને પસંદ કરી લો અને એમને પોતાના જવાબમાં સામેલ કરો.
- કોઈ એવી ઘટના કે વાર્તા બતાવો, જેનું સકારાત્મક પરિણામ રહ્યું હોય.
- જ્યાં સંભવ હોય, સંબદ્ધ વિષયમાં કોઈ ઉપલબ્ધિનું સચોટ ઉદાહરણ સામેલ કરો.

## ઇન્ટરવ્યૂમાં શું કરો, શું ના કરો?

માનવ સંસાધન પ્રોફેશનલોએ કેટલીક વસ્તુ બતાવી છે, જે એમને ઇન્ટરવ્યૂ આપનારા વ્યક્તિના પક્ષ કે વિપક્ષમાં કરી દે છે. એમાં આ સામેલ છે :

શું કરો :

૧.  સમય પર અથવા થોડા વહેલા પહોંચવું

૨.  સેલ ફોન અને અન્ય ઇલેક્ટ્રૉનિક ઉપકરણ બંધ કરી દેવા.

૩.  પ્રોફેશનલ પોશાક પહેરવો.

૪.  ઇન્ટરવ્યૂ લેવાવાળાની ઑફિસમાં સાચી રુચિ લઈને એની સાથે તાલમેલ બેસાડવો.

૫.  ઇન્ટરવ્યૂ લેવાવાળા સાથે વાત કરતાં સમયે આંખોનો સંપર્ક બનાવવો અને યોગ્ય બૉડિ લેંગ્વેજનો ઉપયોગ કરવો.

૬.  સારા શ્રોતા બનવું અને બિન-શાબ્દિક સંકેતો પર ધ્યાન આપવું.

૭.  ઉત્સાહ અને સકારાત્મક ઊર્જા બતાવવી.

૮.	બીજાઓ સાથે સારી રીતે બોલવું.

૯.	''આપણે'' કહેવું અને એ માનીને ચાલવું કે આપણને નોકરી મળી ગઈ છે.

૧૦.	પ્રશ્નોનો જવાબ આપતા સમયે સ્પષ્ટ અને સંક્ષિપ્ત રહેવું.

૧૧.	પોતાના દાવાઓની પુષ્ટિ માટે વિશિષ્ટ પ્રમાણ અને ઉદાહરણ પ્રદાન કરવું.

૧૨.	ફક્ત નક્કર અને વર્તમાન સંદર્ભ પ્રદાન કરવો, જે આપણી યોગ્યતાઓની પુષ્ટિ કરી શકે.

૧૩.	પ્રાસંગિક અને વિચારપૂર્ણ પ્રશ્ન પૂછવો, જેમ કે :

• શું કોઈ એવી વસ્તુ છે, જે હું વર્તમાન સમય અને નોકરી શરૂ કરવાની વચ્ચેની અવધિમાં કરી શકું છું, જેનાથી પરિવર્તનમાં મદદ મળશે?

• શું આ નોકરીમાં કોઈ એવો પડકાર છે, જેના માટે હું પહેલાંથી તૈયારી કરી શકું છું?

• શું કોઈ સામગ્રી છે, જેની હું સમીક્ષા કરી શકું છું અથવા કોઈ પઠનીય સામગ્રી છે, જેનાથી હું કંપની, કર્મચારીઓ અથવા અહીંયાની સંસ્કૃતિની જાણકારી પ્રાપ્ત કરી શકું છું?

• શું મારા કે મારી યોગ્યતાઓ વિશે કોઈ સંદેહ કે ચિંતાઓ છે, જેમને હું આ સમયે દૂર કરી શકું છું?

• આગલું પગલું શું છે?

• હું નિર્ણયની ઉમ્મીદ ક્યારે કરી શકું છું?

## શું ના કરો :

૧.	મોડેથી પહોંચવું.

૨.	ઇન્ટરવ્યૂ દરમિયાન સેલફોન કે કોઈ અન્ય ઉપકરણને ચાલુ રાખવા, ભલે એ સાઇલેન્ટ મોડમાં જ કેમ ના હોય.

૩.	ગંદા કે અનુચિત કપડાં પહેરવા.

૪.	અતિ દૃઢ, આક્રમક કે ઘુસપૈઠ કરવાવાળા લાગવું.

૫.	ચિંતિત કે લાપરવાહ નજર આવવું, આંખ મિલાવવામાં અસહજ થવું.

૬.	જ્યારે ઇન્ટરવ્યૂ લેનાર વાત કરી રહ્યા હોય, તો એ વિચારવું કે આપણે શું કહેવા ઇચ્છીએ છીએ. એના બદલે એ વસ્તુ પર ધ્યાન કેન્દ્રિત કરો, જે ઇન્ટરવ્યૂ લેવાવાળો પૂછી કે કહી રહ્યો છે.

૭. ઉર્જાની કમીને પ્રદર્શિત કરવી.

૮. પૂર્વ નિયોક્તાઓ, સહકર્મીઓ કે અનુભવો વિશે નકારાત્મક વાતો કરવી.

૯. ખુદના વિશે નીચા બતાવનારી વાત કરવી કે આત્મવિશ્વાસની કમી બતાવવી.

૧૦. પદના બદલે વેતન, લાભો કે રજાઓમાં વધારે રુચિ બતાવવી.

૧૧. પોતાની યોગ્યતાઓ વિશે અસ્પષ્ટ કે ખોખલા કથન કહેવા, અસંબદ્ધ વાતો કરવી કે વાતોમાં અનિશ્ચયનો ભંડાર હોવો.

૧૨. ગભરાટ વિશે ચિંતા કરવી. થોડી ગભરાટ સ્વાભાવિક હોય છે અને એનાથી એ પ્રદર્શિત થાય છે કે, આપણે પરવાહ કરીએ છીએ અને સારી છાપ છોડવા ઇચ્છીએ છીએ.

૧૩. સંદર્ભ માટે જૂના કે અપ્રાસંગિક નામ આપવા.

૧૪. વિષયોને વણઉકેલ્યા છોડી દેવા.

## ઇન્ટરવ્યૂ પછી સંપર્ક કરવો

જ્યારે આપણે ઇન્ટરવ્યૂ આપીને બહાર નીકળીએ, તો આપણે એ સુનિશ્ચિત કરવું જોઈએ કે, આપણને યાદ રાખવામાં આવે અને આપણી સારી છાપ છુટે. એના માટે આ કરો :

૧. જે લોકોએ આપણો ઇન્ટરવ્યૂ લીધો છે, એ બધાને આભાર પત્ર લખો. બે-ત્રણ વાક્યોમાં સામેવાળાને બતાવી દો કે, આપણને એમને મળવાનું સારું લાગ્યું અને આપણે એમની સાથે કામ કરવાની રાહ જોઈ રહ્યા છીએ.

૨. ભલે હાથથી લખવામાં આવેલો હોય કે ઈમેલથી મોકલવામાં આવ્યો હોય, દરેક આભાર પત્રને થોડો અલગ બનાવો.

૩. જો પ્રસાસકીય સ્ટાફમાં કોઈએ ખાસ સહાયતા કરી હોય, તો પોતાના આભારપત્રમાં એનો પણ ઉલ્લેખ કરો.

૪. જો નિર્ધારિત સમયસીમામાં આપણને કોઈ જાણકારી નથી મળતી, તો સ્થિતિની જાણ લગાવવા માટે ફોન કરવો યોગ્ય રહે છે.

૫. ફોન સંદેશ છોડતા સમયે સંક્ષિપ્ત રહો. સંદેશના આરંભ અને અંતમાં પોતાનું નામ અને ફોન નંબર બતાવો.

૬. જો ઇન્ટરવ્યૂ લેવાવાળા હજુ પણ નિર્ણય લેવાની પ્રક્રિયામાં હોય, તો કોઈ અસાધારણ કે અનોખી વસ્તુ કરવાનું વિચારો, જેમ કે એમના કોઈ

કર્મચારીની સાથે કામ માટે દિવસભર બહાર જવું, એમની ઑફિસમાં એક દિવસ વિતાવવો કે ઇન્ટરવ્યૂમાં ઊઠેલા કોઈ વિષય પર કાર્યયોજના આપવી.

૭. પોતાના સંદર્ભોને બતાવી દો કે, આપણે એમના નામનો હવાલો આપ્યો છે અને એમને એ પણ બતાવી દો કે, આપણે કયા પદ માટે અરજી આપી છે.

## ફીડબેક પ્રતિ ખુલ્લા રહો

આપણી બાહ્ય છબીના પ્રબંધનનું કદાચ સૌથી મહત્ત્વપૂર્ણ પસુ એ છે કે, બીજા આપણને જેવા દેખાય છે, આપણને ખુદને એ રીતે જોવામાં મુશ્કેલી આવે છે.

શોધથી એ જાણ ચાલે છે કે, બીજાઓના મુકાબલે આપણે ખુદ પ્રતિ વધારે આલોચનાત્મક હોઈએ છીએ. એ ઉપરાંત, આપણે એ નકારાત્મક વ્યવહારોથી પણ અજાણ હોઈ શકે છે, જેમને સુધારવા જરૂરી હોય છે.

પોતાની બાહ્ય છબીનું સચોટ વર્ણન પ્રાપ્ત કરવાની કેટલીક રીતોમાં આ સામેલ છે :

- ખુદની વીડિયો રેકૉર્ડિંગ જોવી અને સાંભળવી.
- દર્પણમાં ખુદને નિષ્પક્ષતાથી જોવા. શું આપણી દાડી સારી બની છે અને આપણો દેખાવ સાફ-સુથરો છે? શું આપણા કપડાઓ પર કરચલીઓ છે કે પછી એમની ફિટિંગ સારી નથી?
- વિશ્વસનીય સહકર્મીઓ સાથે પ્રામાણિકતાભરી સલાહ માંગવી.
- આપણે બીજાઓની પ્રતિક્રિયાઓનું અવલોકન કરવું.

મિત્ર, ખાસ કરીને જે સાથે-સાથે નોકરી કરી રહ્યા હોય, તે ફીડબેક લેવાનો એક અમૂલ્ય અવસર પ્રદાન કરે છે. આપણે પણ એમના માટે એ જ કરી શકીએ છીએ.

ખુદને કોચ અને માર્ગદર્શકની ભૂમિકામાં જુઓ. આપણે બીજાઓ વિશે જે અભિપ્રાય બનાવી રહ્યા છીએ, એમના પ્રતિ વધારે ચેતન બનો અને એ સંકેતોને ઓળખવાનો પ્રયાસ કરો, જેના કારણે એવો અભિપ્રાય બન્યો. પછી પોતાના અવલોકનને કૂટનીતિક, વ્યવહારકુશળ અને સર્જનાત્મક રીતથી બતાવવાનો અભ્યાસ કરો.

# સાર

- આત્મ-પરિચય લખવાથી પહેલાં આપણે સાવધાનીપૂર્વક પોતાની પૂરી પૃષ્ઠભૂમિની સમીક્ષા કરી લેવી જોઈએ અને કારકિર્દીમાં અત્યાર સુધીની સફળતાઓ પર ભાર આપવો જોઈએ.

- આત્મ-પરિચય લખતા સમયે આ દસ સલાહો પર ધ્યાન આપો :

  ૧. આત્મ-પરિચયને વધારે લાંબો ના બનાવો.

  ૨. આત્મ-પરિચયને વધારે અસ્પષ્ટ ના બનાવો.

  ૩. નકારાત્મક ના રહો.

  ૪. સંદર્ભોની યાદી ના આપો.

  ૫. વાંછિત વિશિષ્ટ પદનામ ના નાખો.

  ૬. ''ઉદ્દેશ્ય''થી આત્મ-પરિચયની શરૂઆત ના કરો.

  ૭. પોતાના જૂના આત્મ-પરિચયને જોડી-ઘટાડીને નવો આત્મ-પરિચય તૈયાર ના કરો.

  ૮. શિક્ષણને ખૂબ વધારે કે ઓછું મહત્ત્વ ના આપો.

  ૯. અનુચિત માળખું, ખોટા સ્પેલિંગ, વ્યાકરણની ત્રુટિઓ કે લાપરવાહીપૂર્ણ પ્રિન્ટિંગનો ઓપયોગ કરીને કોઈ સારા આત્મ-પરિચયને બરબાદ ના કરો.

  ૧૦. સમય-સમય પર આત્મ-પરિચયની પૂરી સમીક્ષા કરો.

- ધ્યાન રાખો કે, આપણો આત્મ-પરિચય અને/અથવા પત્ર વ્યક્તિગત વેચાણ વધારવાના સાધન છે અને એમને વાંચ્યા પછી સંભાવિત નિયોક્તાએ એટલા પ્રેરિત થવું જોઈએ કે, તે આપણને ઇન્ટરવ્યૂ માટે બોલાવે.

- ઇન્ટરવ્યૂ પસંદગી પ્રક્રિયાનું એક મુખ્ય પગથિયું છે. આ બિંદુ પર આપણને પોતાના સંભાવિત નિયોક્તાની સામે પોતાની ખૂબીઓ રજૂ કરવાનો એકમાત્ર સાચો અવસર મળે છે. જો આપણે પ્રથમ ઇન્ટરવ્યૂમાં સારી અસર નથી છોડી શકતા, તો આપણને બીજી તક મળવાની કોઈ સંભાવના નથી.

- જ્યાં સુધી તમે પહેલાં વધારેમાં વધારે એ જાણ ના લગાવી લો કે, નિયોક્તા શું ઇચ્છે છે અને એની અપેક્ષાઓ શું છે, ત્યાં સુધી ક્યારેય કોઈ ઇન્ટરવ્યૂ આપવા ના જાઓ. આપણી પાસે આપવા માટે શું છે? એ જાણવા માટે પોતાની પૃષ્ઠભૂમિની સમીક્ષા કરો, જેથી આપણે સકારાત્મક, પ્રાસંગિક

અને વિશ્વસનીય અંદાજમાં પોતાની શક્તિઓ રજૂ કરવા માટે તૈયાર થઈએ.

- જો સંભવ હોય, તો કોઈ મિત્ર કે કારકિર્દી સલાહકર્તાની સાથે રોલ-પ્લે કરીને ઇન્ટરવ્યૂની રિહર્સલ કરી લો. રિહર્સલના ટેપ કે વીડિયો તથા સાથીઓની ટિપ્પણીથી ઇન્ટરવ્યૂ આપવાની પોતાની યોગ્યતાઓ પર ફીડબેક લો.

- આપણે પૂરી સાવધાનીપૂર્વક દરેક ઇન્ટરવ્યૂની તૈયારી કરવી જોઈએ. પ્રથમ ઇન્ટરવ્યૂ પણ છેલ્લા ઇન્ટરવ્યૂ જેટલો જ મહત્ત્વપૂર્ણ હોય છે; અને છેલ્લો ઇન્ટરવ્યૂ પણ પ્રથમ ઇન્ટરવ્યૂ જેટલો મહત્ત્વપૂર્ણ હોય છે.

- દરેક ઇન્ટરવ્યૂથી પહેલાં પોતાની રણનીતિ પર ફરીથી વિચાર કરો. આપણે પાછલા ઇન્ટરવ્યૂઓમાંથી ઘણું બધું સીખી શકીએ છીએ- કયા પ્રકારના પ્રશ્ન પૂછવાની સંભાવના છે અને કંપની માટે સૌથી વધારે મહત્ત્વપૂર્ણ શું છે?

- દરેક ઇન્ટરવ્યૂથી પહેલાં આ અધ્યાયમાં આપેલા સામાન્ય પ્રશ્નોની સમીક્ષા કરો અને ઇન્ટરવ્યૂમાં શું કરો, શું ના કરોની સલાહ વાંચો.

- દરેક ઇન્ટરવ્યૂ પછી આભાર પત્ર મોકલો, જેમાં ઇન્ટરવ્યૂ માટે આભાર વ્યક્ત કરવામાં આવ્યો હોય અને આપણા એક-બે મજબૂત બિંદુ પર જોર આપવા માટે સંક્ષિપ્ત ટિપ્પણી કરવામાં આવી હોય.

તમને શું કરવાનું પસંદ છે? જો તમે કોઈ કામને પસંદ નથી કરતા, તો એમાંથી બહાર નીકળી જાઓ, કેમ કે એમાં તમારું પ્રદર્શન ખરાબ થશે. તમારે કોઈ નાપસંદ નોકરીમાં બાકીની જિંદગી વિતાવવાની જરૂર નથી, કેમ કે જો તમે એને પસંદ નથી કરતા, તો તમે એમાં ક્યારેય સફળ નહીં થઈ શકો.

– લી આયાકોકા

પૂર્વ ચેરમેન, ક્રાઇસ્લર કૉર્પોરેશન

# ૧૦. કારકિર્દી બદલવી

જો આપણે પોતાના વર્તમાન ધંધામાં પોતાની કારકિર્દીના લક્ષ્ય પ્રાપ્ત નથી કરી શકતા, તો કદાચ આપણે પોતાની કારકિર્દીને પૂરી રીતે બદલી લેવી જોઈએ. ઇતિહાસ એવા લોકોથી ભરેલો છે, જેમણે પોતાની બીજી કારકિર્દીમાં શોહરત પ્રાપ્ત કરી. ગૉગિન બેંક ક્લાર્ક હતા, પરંતુ પછી એમણે પેન્ટરના રૂપમાં પોતાની બીજી કારકિર્દી શરૂ કરી. બેંજામિન ફ્રેંકલિનનું કામકાજ જીવન મુદ્રકના રૂપમાં શરૂ થયું હતું. ડેલ કારનેગી સેલ્સમેન અને અભિનેતા હતા; પછીથી તેઓ પ્રશિક્ષક અને લેખક બન્યા.

સ્પષ્ટ છે, કારકિર્દી પરિવર્તનના મોટાભાગના મામલા પ્રસિદ્ધ લોકો જેટલા નાટકીય નથી હોતા. એન્જિનિયર ફોટોગ્રાફર બની જાય છે; શિક્ષક ફરીથી કૉલેજ જઈને ચિકિત્સાનું અધ્યયન કરે છે; સેલ્સમેન વિજ્ઞાપન લેખનની તરફ વળી જાય છે અથવા ફુટકર વિક્રેતા પાદરીના રૂપમાં નવી કારકિર્દી શરૂ કરે છે.

લોકો કેટલાય કારણોથી પોતાના ધંધા કે વ્યવસાયને બદલવા ઇચ્છે છે, જો કે એમણે પોતાના મૂળ ક્ષેત્રમાં કેટલાય વર્ષો સુધી શિક્ષણ લીધું છે અને પોતાની યોગ્યતાઓ વિકસિત કરીને અનુભવ પ્રાપ્ત કર્યો છે.

૧. બંધ ગલી : ખરાબ યોજના કે ખરાબ કિસ્મતના કારણે કોઈ માણસ પોતાના પ્રોફેશનલ વિકાસમાં એક એવા બિંદુ પર પહોંચી શકે છે, જેની આગળ વધવાનો કોઈ અવસર જ નથી હોતો. બની શકે છે કે, કોઈ સેલ્સપર્સન સ્ટાફમાં સર્વશ્રેષ્ઠ હોય, પરંતુ તે પ્રબંધનમાં નથી જઈ શકતો. નર્સને એ લાગી શકે છે કે, એની પાસે એક નિશ્ચિત સ્તરથી ઉપર જવાની ના તો પૃષ્ઠભૂમિ છે, ના તો વલણ. જો આપણે પોતાના ધંધા કે નોકરીમાં પ્રગતિ નથી કરી શકતા અને જે સ્તર સુધી આપણે પહોંચી શકીએ છીએ, ત્યાં રહેવામાં પણ સંતુષ્ટ નથી, તો આપણે કારકિર્દીને પૂરી રીતે બદલવા વિશે ગંભીરતાપૂર્વક વિચાર કરી શકીએ છીએ.

**૨. પ્રોફેશનલ પ્રગતિ તરફ લઈ જતી પરિસ્થિતિઓમાં પરિવર્તન :** જ્યારે આપણે પોતાના ક્ષેત્રમાં પ્રવેશ કરવાનો વિકલ્પ પસંદ કર્યો હતો, તો આપણે એ પરિસ્થિતિઓના આધાર પર પોતાની કારકિર્દીની યોજના બનાવી હતી, જે આપણા ઉદ્યોગમાં એ સમયે ઉપસ્થિત હતી. બની શકે છે કે, બદલાયેલી પરિસ્થિતિઓના કારણે હવે આપણે એ વિકલ્પથી સંતુષ્ટ ના હોઈએ. પ્રૌદ્યોગિકીના વિકાસ કે અન્ય કારણોના કારણે ઉદ્યોગ દકિયાનૂસી થઈ જાય છે અથવા એમનું મહત્ત્વ ઓછું થી જાય છે. કોઈ દશકમાં જે પ્રોફેશનલ વિશેષજ્ઞતાઓ મહત્ત્વપૂર્ણ હતી, તે દસ વર્ષ પછી ઓછી મહત્ત્વપૂર્ણ થઈ જાય છે.

**૩. ઔદ્યોગિક મંદી :** કેટલીય વાર કોઈ ખાસ ઉદ્યોગમાં મંદીના અલ્પકાલીન કે લાંબા દોર આવે છે. જ્યારે સોવિયત સંઘના વિઘટન પછી શીત યુદ્ધ સમાપ્ત થયું, તો અમેરિકી સરકારે અંતરિક્ષ પ્રૌદ્યોગિકી ક્ષેત્રના મહત્ત્વને ઓછું કરી દીધું અને રક્ષા ખર્ચ પણ ઓછો કરી દીધો. આ ઉદ્યોગો પર નિર્ભર પ્રોફેશનલ લોકો આ મંદીમાં ખૂબ પરેશાન થયા. એન્જિનિયરો, ભૌતિકશાસ્ત્રીઓ, અન્ય વૈજ્ઞાનિકો તથા આ ક્ષેત્રોના પ્રશાસકીય કર્મચારીઓને પોતાના અનુભવના અનુરૂપ પદ બીજી જગ્યાએ મળી શકતા ન હતા. એમનામાંથી કેટલાય માટે કારકિર્દી બદલવી જરૂરી થઈ ગઈ. હાલમાં રહેવાસી અને વાણિજ્યિક રિયલ ઍસ્ટેટ બજારોમાં મંદીના કારણે કેટલાય લોકો બેરોજગાર થઈ ગયા છે અથવા યોગ્યતાથી કમતર પદો પરકામ કરી રહ્યા છે - કારપેંટર, આર્કિટેક્ટ, રિયલ ઍસ્ટેટ ઍજેન્ટ અને ડેકોરેટરે પોતાના ધંધામાં એના પ્રભાવને મહેસૂસ કર્યો છે. આ લોકોમાંથી ઘણા બધા લોકોએ મજબૂરીમાં નવી કારકિર્દી પસંદ કરવી પડી.

**૪. વ્યક્તિગત કારણ :** બહુધા લોકો પોતાના વર્તમાન ક્ષેત્રમાં નાખુશી કે કંટાળાના કારણથી પણ કારકિર્દી બદલે છે. કેટલાક મનોવૈજ્ઞાનિકોએ સલાહ આપી છે કે, વધારે રોમાંચક અને પુરસ્કારદાયક જીવન માટે આપણે પોતાના જીવનમાં બે કે ત્રણ કારકિર્દી બદલવી જોઈએ. ખેર, આ મોટાભાગના લોકો માટે વ્યાવહારિક નથી. પોતાના કામ પ્રતિ અસ્થાયી અપ્રસન્નતાના કારણથી કારકિર્દી બદલવી તર્કસંગત નથી. જેમ આ પુસ્તકમાં પહેલાં બતાવવામાં આવ્યું છે, નોકરી કે કારકિર્દી બદલવી જેવા કામને ક્યારેય કમતર ના સમજવા જોઈએ. આ અસામાન્ય નથી કે, કોઈ વ્યક્તિ કોઈ નોકરીથી કંટાળી જાય, જેને એ દરેક દિવસે, વર્ષ દર વર્ષે કરે છે. મોટાભાગના પદોમાં નીરસતાના કેટલાક અંશ હોય છે. કોઈ નવી કારકિર્દીના પડકાર કેટલાક લોકોને રોમાંચિત કરે છે, પરંતુ ફક્ત આ જ કારકિર્દી બદલવાનું પર્યાપ્ત કારણ નથી.

આપણી વર્તમાન કંપનીમાં વધારે પડકાર શોધવા અથવા પોતાના ખુદના ક્ષેત્રમાં નોકરી બદલવી વધારે ઉત્તમ જવાબ હોઈ શકે છે (હંમેશાં દૂરથી કોઈ બીજાની થાળીમાં ઘી વધારે દેખાય છે). દરેક ક્ષેત્રના પોતાના નીરસ પાસા હોય છે અને જો આપણે માત્ર આ જ કારણથી પોતાનો ધંધો/નોકરી બદલીએ છીએ, તો આપણા દુઃખી થવાની આશંકા રહે છે.

## પોતાની આગળની કારકિર્દીની પસંદગી કરવી



કારકિર્દી પસંદ કરવી સરળ કામ નથી હોતું. આપણી ઉંમર જેટલી વધતી જાય છે, પોતાના વર્તમાન ધંધામાં આપણો અનુભવ પણ એટલો જ વધારે થતો જાય છે અને પૂરી સંભાવના છે કે, આપણું વેતન પણ એટલું જ વધી જાય છે. માત્ર આ જ ઘટક કારકિર્દી બદલીને કોઈ બીજા ક્ષેત્રમાં જવા માટે અનાકર્ષક બની શકે છે. પરંતુ જો આપણે એ નિર્ણય લઈ લઈએ, તો આપણે અથાગ મહેનત માટે તૈયાર રહેવું જોઈએ. કદાચ આપણને કેટલાય વર્ષ સુધી ફરીથી ભણવું પડશે, સમય અને મહેનતના સંદર્ભમાં ત્યાગ કરવો પડશે અને પોતાનું નવું લક્ષ્ય પ્રાપ્ત કરવાના માર્ગમાં કેટલીય નિરાશાઓ માટે પણ તૈયાર રહેવું જોઈએ. જે લોકો કારકિર્દી સંબંધી સલાહ ઇચ્છે છે, એમના માટે પ્રોફેશનલ મદદ ઉપલબ્ધ છે. મોટાભાગના લોકો વિચારે છે કે, કારકિર્દી માર્ગદર્શન માત્ર વિદ્યાર્થીઓના પ્રારંભિક કારકિર્દી નિયોજન સુધી જ મર્યાદિત છે. હકીકતમાં, કારકિર્દી પરામર્શ કોઈપણ ઉંમરના વ્યક્તિઓ માટે મૂલ્યવાન હોઈ શકે છે.

કારકિર્દી પરામર્શદાતા કેટલાય પ્રકારથી ગ્રાહકોની મદદ કરે છે. મોટાભાગના પરામર્શદાતા યોગ્યતા, વ્યક્તિત્વ અને રુચિના કેટલાય પ્રકારના પરીક્ષણ કરીને એ જાણ લગાવે છે કે, આપણી ક્ષમતાઓના એવા ક્ષેત્ર કયા છે, જે સંભવતઃ આપણને ખબર નથી, જેમ કે કોઈ એન્જિનિયર જેણે કોઈ ખાસ વિષયની તૈયારી કરવા અને એમાં કામ કરવા પર ધ્યાન કેન્દ્રિત કર્યું હતું, આથી બની શકે છે કે, તે સંપ્રેષણ કે સર્જનાત્મકતાની પોતાની ક્ષમતાઓને ચેતન રૂપથી ના ઓળખી શક્યો હોય અથવા અન્ય ખાસ ગુણ જે બિલકુલ અલગ ક્ષેત્રોમાં મૂલ્યવાન થઈ શકે છે. કોઈ નોકરી માટે અરજી કરતા સમયે વ્યક્તિના જે પરીક્ષણ થાય છે, એમના વિપરીત કારકિર્દી સંબંધી પરીક્ષણોનો ઉદ્દેશ્ય આપણને અપાત્ર કરવાનો

જે લોકો આ સંસારમાં આગળ પહોંચે છે, તેઓ ઊઠીને પોતાની મનગમતી પરિસ્થિતિઓની શોધ કરે છે અને જો તે એમને નથી મળતી, તો તેઓ એમને બનાવી લે છે.

- જ્યોર્જ બર્નાડ શૉ

નથી, બલ્કે આપણી ક્ષમતાઓની જાણ લગાવવામાં આપણી મદદ કરે છે.

પરીક્ષણ કરવા સિવાય મોટાભાગના સલાહકાર વિભિન્ન પ્રકારના કામો વિશે આપણી માનસિકતા અને દૃષ્ટિકોણની ઊંડાઈમાં જશે. એ ઉપરાંત તેઓ આપણી રુચિઓ અને ગતિવિધિઓના ઊંડાણ સુધી જશે, જે આપણી કારકિર્દી સાથે સંબંધિત ના હોય. તેઓ આપણા શોખ, નાગરિક અને સામાજિક ગતિવિધિઓ તથા સ્કૂલ-કૉલેજના સમયની પાઠ્યેતર રુચિઓ વિશે જાણવા ઇચ્છશે. તેઓ આપણી પ્રોફેશનલ પૃષ્ઠભૂમિઓ, આપણા જીવનસાથીની રુચિઓ અને આપણા પરિવારના સદસ્યો તેમજ મિત્રોની રુચિઓ પણ જાણવા ઇચ્છશે. આ બધી વસ્તુઓના નિષ્કર્ષથી એમને આપણા વ્યક્તિત્વના એવા પાસાઓની જાણકારી મળી શકે છે, જે નવી કારકિર્દી શોધવા કે આપણી વર્તમાન કારકિર્દીને ઢાળવાની નવી રીત ઓળખવામાં એમની મદદ કરી શકે છે.

કારકિર્દી સલાહકાર કદાચ જ ક્યારેય કોઈ એક પ્રકારના કામની તરફ ઇશારો કરીને એ સલાહ આપે છે કે, આપણે એને પોતાની કારકિર્દીનું લક્ષ્ય બનાવી લઈએ. તેઓ સામાન્ય રીતે એ ક્ષેત્રોની વ્યાપક તસ્વીર પ્રદાન કરે છે, જેનામાં આપણા ખુશ અને સફળ થવાની સૌથી વધારે સંભાવના છે. પછી તેઓ આ ક્ષેત્રોમાં પ્રવેશ કરવાની જરૂરિયાતો વિશે આપણને થોડી વિશિષ્ટ જાણકારી આપે છે અને એ પણ કે, આપણે એમના વિશે પૂરી જાણકારી ક્યાંથી પ્રાપ્ત કરી શકીએ છીએ.

બર્ટની ઉંમર ૩૦ વર્ષ છે અને તે ૮ વર્ષથી સામાન્ય સફળ વીમા સેલ્સમેન છે. એનો વિકાસ બાધિત થઈ ગયો છે અને એને એવું અનુભવાય છે કે, તે આ જ કામ આગલા પચ્ચીસ વર્ષ સુધી કરવાનું સહન નથી કરી શકતો.

એના પરીક્ષણોમાં એક પ્રબળ કલાત્મક ગુણ સામે આવ્યો. એના શોખ સર્જનાત્મક ક્ષેત્રોમાં છે (સ્થાનિક થિએટર માટે સ્ટેજ ડિઝાઇનનું કામ અને સ્કાઉટ્સ માટે આર્ટ્સ ઍન્ડ ક્રાફ્ટ્સ કાઉન્સિલર).

કારકિર્દી કાઉન્સિલરે કેટલાય ક્ષેત્રોની અનુશંસા કરી, જ્યાં બર્ટના ગુણોનો સારો ઉપયોગ થઈ શકોત હતો. એમાં ઇન્ટીરિયર ડિઝાઇન, ફેશન કો-ઑર્ડિનેશન, ક્રય-વિક્રય, કલા શિક્ષણ વગેરે સામેલ હતા.

બર્ટે ઇન્ટીરિયર ડિઝાઇન અને ફેશન કો-ઓર્ડિનેશનને પરખવાનો નિર્ણય લીધો. સલાહકારે એને આ ક્ષેત્રોના વ્યક્તિઓ અને સંગઠનોનું નામ બતાવ્યું, જે એ જાણ લગાવવામાં એની મદદ કરી શકે કે, કામની જરૂરિયાતો શું છે અને આ કારકિર્દીઓની પાત્રતા પ્રાપ્ત કરવા માટે એણે વધારાનું કયું શિક્ષણ લેવું પડશે તથા એની પૃષ્ઠભૂમિ શું હોવી જોઈએ?

આ ક્ષેત્રમાં પ્રોફેશનલ કારકિર્દી માર્ગદર્શન ખાસ કરીને પ્રશિક્ષિત લોકો પાસેથી પ્રાપ્ત કરવું જોઈએ. કોઈ સુયોગ્ય કારકિર્દી માર્ગદર્શન વિશેષજ્ઞની જાણ લગાવવા માટે સૌથી પહેલા સ્થાનીય કૉલેજો અને વિશ્વવિદ્યાલયો પાસેથી જાણકારી લો. કૉલેજમાં હંમેશાં કારકિર્દી માર્ગદર્શન સેવાઓ ઉપલબ્ધ રહે છે અથવા તેઓ પ્રતિષ્ઠિત સલાહકારોનું નામ બતાવી શકે છે. સંસારના લગભગ બધા દેશોમાં ઍજેન્સીઓ કે પ્રોફેશનલ સંગઠન એવી સેવાઓ પ્રદાન કરે છે.

## પરિવર્તન કરવું

કારકિર્દી પરિવર્તનની કેટલીય નીતિઓ છે, જે લાગુ કરી શકાય છે. જે બે પર આપણે તુરંત વાત કરીશું, એમના સિવાય આપણે પોતાનો ખુદનો કારોબાર પણ શરૂ કરી શકીએ છીએ, જેના પર આપણે આ અધ્યાયમાં વાત કરીશું.

## સંબદ્ધ વ્યવસાય પસંદ કરવો

આપણે જે ક્ષેત્રમાં છીએ, એનાથી હળતાં-મળતાં ક્ષેત્રમાં જવું સૌથી સરળ માર્ગ છે, જેના પર આપણે ચાલી શકીએ છીએ. એમાં આપણી પાછલું શિક્ષણ તથા અનુભવનો વધારે ઉપયોગ થાય છે અને કામના અલગ ચરણમાં દિશા મળે છે. એક ઉદાહરણ છે કાર્લ, જેણે પોતાની કારકિર્દી ડિઝાઇન એન્જિનિયરમાંથી સેલ્સ એન્જિનિયરમાં બદલી લીધી. આ પરિવર્તનમાં એનુ બધું એન્જિનિયરિંગ શિક્ષણ અને અનુભવનો ઉપયોગ થયો, પરંતુ તે હકીકતમાં એક બિલકુલ નવા ક્ષેત્રમાં છે. તકનીકી પ્રોડક્ટ વેચવાના કારણે એને એન્જિનિયરિંગની પોતાની શક્તિઓનો ઉપયોગ કરવાનો અવસર મળે છે. એને લોક-વ્યવહારમાં પોતાની રુચિ તેમજ કુશળતાનો ઉપયોગ કરવાનો પણ અવસર મળે છે, જે ડિઝાઇન એન્જિનિયરની કારકિર્દીમાં મળતો ન હતો.

પ્રથમ પગલું છે પોતાની પૃષ્ઠભૂમિનું વિશ્લેષણ કરવું. એને અથવા તો આપણે ખુદ કરી શકીએ છીએ અથવા કોઈ માનવ સંસાધન પ્રોફેશનલ કે કારકિર્દી વિશેષજ્ઞની મદદ લઈ શકીએ છીએ. એ ક્ષેત્રોનું અધ્યયન કરો, જે આપણા માટે રુચિકર હોઈ શકે છે. જ્યારે આપણે પોતાની રુચિના એક કે વધારે ક્ષેત્ર પસંદ

કરી લઈએ, તો પોતાની પૃષ્ઠભૂમિના એ પાસાઓને ઓળખો, જે નવા ક્ષેત્ર સાથે હળતાં-મળતાં આવે છે અથવા એમાં ઉપયોગી થઈ શકે છે. એનાથી આપણે નવા ક્ષેત્રમાં કોઈ કંપનીને પોતાની યોગ્યતાઓ વેચવામાં એમનો ઉપયોગ કરી શકીએ છીએ. જો કે, આ વાતની સંભાવના છે કે, નિયોક્તા પદના વિશેષ વિવરણોથી આપણી પૃષ્ઠભૂમિની ભિન્નતાઓ પર ભાર આપશે, પરંતુ હવે આપણી પાસે એવા સાધન છે, જે એ બતાવી દેશે કે, સમાનતાઓ ભિન્નતા પર કઈ રીતે ભારે પડે છે. અમૂર્ત વસ્તુઓને નજરઅંદાજ ના કરો, જે નોકરીની સફળતામાં ખૂબ જ મહત્ત્વપૂર્ણ ભૂમિકા નિભાવે છે; પ્રેરણા, સ્થિરતા, બુદ્ધિ, લગન વગેરે.

> એક એવી નોકરી પસંદ કરો, જેને તમે પ્રેમ કરતા હો અને તમારે જિંદગીમાં એક દિવસ પણ કામ નહીં કરવું પડે.
>
> – કનફ્યૂશિયસ

## કારકિર્દીનું પૂર્ણ પરિવર્તન

કારકિર્દીનું પૂર્ણ પરિવર્તન કોઈ હળતાં-મળતાં ક્ષેત્રમાં જવાથી ખૂબ જ મુશ્કેલ થાય છે. એમાં મોટા માપદંડ પર પ્રશિક્ષણ કે શિક્ષણ લેવાની જરૂર પડી શકે છે. જો આપણે આ સમયે કેમિસ્ટ છીએ અને વકીલ બનવા ઇચ્છીએ છીએ, તો આપણે ઓછામાં ઓછા ત્રણ વર્ષ સુધી લૉ સ્કૂલમાં જવું પડશે. ત્યાં સુધી કે, એક રાસાયણિક ક્ષેત્રમાંથી બીજા ક્ષેત્રમાં કારકિર્દી બદલવા માટે પણ કેટલાય મહિનાઓ કે વર્ષો સુધી વધારાના અભ્યાસની જરૂર પડી શકે છે. બીજા પ્રૉફેશનલ ક્ષેત્રોની પણ સમાન શૈક્ષણિક જરૂરિયાતો હોય છે. કેટલાક મામલાઓમાં નવો વ્યવસાય કે નવી નોકરી કરતાં-કરતાં જ શીખી શકાય છે, પરંતુ એમાં સામાન્ય રીતે આપણા વર્તમાન પદથી નિચલા સ્તરના પદને સ્વીકાર કરવાનું હોય છે અને પગાર પણ ખૂબ ઓછો હોય છે. એનો અર્થ કે આપણે નોકરી કરી રહ્યા છીએ તેમ છતાં કેટલાય મહિના સુધી ફરીથી પ્રશિક્ષણ લેવું પણ પડી શકે છે.

આપણે જ્યારે પણ પોતાનો વિકલ્પ પસંદ કરીએ, તો આપણે કારકિર્દી બદલવાના લાભોની સાથે-સાથે પરિવર્તન કરવાની મુશ્કેલીઓને પણ તોલી લેવી જોઈએ.

જેમ ઉપર બતાવવામાં આવ્યું છે, પ્રૉફેશનલ કારકિર્દી પરામર્શની જોરદાર ભલામણ કરવામાં આવે છે.

આપણે પ્રૉફેશનલ પરામર્શનો ઉપયોગ ભલે કરીએ કે ના કરીએ, ઘણું બધું છે, જે આપણે પોતાના દમ પર કરીને એ સુનિશ્ચિત કરી શકીએ છીએ કે, અંતિમ નિર્ણય લેવાથી પહેલાં આપણી પાસે પર્યાપ્ત જાણકારી છે.

- **શોધ :** આજે દરેક પ્રકારની કારકિર્દી વિશે સામગ્રી ઉપલબ્ધ છે. કામકાજ વિશે અને એને કરવાવાળા લોકો વિશે કેટલીય પુસ્તકો વાંચો, પોતાની લાઇબ્રેરીમાં વિષયની ઇન્ડેક્સ તપાસો, વ્યાપારિક કે પ્રૉફેશનલ સંગઠનોને પત્ર લખો અને વ્યાપારિક પત્રિકાઓ કે પ્રૉફેશનલ જર્નલોને વાંચો.

- **વેબસાઇટ્સ :** એ ક્ષેત્રમાં કાર્યરત કંપનીઓની વેબસાઇટ જુઓ. એનાથી એમની પ્રૉડક્ટ્સ કે સેવાઓ, ઉદ્યોગમાં પદના પ્રકારો, બજારો અને અન્ય મૂલ્યવાન તથ્યો વિશે વધારે જાણકારી મળી શકે છે. જે કામમાં આપણી રુચિ છે, એને કરનારા લોકોના ઑનલાઇન લેખ અને બ્લૉગની શોધ કરો.

- **નેટવર્કિંગ :** વાંચવા કરતાં વધારે મહત્ત્વપૂર્ણ છે રુચિના ક્ષેત્રમાં કામ કરતા લોકોને મળવું. મિત્રો કે સગા-સંબંધીઓથી શરૂઆત કરો. ભલે જ તેઓ આપણી રુચિના ક્ષેત્રમાં કામ ના કરી રહ્યા હોય, પરંતુ તેઓ આપણો પરિચય એ ક્ષેત્રમાં કામ કરનારા પોતાના પરિચિતો સાથે કરાવી શકે છે. એ ઉપરાંત સ્થાનિક કંપનીઓનો સંપર્ક કરો, જ્યાં એવા લોકો કામ કરે છે. રુચિવાળા વ્યવસાયમાં કાર્યરત લોકોને મળવાનો ભરપૂર પ્રયાસ કરો. મોટાભાગના લોકો આપણને એમની થોડી મિનિટ આપી દેશે. જો આપણે કોઈ મદદરૂપ વ્યક્તિની જાણ ના લગાવી શક્યા, તો એ ક્ષેત્રની વ્યાપારિક કે પ્રૉફેશનલ પત્રિકાના સંપાદકને ફોન કરો અથવા પત્ર લખો, જેમાં એમને મળવાનો આગ્રહ કરો અથવા વ્યવસાયના સદસ્યોના સંદર્ભ માંગો.

એ ક્ષેત્રના વ્યક્તિઓ સાથે વાતચીત કરવા પર આપણને ઘણી બધી જાણકારી પ્રાપ્ત થઈ શકે છે, જે કદાચ પુસ્તકોમાં પણ નથી મળી શકતી. તેઓ આપણને રોજબરોજની સમસ્યાઓ અને કુંઠાઓની સાથે-સાથે સંતુષ્ટિઓ વિશે પણ બતાવી શકે છે. તેઓ વ્યવસાયની કામકાજ પરિસ્થિતિઓ, પ્રમોશનના અવસરો અને આર્થિક પુરસ્કારો વિશે બતાવી શકે છે. આપણે એ પણ જાણકારી પ્રાપ્ત કરી શકીએ છીએ કે, પ્રવેશ સ્તરના પદ પ્રાપ્ત કરવા, નોકરી બદલવી વગેરે કેટલું સરળ અથવા મુશ્કેલ છે.

જો શક્ય હોય, તો પૂરા દિવસમાં એ કામના અવલોકનનો અવસર માંગો. જુઓ કે, આ રીતનું કામ કરવું કેવું હોય છે. આપણને આશ્ચર્યજનક જાણકારી પ્રાપ્ત થઈ શકે છે કે, જે બિંદુઓએ આ કારકિર્દીમાં આપણને આકર્ષિત કર્યા હતા, એમનામાંથી કેટલાય ગૌણ છે અને એવા ઘટક વધારે ભારે છે, જે આપણને આકર્ષિત નથી કરતા. નવી કારકિર્દી શરૂ કરવાથી પહેલાં કોઈ વ્યવસાયની કમીઓને જાણવી ઉત્તમ સાબિત થાય છે. બીજી તરફ, આ પ્રકારની વિસ્તૃત

તપાસ આપણી રુચિને વધારી શકે છે અને કોઈ નવી કારકિર્દીની આપણી પસંદગીમાં મહત્ત્વની ભૂમિકા નિભાવી શકે છે.

## કારકિર્દીમાં પરિવર્તનમાં સફળતાઓના ઉદાહરણ

નીચે આપવામાં આવેલી વાર્તાઓ બતાવે છે કે, કેટલાક લોકો એક પ્રકારની કારકિર્દીથી બીજા પ્રકારની કારકિર્દી સુધી કેવી રીતે પહોંચ્યા? માઇક-એન્જિનિયરથી ડૉક્ટર સુધી માઇક મિકેનિકલ એન્જિનિયર હતા અને એક અગ્રણી વિમાન ઉત્પાદક કંપનીમાં ડિઝાઇન એન્જિનિયર હતા. એમને પોતાનો વિકાસ અવરુદ્ધ મહેસૂસ થયો અને તેઓ પોતાના કામમાં ખુશ ન હતા. વધારે આત્માવલોકન અને શોધ પછી એમણે ચિકિત્સા તેમજ દંતચિકિત્સાના ક્ષેત્રમાં જવાનો નિર્ણય લીધો - જો કે, એના માટે એમને કેટલાય વર્ષ સુધી મેડિકલ કૉલેજમાં ભણવું જરૂરી હતું. માઇકે દરેક ક્ષેત્રની વધારેમાં વધારે જાણકારી પ્રાપ્ત કરી. એમણે દંતચિકિત્સકો અને ચિકિત્સકો સાથે લાંબી ચર્ચાઓ કરી. તેઓ એ જાણ લગાવવા માટે મેડિકલ અને ડેન્ટલ કૉલેજ ગયા કે, શું તેઓ પ્રવેશ માટે પાત્ર છે અને શું એ લોકોના હિસાબથી એમની પૃષ્ઠભૂમિ અને ઉંમરવાળા વ્યક્તિ આટલું મોટું પરિવર્તન કરી શકે છે. એમણે એમસીએટી અને ડીએટી (મેડિકલ અને ડેન્ટલ કૉલેજની પ્રવેશ પરીક્ષાઓ) આપી અને એમાં ઘણો ઊંચો સ્કોર પ્રાપ્ત કર્યો.

એક મોટી હોસ્પિટલના સંચાલક સાથે થયેલી વાતચીતે એમની આ પસંદગીમાં નિર્ણાયક ભૂમિકા નિભાવી. એનાથી એમની કેટલીક શંકાઓ દૂર થઈ અને આ કારકિર્દીમાં સમર્પિત જીવનનું કઠોર સત્ય પણ ખબર પડ્યું.

માઇકે ચિકિત્સાની પસંદગી કરી. તેઓ જાણતા હતા કે, ત્રીસ વર્ષની ઉંમરમાં એમણે સમય અને ધનના સંદર્ભમાં વધારે ત્યાગ કરવો પડશે. એમણે અભ્યાસના ખર્ચ અને પોતાની પત્ની તેમજ બાળકોના ભરણ-પોષણ માટે જરૂરી પૈસાઓની વ્યવસ્થા કરી. એમને એક સારા મેડિકલ કૉલેજમાં સરળતાથી પ્રવેશ મળી ગયો, કેમ કે એમનું એન્જિનિયરિંગશિક્ષણ અને પૃષ્ઠભૂમિને ચિકિત્સાના અધ્યયની ઉત્કૃષ્ટ તૈયારી માનવામાં આવી. એમણે પોતાનું ચિકિત્સકીય શિક્ષણ, ઇન્ટર્નશિપ અને

રેસીડેન્સી ઑનર્સની સાથે પૂરું કર્યું. એમણે બતાવ્યું કે, મેડિકલ સ્કૂલ એન્જિનિયરિંગ સ્કૂલની તુલનામાં વધારે મુશ્કેલ ન હતી અને કેમ કે તેઓ વધારે પરિપક્વ હતા, આથી એ વધારે સરળ પણ હતું. આજે માઇક ખૂબ સફળ (અને ખુશ) એનેસ્થેસિયોલૉજિસ્ટ છે. એન્જિનિયરિંગના અનુભવના કારણે એમણે ચિકિત્સાના ક્ષેત્રમાં કેટલાય વિચારો અને નવાચારોનું યોગદાન આપ્યું છે.

માઇકની જેમ કારકિર્દીમાં મોટું પરિવર્તન કરતા સમયે આપણે માત્ર નવા ક્ષેત્રની સંભાવનાઓ, આપણી રુચિઓ અને એમાં



આપણી યોગ્યતા પર જ વિચાર ના કરવો જોઈએ. આપણે એ વિશે પણ વિચારવું જોઈએ કે, એમાં કેટલી વધારાની તૈયારી લાગશે અને આપણે એનો ખર્ચ કેવી રીતે ઉઠાવી શકીએ છીએ. મોટાભાગના ક્ષેત્રોમાં વધારાના શિક્ષણની જરૂર હોય છે, જેમાં અભ્યાસ પર ખૂબ જ ખર્ચ થઆય છે. એ ઉપરાંત, પ્રશિક્ષણ દરમિયાન આવક અથવા તો સમાપ્ત થઈ જાય છે અથવા પછી ઓછી થઈ જાય છે. એની યોજના સાવધાનીપૂર્વક બનાવવી જોઈએ અને પરિવારના સદસ્યો સાથે વાત કરી લેવી જોઈએ, કેમ કે ત્યાગ એમણે પણ કરવો પડશે, ત્યારબાદ જ આપણે આ મહત્ત્વપૂર્ણ નિર્ણય લઈ શકીએ છીએ.

## કિમ્બરલી - બજાર શોધકર્તાથી ગણિત શિક્ષક સુધી

કિમ્બરલી પાંચ વર્ષ સુધી એક ફાર્માસ્યૂટિકલ કંપનીમાં બજાર શોધ વિશ્લેષક હતી. તે એક સક્ષમ સ્ટેટિસ્ટેશિયન હતી અને એના પદના માનથી પોતાના પગારના શિખર પર પહોંચી ગઈ હતી. માર્કેટિંગમાં પ્રગતિ કરવા માટે વેચાણમાં અનુભવ પ્રાપ્ત કરવો હિતાવહ હતો. વેચાણમાં કિમ્બરલીની કોઈ રુચિ ન હતી, પરંતુ ભણાવવા પ્રતિ તે હંમેશાં આતુર રહેતી. તે જાણતી હતી કે, ગણિતના શિક્ષકોની માંગ છે, આથી એમણે આ ક્ષેત્રની તપાસ કરી. શિક્ષણના ક્ષેત્ર અને એની જરૂરિયાતો વિશે વધારે જાણકારી પ્રાપ્ત કર્યા પછી એમણે પોતાનું વિશ્લેષણ કર્યું. એમણે એક સરળ પ્રણાલીનો ઉપયોગ કર્યો. એમણે કાગળ પર બે કોલમ બનાવી. એકમાં એમણે જરૂરિયાતો લખી અને બીજી કોલમમાં પોતાની પૃષ્ઠભૂમિ. પછી એમણે બંને કોલમોની તુલના કરીને એ જાણ લગાવી કે, એમાં શું કમીઓ છે

કિમ્બરલીનો ચાર્ટ :
મારી પૃષ્ઠભૂમિ નોકરીની જરૂરિયાતો
**શિક્ષણ :**
બી.એ., મેજર ગણિત બી.એ. - ગણિત
એમ.બી.એ., માર્કેટિંગ શિક્ષણમાં કોર્સ સ્ટેટ સર્ટિફિકેટ ઇન ટીચિંગ
**અનુભવ :**
સ્ટેટિસ્ટિકલ વિશ્લેષણ
પ્રથમ વર્ષના વિદ્યાર્થીઓને ભણાવવા
**સહાયક :**
ઉન્નત ગણિતનો ઉપયોગ કરવાવાળા કામ
રિપોર્ટ લખવા

## નવા કર્મચારીઓને પ્રશિક્ષિત કરવા

કિમને અહેસાસ થઈ ગયો કે, શિક્ષણનો કોર્સ કરવા માટે એમણે કૉલેજ જવું પડશે. એમણે રાત્રિકાલીન અને સમાહાંત કોર્સમાં નામ લખાવી દીધું અને એક સ્થાનિક કૉલેજમાંથી શિક્ષણમાં એમ.એ. કરી લીધું. સ્ટેટિસ્ટિક્સમાં એમના એમ.બી.એ. કોર્સ અને માર્કેટ રિસર્ચ પદના કામકાજ અનુભવથી મળેલા અંકોના કારણે એમણે માસ્ટર્સ પ્રોગ્રામ માત્ર ૧૮ મહિનામાં પૂરો કરી લીધો. એમણે વિદ્યાર્થીઓને ભણાવવા માટે પોતાના પદ પરથી રાજીનામું આપી દીધું. એમણે અંતિમ પરીક્ષા પાસ કરી લીધી અને એમને હાઈસ્કૂલના ગણિત ટીચરના રૂપમાં તુરંત નોકરી પર રાખી લેવામાં આવ્યા.

## જિમ - લડાકૂ પાયલટથી પાદરી સુધી

જિમએ ઇરાકના બંને યુદ્ધમાં લડાકૂ વિમાન ઉડાવ્યા. એમના સાહસિક કાર્યો માટે એમને સન્માનિત કરવામાં આવ્યા અને વાયુસેનામાં પ્રમોશન આપીને લેફ્ટિનેન્ટ કર્નલ બનાવી દેવામાં આવ્યા. વીસ વર્ષની સેવા પછી એમણે સેવાનિવૃત્ત થવાનો નિર્ણય લીધો. જિમને વાયુસેનામાં આનંદ આવતો હતો અને એમને વિમાન ઉડાવવામાં હજુ પણ મજા આવતી હતી. જો કે, એમને કેટલીય એરલાઇન્સ તરફથી નોકરીના કેટલાય પ્રસ્તાવ મળ્યા, પરંતુ એમણે પોતાની કારકિર્દીમાં એક ક્રાંતિકારી પરિવર્તન કરવાનો નિર્ણય લીધો.

બાળપણમાં જિમ નિયમિત રૂપથી ચર્ચ જતા હતા, પરંતુ કૉલેજ પછી તેઓ કદાચ જ ક્યારેક ચર્ચની આરાધનામાં ગયા હતા. બીજા ઇરાકી યુદ્ધમાં જિમને

દુર્ઘટના બાદ વિમાન ઉતારવા માટે મજબૂર થવું પડ્યું હતું. એમના સહ-પાયલટ અને ગનમેનના મૃત્યુ થઈ ગયા, પરંતુ જિમ બચી ગયા અને જિમને થોડીઘણી ઈજાઓ પહોંચી હતી. જિમે પોતાનો જીવ બચાવવાનો આભાર ઈશ્વરને આપ્યો અને પોતાનું જીવન એમની સેવામાં સમર્પિત કરવાની યોજના બનાવી. જ્યારે તેઓ અમેરિકા પરત ફર્યા, તો એમને ન્યૂયોર્ક વિસ્તારની વાયુસેના શાખાની કમાન સોંપી દેવામાં આવી. એમણે એક સ્થાનિક ચર્ચમાં સક્રિય ભૂમિકા નિભાવી અને પોતાનો મોટાભાગનો ખાલી સમય ત્યાં કામ કરવામાં વિતાવ્યો. પાદરીની સલાહ પર જિમ પાદરી બનવા માટે ભણવા લાગ્યા. એમણે એક સ્થાનિક કૉલેજમાં રાત્રે અભ્યાસ કર્યો. રિટાયર થવા પર તેઓ યૂનિયન થિયોલૉજિકલ સેમિનરીમાં પૂર્ણકાલિક રૂપથી સામેલ થઈ ગયા. એમના અભિષેક પછી એમને પેનસિલ્વેનિયાના ચર્ચમાં આમંત્રિત કરવામાં આવ્યા, ત્યાં તેઓ પોતાના પ્રિય કામમાં પૂરી રીતે સંલગ્ન છે.

## એન્ડ્રૂ - પોલીસવાળાથી લઈને અંત્યેષ્ટિ સંચાલક સુધી

એન્ડ્રૂએ કારકિર્દીમાં બે પરિવર્તન કર્યા. હાઈસ્કૂલ પછી તેઓ પ્રશિક્ષુ હથિયાર નિર્માતા બની ગયા, પરંતુ એમને જલ્દી જ અહેસાસ થઈ ગયો કે, ફેક્ટરીનું કામ એમના વશનું નથી. એમને લાગ્યું કે, તેઓ એવી નોકરી ઈચ્છે છે, જેમાં એમને વસ્તુઓની સાથે નહીં, બલ્કે લોકોની સાથે કામ કરવાનું હોય. પોલીસનું કામ રોચક નજર આવી રહ્યું હતું, આથી એમણે એક સામુદાયિક કૉલેજમાં પોલીસ સાયન્સ પ્રોગ્રામમાં નામ લખાવી દીધું. ડિગ્રી પ્રાપ્ત કર્યા પછી એમણે પોલીસની પરીક્ષા ઉત્તીર્ણ કરી લીધી અને પોતાના ગૃહનગરમાં પોલીસ અધિકારી બની ગયા.

એન્ડ્રૂને પોલીસના કામમાં મજા આવતી હતી અને ત્યારબાદ જાસૂસના રૂપમાં એમની પ્રગતિ થઈ ગઈ, પરંતુ એમને અનુભવાયું કે તેઓ પોતાની જિંદગી આ રીતે વિતાવવા નથી ઈચ્છતા. એમનો એક મિત્ર એક સ્થાનીય અંત્યેષ્ટિ ગૃહમાં કામ કરતો હતો અને એન્ડ્રૂ હંમેશાં એમને મળવા માટે જતા હતા. એમને એ ક્ષેત્રમાં રુચિ જાગૃત થઈ. એમણે જોયું કે, અંત્યેષ્ટિના સંચાલક અને પૂરો સ્ટાફ કોઈ રીતે શોકથી વ્યાકુળ લોકોની મદદ કરતો હતો. જે લોકો પોતાના જીવનની સૌથી ખરાબ પળોનો અનુભવ કરી રહ્યા હતા એમના વિશે નિર્ણય લેવા અને એમના દુઃખોમાં આશ્વાસન આપવાનું કામ તેઓ કેટલી ખૂબીથી કરતા હતા. એમણે આ જ કામ કરવાનો નિર્ણય લીધો. એમણે ફરી સામુદાયિક કૉલેજમાં જઈને અન્ય એક ડિગ્રી પ્રાપ્ત કરી, આ વખતે અંત્યેષ્ટિ વિજ્ઞાનમાં ડિગ્રી પ્રાપ્ત કરી.

એન્ડ્રૂ પોલીસ વિભાગમાં નોકરી કરતા રહ્યા, પરંતુ સાથે અંત્યેષ્ટિ ગૃહમાં પણ અંશકાલીન નોકરી કરવા લાગ્યા. એમની યોજના અસરકારક રહી. થોડા વર્ષો પછી એમણે અંશકાલીન નોકરી છોડીને પોતાનું ખુદનું અંત્યેષ્ટિ ગૃહ ખોલી લીધું. પોલીસની નોકરીની સાથે-સાથે તેઓ આ અંશકાલીન વ્યવસાયનું પ્રબંધન કરવા લાગ્યા. પોલીસમાં ૨૧ વર્ષ સુધી સેવા કર્યા પછી તેઓ અંતે રિટાયર થયા અને હવે તેઓ પૂર્ણકાલિક અંત્યેષ્ટિ સંચાલક છે. કામ પ્રતિ ઉત્સાહના કારણે તેઓ શહેરના સૌથી સન્માનિત અંત્યેષ્ટિ સંચાલકોમાંથી એક બની ગયા છે. એમના પુત્રએ પણ પોતાના પિતાના પદચિન્હો પર ચાલવાનો નિર્ણય લીધો અને એના પાડોશી વિસ્તારમાં બે અંત્યેષ્ટિ ગૃહ ખોલી લીધા છે. ત્યારબાદ એમનો ૨૧ વર્ષનો પૌત્ર પણ એમની સાથે વ્યવસાયમાં જોડાઈ ગયો.

## હાર ના માનો

પોતાના પ્રોફેશનલ જીવનની દિશાને પૂરી રીતે બદલવાની ઇચ્છા રાખવાવાળા લોકોને આ અત્યંત મુશ્કેલ લાગી શકે છે. કેટલીય વાર તો તેઓ આ પરિવર્તન ક્યારેય નથી કરી શકતા. સફળતાનું કારણ હંમેશાં યોગ્યતાની કમી કે અનુભવહીન લોકોની વિરુદ્ધ પૂર્વગ્રહ પણ નથી હોતું, એક શક્તિશાળી, દિલની ઊંડાઈમાં જમા પૂર્વગ્રહ જે કારકિર્દી બદલવાની ઇચ્છા રાખવાવાળા ઘણા બદા લોકોને પરાજિત કરી દે છે. કારણ હંમેશાં એ હોય છે કે, કારકિર્દી બદલવાવાળા ઘણા લોકો જલ્દી જ હથિયાર નાખી દે છે.

કારકિર્દી બદલવામાં ખૂબ અથાગ મહેનત અને સંભાવિત નિયોક્તાઓ સાથે વૃહદ સંપર્કની જરૂર હોય છે. એમાંથી મોટાભાગના સંપર્ક યથાસંભવ સર્જનાત્મક ઢંગથી ખુદના બળ પર કરવાના હોય છે.

## આપણા ખુદનો વ્યવસાય

કેટલીય વાર કારકિર્દી બદલવાની સૌથી સારી રીત પોતાના ખુદનો કારોબાર શરૂ કરવાનો હોય છે. આપણી પાસે કોઈ એવી પ્રોડક્ટ કે વિચાર રહે છે, જેને આપણે વિકસિત કરવા ઇચ્છીએ છીએ અથવા કદાચ આપણે ખુદના બૉસ બનવાની ઇચ્છા રાખીએ છીએ અને કોઈ ફેક્ટરી, સ્ટોર અથવા સેવાનો વ્યવસાય ચલાવવા ઇચ્છીએ છીએ.

જો આપણે આ રીતથી ક્ષેત્ર બદલીએ છીએ, તો આપણી વિરુદ્ધ કોઈ પૂર્વગ્રહ નથી ટકી શકતો. મોટાભાગના દરવાજા ખુલ્લા છે અને આપણે પોતાની પસંદગીના ક્ષેત્રમાં પગ રાખી શકીએ છીએ, બસ શરત આપણી પાસે એના માટે

કોઈ કોઈ એવી નોકરી ના કરતા રહો, જેમાં તમને મજા ના આવતી હોય. તમે જે કરી રહ્યા છો, જો તમે એમાં ખુશ છો, તો તમે ખુદને પસંદ કરશો, તમને આંતરિક શાંતિ મળશે. જો શારીરિક સ્વાસ્થ્યની સાથે તમારી પાસે આ છે, તો તમે વસ્તુત: એટલા વધારે સફળ છો, જેટલી તમે કલ્પના પણ નહીં કરી હોય.

— રોજર કૈરાસ,
ટીવી કમેન્ટ્રેટર અને લેખક

પૈસા હોય.

કારોબારનો અર્થ છે રોકાણ. પોતાના ખુદના કારોબારમાં ત્યાં સુધી ના વિચારો, જ્યાં સુધી આપણે સાવધાનીપૂર્વક વિશ્લેષણ ના કરી લીધું હોય કે, મૂડી, કાર્યકારી ખર્ચ અને રિઝર્વમાં કેટલી જરૂર છે. એ ઉપરાંત એ પણ વિચાર કરો કે, મોટાભાગના કારોબારોમાં આપણને કેટલાય મહિનાઓ સુધી પગાર વગર કામ ચલાવવું પડે છે, જ્યાં સુધી કે કારોબારની હાલત સુધરી ના જાય. કારોબારમાં જોખમ પણ હોય છે. જો આપણે નાકામ થઈ જઈએ, તો ના માત્ર આપણે એ અવધિ માટે પોતાની આવક ગુમાવી દઈશું, બલ્કે સંભવત: આપણી અને આપણને મૂડી આપનારાઓની બચત પણ ગુમાવી દઈશું.

બીજી તરફ, ખુદનો કારોબાર ચલાવવાના લાભ ખૂબ વધારે હોઈ શકે છે. એનાથી ના માત્ર આપણે મોટી માત્રામાં પૈસા કમાઈ શકીએ છીએ, બલ્કે આપણે શેર પણ

પ્રાપ્ત કરી શકીએ છીએ, જેનાથી આપણી મિલ્કત બને છે. કોઈ સારા કારોબારને નફામાં વેચી શકાય છે.

કેટલાય અમૂર્ત પુરસ્કાર પણ હોય છે, જેમ કે અંતિમ નિર્ણય લેવા અને પોતાના ખુદના બૉસ બનવાથી મળનારી સંતુષ્ટિ. ખેર, આપણે એ સ્વીકાર કરવું જોઈએ કે, કામકાજના કલાક સામાન્ય રીતે લાંબા હોય છે. ખૂબ વધારે કામ કરવાનું હોય છે અને ઘણી બધી સમસ્યાઓની ચિંતા કરવાની હોય છે. પરંતુ પોતાની પ્રગતિ આપણા ખુદના હાથોમાં હોય છે અને કોઈ બીજાને ખુશ કરવા પર નિર્ભર રહેવાની જરૂર નથી હોતી. કોઈ કારોબારમાં દાખલ થવું છું, એ પસંદગી કરતા સમયે એ સુનિશ્ચિત કરો કે, આપણી પાસે એને ચલાવવાનું જરૂરી જ્ઞાન હોય અથવા આપણે ઝડપથી એનું વ્યાવહારિક જ્ઞાન પ્રાપ્ત કરી શકતા હોઈએ. કારોબારના અસફળ થવાના મુખ્ય કારણ મૂડીની કમી સિવાય જ્ઞાનની કમી પણ હોય છે.

# શું આપણે ખુદનો કારોબાર શરૂ કરવો જોઈએ?

પોતાના ખુદના કારોબારને સફળતાપૂર્વક ચલાવવા માટે જે વ્યક્તિગત યોગ્યતાની જરૂર હોય છે, શું તે આપણી પાસે છે? આ મહત્ત્વપૂર્ણ મુદ્દા પર નિર્ણય લેવા માટે નીચે આપવામાં આવેલા પ્રશ્નોનો પ્રામાણિકતાથી જવાબ આપો. ખુદને તોડી-મરોડીને સાંચામાં જેમ-તેમ ઘૂસાડવાનો પ્રયત્ન ના કરો.

કદાચ આપણે કોઈ નજિકના મિત્રને કહી શકીએ છીએ કે, તે આ પ્રશ્નાવલીના આધાર પર આપણું આકલન કરે. પોતાના કમજોર બિંદુઓને ઓળખો. જો એમને યોગ્ય કરી શકાય છે, તો એમના વિશે કશું કરો. જો એમને યોગ્ય નથી કરી શકાતા, તો કદાચ તમારે ખુદનો કારોબાર શરૂ ના કરવો જોઈએ.

દરેક શ્રેણીમાં નીચે આપવામાં આવેલા કથનને પસંદ કરો, જે અમારા સંદર્ભમાં સૌથી સારી રીતે ઉપયુક્ત છે :

### શું હું ખુદ શરૂઆત કરી શકું છું ?

- હું પોતાના દમ પર કાર્ય કરું છું. મારે કામ શરૂ કરવા માટે કોઈને પણ નથી કહેવું પડતું.

- જો કોઈની મદદથી હું શરૂઆત કરી દઉં છું, તો હું યોગ્ય રીતથી આગળ ચાલતો રહું છું.

- હું વસ્તુઓને આરામથી લઉં છું. હું ત્યાં સુધી પરેશાન નથી થતો, જ્યાં સુધી થવું જ ના પડે.

### હું સામાજિક દૃષ્ટિથી કયા પ્રકારનો વ્યક્તિ છું?

- હું લોકોને પસંદ કરું છું. હું લગભગ દરેકની સાથે હળી-મળીને ચાલી શકું છું.

- મારા ઘણા બધા મિત્ર છે. મને કોઈ અન્યની જરૂર નથી.

- મોટાભાગે લોકોના કારણે હું પરેશાન રહું છું.

### શું હું બીજાઓનું નેતૃત્વ કરી શકું છું?

- જ્યારે હું કોઈ કાર્ય શરૂ કરું છું, તો મોટાભાગના લોકોને સાથે લઈને ચાલી શકું છું.

- હું આદેશ આપી શકું છું, જો કોઈ બીજો મને બતાવી દે કે, આપણે શું કરવું જોઈએ.

- હું કોઈ બીજાને કાર્ય કરવા દઉં છું. પછી જો મને સારું અનુભવાય છે, તો હું પણ સાથે ચાલુ છું.

## શું હું જવાબદારી લઈ શકું છું?

- હું કામની જવાબદારી લેવી અને એને પૂરું કરવાનું પસંદ કરું છું.
- જરૂર પડવા પર હું કામ તો કરી લઈશ, પરંતુ હું ઈચ્છીશ કે કોઈ બીજો જવાબદાર બને.
- હંમેશાં કોઈને કોઈ ઉત્સાહી વ્યક્તિ આસપાસ રહે છે, જે પોતાની ચતુરાઈના ઝંડા લહેરાવવા ઈચ્છે છે. હું એને એ કરવા દઉં છું.

## હું કોઈ પ્રોજેક્ટને સારી રીતે વ્યવસ્થિત કરું છું?

- શરૂ કરવાથી પહેલાં હું યોજના બનાવવાનું પસંદ કરું છું. જ્યારે મારો સમૂહ કશું કરવા ઈચ્છે છે, તો સામાન્ય રીતે હું જ વસ્તુઓને એકપછી એક યોજનાબદ્ધ કરું છું.
- હું ત્યાં સુધી યોગ્ય કામ કરું છું, જ્યાં સુધી કે વસ્તુઓમાં ગરબડ ના થઈ જાય. પછી હું એનાથી દૂર થઈ જઉં છું.
- હું બધું જ વ્યવસ્થિત કરું છું, પરંતુ કોઈ વસ્તુ આવીને બધું જ બરબાદ કરી દે છે. આથી હું વસ્તુઓને થવા દઉં છું.

## કર્મચારીના રૂપમાં હું કેટલો સમર્પિત છું?

- હું લાંબા સમય સુધી કાર્યરત રહી શકું છું, જેટલી જરૂર હોય. જો હું કોઈ વસ્તુ ઈચ્છું છું, તો એના માટે અથાગ મહેનત કરવાથી મને કોઈ પરેશાની નથી થતી.
- હું થોડા સમય સુધી અથાગ મહેનત કરીશ, પરંતુ એના પછી છોડી દઈશ.
- મને નથી લાગતું કે, અથાગ મહેનતથી વધારે ફાયદો થાય છે.

## શું હું નિર્ણય લઈ શકું છું?

- જરૂર પડવા પર હું ફટાફટ નિર્ણય લઈ શકું છું અને એ સામાન્ય રીતે યોગ્ય પણ થાય છે.
- હું નિર્ણય તો લઈ શકું છું, પરંતુ એના માટે મને વધારે સમયની જરૂર હોય છે. જો હું ક્યારેક ફટાફટ નિર્ણય લઉં છું, તો હું પછી વિચારું છું કે, મારે બીજી રીતથી નિર્ણય લેવો જોઈતો હતો.

- મને નિર્ણય લેવાનું પસંદ નથી. મારા નિર્ણય હંમેશાં ખોટા હોય છે.

**હું જે કહું છું, શું લોકો એના પર વિશ્વાસ કરી શકે છે?**

- નિશ્ચિત રૂપથી. હું કોઈ પણ ખોટી કે જૂઠી વાત નથી કહેતો.
- હું મોટાભાગનો સમય વિશ્વસનીય રહેવાનો પ્રયત્ન કરું છું, પરંતુ કેટલીય વાર હું કહી દઉં છું, જે સૌથી વધારે સરળ હોય છે.
- જો સામેવાળાને ખબર ના પડે, તો એનાથી શું ફરક પડે છે?

**શું હું કોઈ મુશ્કેલ વસ્તુઓમાં કાર્યરત રહી શકું છું?**

- જો હું કશું કરવાનું નક્કી કરી લઉં છું, તો કોઈ વસ્તુના કારણે વચ્ચે નથી રોકાતો.
- હું જે શરૂ કરું છું, એને સામાન્ય રીતે પૂરું કરું છું – જો એ બગડી ના જાય તો. જો કોઈ કાર્ય આરંભથી જ બિલકુલ સારી રીતે થતું ના હોય, તો હું છોડી દઉં છું.
- મારી ઊર્જા ક્યારેય સમાપ્ત નથી થતી!
- હું જે કરવા ઇચ્છું છું, એમાંથી મોટાભાગના કાર્યો માટે મારામાં પર્યાપ્ત ઊર્જા રહે છે.
- હું મારા મોટાભાગના મિત્રોથી પહેલાં જ નિઢાલ થઈ જઉં છું.

દરેક સવાલના કેટલા પ્રથમ જવાબ છે? દરેક સવાલના કેટલા બીજા જવાબ છે? દરેક સવાલના કેટલા ત્રીજા જવાબ છે?

જો મોટાભાગના જવાબોમાં પ્રથમ વિકલ્પ પસંદ કરવામાં આવ્યો છે, તો સંભવત: આપણામાં પોતાનો કારોબાર ચલાવવાની યોગ્યતા છે. જો મોટાભાગના જવાબોમાં બીજો વિકલ્પ પસંદ કરવામાં આવ્યો છે, તો આપણી સામે એટલી સમસ્યા આવશે કે, આપણે એનો સામનો એકલા નહીં કરી શકીએ, આથી કોઈ ભાગીદારને શોધવા યોગ્ય છે, જો તે એ બિંદુઓ પર

> પૈસા કમાવવા માટે કામ શરૂ કરવું જીવનની સૌથી મોટી ભૂલ છે. એ જ કામ કરો, જેને કરવાની પ્રતિભા તમને તમારી ભીતર મહેસૂસ થાય છે અને જો તમે એમાં પર્યાપ્ત રીતે સારા છો, તો પૈસા આપમેળે આવશે.
>
> – ગ્રિયર ગાર્સન, અભિનેતા

શક્તિશાળી છે, જ્યાં આપણે કમજોર છીએ. જો મોટાભાગના જવાબોમાં ત્રીજો વિકલ્પ પસંદ કરવામાં આવ્યો છે, તો સારો ભાગીદાર પણ આપણી નાવને ડૂબવાથી નહીં બચાવી શકે.

## દાખલ થવા માટે કારોબાર પસંદ કરવો

કોઈ પ્રકારના કારોબારમાં દાખલ (પ્રવેશ કરવો) થવું છે, એ પસંદ કરતા સમયે કોઈ નિતાંત અજાણ વ્યવસાયના બદલે પોતાના જૂના અનુભવો અને રુચિઓનો ઉપયોગ કરવાનો પ્રયાસ કરો. જો આપણને હંમેશાંથી ફોટોગ્રાફીનો શોખ રહ્યો છે, તો આપણે કેમેરા સ્ટોર, વાણિજ્યિક ફોટોગ્રાફી અથવા એની સાથે જોડાયેલા ક્ષેત્રમાં વ્યવસાય શરૂ કરી શકીએ છીએ.

જો પોતાની પાછલી નોકરીમાં આપણે કર્મચારીઓને નિયુક્ત કરવા અને રોજગાર આપવાના પ્રભારી હતા, તો રોજગાર સંસ્થા શરૂ કરવી તાર્કિક થશે. જો આપણે સારા મિકેનિક છીએ, તો આપણે ઉપકરણ સુધારવાના કારોબારમાં સારી સંભાવનાઓ પ્રાપ્ત કરી શકીએ છીએ.

બીજી તરફ, જે કારોબારોનો આપણને કોઈ અનુભવ કે જ્ઞાન નથી, એમાં પણ આપણે સફળ થઈ શકીએ છીએ, બસ શરત એ જ કે, એનામાં આપણી સાચી રુચિ હોય અને આપણને કાર્ય સંચાલનના વિવરણ શીખવાડવાની સુવિધાઓ ઉપલબ્ધ હોય.

મોટાભાગના નાના કારોબાર ત્રણ શ્રેણીઓમાં આવે છે : ઉત્પાદન, માર્કેટિંગ અને સેવા.

ઉત્પાદનમાં આપણે કોઈ સામાન બનાવીએ અને વેચીએ છીએ. જરૂરી મૂડી રોકાણ ઉત્પાદનના પ્રકારના હિસાબથી ભિન્ન હોય છે. આ પ્રકારના કારોબારમાં સામાન્ય રીતે મસીનો અને કાચા માલમાં રોકાણ કરવાની જરૂર હોય છે, સાથે જ જગ્યા ભાડા પર લેવા અને કુશળ તેમજ અર્ધ-કુશળ કર્મચારીઓને નોકરી પર રાખવાની પણ જરૂર હોય છે. ઉત્પાદનવાળો કારોબાર સામાન્ય રીતે એ લોકો માટે આકર્ષક હોય છે, જેમણે ઉત્પાદન કંપનીઓમાં કામ કર્યું છે. જેમ કે - એન્જિનિયર, ઉત્પાદન મેનેજર અને મશીની પ્રશિક્ષણવાળા વ્યક્તિ.

માર્કેટિંગ, થોક કે રિટેલ સંચાલનનું રૂપ લઈ શકે છે અને એમાં વેચવાનું સામેલ હોય છે. થોક માર્કેટિંગ કરનારાને સામાનની ભંડાર-સૂચિ, વેયરહાઉસની જગ્યા અને વેચાણ તેમજ વેયરહાઉસિંગ કર્મચારીઓને નોકરી આપવામાં રોકાણ કરવું પડે છે. રિટેલ વેપારીઓને સ્ટોર બનાવવા, સામાન જમાવવા, સામાનની

આપૂર્તિ, વધારે વ્યસ્ત વિસ્તારમાં ભાડાની જગ્યા અને સેલ્સ ક્લાર્કોની નોકરીમાં રોકાણ કરવું પડે છે. કોઈ આવાસીય વિસ્તારમાં કપડાંનો સ્ટોર થોડા હજાર રૂપિયામાં શરૂ કરી શકાય છે, પરંતુ શહેરની વચ્ચે પોશાક સ્ટોર ખોલવામાં લાખો ડોલરનો ખર્ચ આવી શકે છે અને કોઈ ડિસ્કાઉન્ટ કે ડિપાર્ટમેન્ટ સ્ટોરમાં ખૂબ ભારે રકમનું રોકાણ કરવું પડી શકે છે.

સેવા વ્યવસાયમાં દાખલ થવું સૌથી સસ્તું હોય છે. એમાં ખૂબ ઓછી મૂડી લાગે છે, કેમ કે મશીનોની અથવા તો જરૂર જ નથી હોતી અથવા ખૂબ ઓછી જરૂર હોય છે. ઉદાહરણ :

- **સેલ્સ એજેન્સી :** સેલ્સ એજેન્સી ચલાવવામાં આપણને સામાન ખરીદવાની જરૂર નથી હોતી. એકવાર જ્યારે કોઈ ગ્રાહક ઓર્ડર આપી દે છે, તો ઉત્પાદક કે થોક વિક્રેતા પોસ્ટ કે કુરિયર દ્વારા માલ મોકલી દે છે. આ પ્રકારનો અવસર સેલ્સપીપલ કે વેચાણની પ્રતિભાવાળા લોકોને આકર્ષક લાગે છે.

- **પરામર્શ આપવો :** હંમેશાં બિઝનેસ મેનેજર કે પ્રોફેશનલ લોકો (એન્જિનિયર એકાઉન્ટન્ટ, માનવ સંસાધન વિશેષજ્ઞ વગેરે) મહેસૂસ કરે છે કે, તેઓ પોતાની વિશેષજ્ઞતાના ક્ષેત્રમાં પરામર્શ આપીને સફળ કારોબાર ઊભો કરી શકે છે. એમાં મૂડીના ખૂબ ઓછા રોકાણની જરૂર હોય છે; આપણે બસ એક ઓફિસ ભાડા પર લેવા, ફર્નિચર ખરીદવા, વેબસાઇટ બનાવવા, થોડી સ્ટેશનરી અને પ્રચાર સામગ્રી છાપવા તથા પોતાની સેવાઓની જાહેરાત કરવાની રીત શોધવાની જરૂર હોય છે. જો આપણી પાસે પ્રારંભિક મહિનાઓના બિલ ચૂકવવાલાયક પૈસા હોય, તો આપણે સરળતાથી પરામર્શ આપવાના ક્ષેત્રમાં દાખલ થઈ શકીએ છીએ. જો કે, ગ્રાહક બનાવવા સરળ નથી હોતું. ખૂબ વધારે પરામર્શદાતા અસફળ થઈ જાય છે, એનું કારણ એ નથી હોતું કે, એમનામાં યોગ્યતાની કમી છે, બલ્કે એ થાય છે કે, એમનામાં નવો કારોબાર પ્રાપ્ત કરવાની યોગ્યતા નથી. જ્યાં સુધી આપણે પર્યાપ્ત સંભાવિત ગ્રાહકોને જાણતા ના હોઈએ, ત્યાં સુધી પરામર્શ આપવાનો વ્યવસાય મોટાભાગના લોકો માટે ખૂબ જોખમ ભરેલો હોય છે.

- **વ્યાવસાયિક સેવાઓ :** કેટલાય અલગ-અલગ પ્રકારની કારોબારી સેવાઓની જરૂર હોય છે. આ પ્રકારનો વ્યવસાય પોતાના દમ પર

કારોબારી જગતમાં ઉતરવાની એક સારી અને તુલનાત્મક રૂપથી સસ્તી રીત છે. આપણી રુચિઓ અને યોગ્યતાઓના આધાર પર અસંખ્ય સેવાઓ પર વિચાર કરી શકાય છે : વેબ ડિઝાઇનિંગ અને સારસંભાળ સેવાઓ, પ્રિન્ટિંગ અને ફોટોકોપી સેવાઓ, ડાયરેક્ટ મેલ પ્રમોશન, નાના વ્યવસાયો માટે બુકકીપિંગ અને એકાઉન્ટિંગ સેવાઓ, રોજગાર સંસ્થાઓ, અલ્પકાલીન રોજગાર સેવાઓ, ઉધાર અને સંગ્રહ બ્યૂરો વગેરે. જો આપણને કોઈ જરૂરી સેવાની કોઈ જરૂરિયાત દેખાય છે, તો આપણે એમાં કારોબાર શરૂ કરી શકીએ છીએ.

- **ઉપભોક્તા સેવાઓ** : સેવા વ્યવસાય ઉપભોક્તાઓની સેવા કરે છે. મરામત કરનારાઓની ભારે કમી છે. ટેક્સ સેવાઓ, ઘરની મરામત, ફિટનેસ પ્રશિક્ષક, વાદ્યયંત્રના વેચાણ અને સંગીત, કલા, ભાષાઓ, તકનીકી મુદ્દાઓમાં શિક્ષણ વગેરે વિશેષ સેવાઓથી આપણે લોકોની મદદ કરી શકીએ છીએ.

વ્યવસાય માટે એ જ ક્ષેત્ર પસંદ કરો, જે આપણી ખુદની રુચિઓ અને યોગ્યતાઓના અનુરૂપ હોય, પરંતુ સાવધાનીપૂર્વક શોધ કરીને એ સુનિશ્ચિત કરો કે, બજારમાં એની માંગ છે. સંભાવિત ઉપભોક્તાઓ કે

<blockquote>પોતાની શક્તિ બાહ્ય ઘટનાઓ પર નહીં, બલ્કે પોતાના મન પર છે. એનો અહેસાસ કરી લો અને તમને શક્તિ મળી જશે.

– માર્કસ ઓરેલિયસ, રોમના સમ્રાટ અને દાર્શનિક</blockquote>

ગ્રાહકોને મળો. એ નક્કી કરો કે, બજાર આ સમયે કેટલું ભરેલું છે. જો એવી જ રીતે બીજા વ્યવસાય સારા ચાલી રહ્યા છે, તો શું નવા વ્યવસાય માટે જગ્યા છે? જો આપણી પ્રતિસ્પર્ધા સફળ નથી અથવા બજારને ઢાંકતી નજરે આવે છે, તો શું આપણે ઉત્તમ પ્રોડક્ટ કે સેવા આપીને પોતાની સફળતા સુનિશ્ચિત કરી શકીએ છીએ? નિર્ણય લેવાથી પહેલાં બધા તથ્યની જાણકારી પ્રાપ્ત કરો.

શું આપણી પાસે પોતાનું ખુદનું કામ શરૂ કરવાના સંસાધન છે? એક વાર ફરી તપાસ કરો કે, કારોબાર શરૂ કરવા અને ત્યાં સુધી ચલાવવા માટે કેટલા પૈસા જોઈએ, જ્યાં સુધી કે નવો વ્યવસાય આપણને પૈસા કમાઈને ના આપવા લાગે. એ સુનિશ્ચિત કરો કે, આપણે એનું પ્રબંધન કરી શકીએ છીએ. જ્યાં સુધી કારોબાર

જમીનથી નથી ઊઠતો, ત્યાં સુધી તમારી પાસે વ્યવસાયમાં પૈસા લગાવવા અને પોતાના પરિવારની જરૂરિયાતોને પૂરી કરવા માટે પર્યાપ્ત પૈસા હોવા જોઈએ. જો પોતાની જરૂર મુજબ પૈસા હોવાનો તમને પૂરો વિશ્વાસ ના હોય, તો કારોબાર શરૂ કરવાનો પ્રયત્ન પણ ના કરો.

## શરૂઆત કરવી

પોતાનો કારોબાર શરૂ કરવાની ત્રણ રીત છે : શૂન્યથી શરૂ કરવો, કોઈ ચાલુ વ્યવસાયને અથવા એની ભાગીદારીને ખરીદવી કે ફ્રેન્ચાઇઝી લેવી.

## શૂન્યથી શરૂઆત કરવી

જ્યારે આપણે શૂન્યથી પોતાનો કારોબાર શરૂ કરીએ છીએ, તો આપણે ઉધમ વિકસિત કરવા માટે પોતાના સર્વશ્રેષ્ઠ વિવેક, સંસાધનો અને પોતાની યોગ્યતાઓનો ઉપયોગ કરવાનો હોય છે.

***લાભ :*** પોતાનો ખુદનો કારોબાર શરૂ કરવાનો એક લાભ એ છે કે, આપણો ખર્ચ તુલનાત્મક રૂપથી ઓછો થાય છે, કેમ કે કોઈ પ્રારંભિક વેચાણ ભાવ કે ફ્રેન્ચાઇઝી ફીસ નથી હોતી. કેમ કે આપણે આ મૂડી રોકાણથી બચી જઈએ છીએ, આથી આપણી પાસે કામકાજ મૂડી કે પ્રારંભિક મશીનો ખરીદવા માટે વધારે પૈસા હોય છે. આપણે પૂરો નફો કમાઈએ છીએ, કેમ કે આપણે કોઈ રૉયલ્ટી કે બીજી અનિવાર્ય ફીસ નથી આપવી પડતી.

***સીમાઓ :*** જ્યારે આપણે શૂન્યથી કોઈ નવો કારોબાર શરૂ કરીએ છીએ, તો એને જામવામાં સામાન્ય રીતે વધારે લાંબો સમય લાગે છે. ગ્રાહક નવી કંપનીઓના બદલે સ્થાપિત કે પ્રસિદ્ધ કંપનીઓ પાસેથી સામાન ખરીદવાની પ્રવૃત્તિ રાખે છે. પોતાના ક્ષેત્રમાં નામ બનાવવા માટે આપણે વધારે અથાગ મહેનત કરવી પડશે અને વિજ્ઞાપન તેમજ વેચાણ પ્રચાર પર વધારે પૈસા ખર્ચ કરવા પડશે, જે સ્થાપિત કારોબાર કે પ્રતિષ્ઠિત ફ્રેન્ચાઇઝી ખરીદવામાં નથી કરવો પડતો. આપણી પ્રૉડક્ટ કે સેવા ભલે જેટલી સારી હોય, આપણે એટલો સમય લેવો પડશે, જેથી સંભાવિત ગ્રાહકને એના વિશે જાણકારી પ્રાપ્ત થઈ જાય. એ વાતની સંભાવના છે કે, આપણે કોશિશ અને સુધારવાળી સામાન્ય ભૂલો કરીશું, પરંતુ જો કોઈ અનુભવી વ્યક્તિ આપણને કારોબાર શીખવાડે, તો આપણે ઘણી બધી ભૂલો કરવાથી બચી શકીએ છીએ. નિયમ એ છે કે, પોતાનો ખુદનો વ્યવસાય કરતા સમયે અપેક્ષિત બજાર હિસ્સો પ્રાપ્ત કરવામાં થોડો સમય લાગશે.

**સ્થાપિત કારોબારને ખરીદવો :** જો સ્થાપિત કારોબાર કે એની ભાગીદારીને ખરીદવામાં આવે છે, તો શૂન્યથી શરૂ કરવાની કેટલીક સમસ્યાઓમાંથી બહાર નીકળી શકાય છે.

**લાભ :** કોઈ સ્થાપિત કારોબારને ખરીદવાનું એક સારું પાસું એ છે કે, એના સક્રિય ગ્રાહક હોય છે અને એનાથી આપણને તુરંત આવક થવા લાગે છે. જો કંપની લાભદાયક છે, તો મોટાભાગે જમીની કામ પહેલાંથી જ પૂરા થઈ ચુક્યા છે. ગ્રાહક, સપ્લાયર, કર્જ અને અન્ય વ્યવસ્થાઓ પહેલાંથી જ થઈ ચુકી છે, જેમની વ્યવસ્થા કરવામાં કોઈ નવા કારોબારને વધારે સમય લાગે છે. જો આપણે કોઈ કારોબારનો હિસ્સો (ભાગીદારના રૂપમાં) ખરીદ્યો છે, તો આપણે મૂળ માલિક પાસેથી પ્રશિક્ષણ અને માર્ગદર્શન પ્રાપ્ત કરી શકીએ છીએ.

**સીમાઓ :** કોઈ કારોબારને સીધો જ ખરીદવામાં એ થઈ શકે છે કે, કારોબાર ઉપરના બદલે નીચે જઈ રહ્યો હોય. જો કે, કેટલીય વાર એના પછી પણ કારોબારને ખરીદવો યોગ્ય હોય છે, પરંતુ આ એક ચેતાવણી છે કે, આપણે સાવધાનીપૂર્વક આ પાસાની તપાસ કરી લેવી જોઈએ. જો આપણે એની ગિરાવટને સુધારી શકીએ છીએ (ઉદાહરણ તરીકે, વધારે સાવધાનીપૂર્ણ પ્રબંધન, વધારાની મૂડી વગેરેથી), તો આ ખૂબ સારી ખરીદદારી હોઈ શકે છે. પરંતુ જો ગિરાવટનું કારણ ખરાબ પ્રૉડક્ટ, ખરાબ છાપ કે ખરાબ કારખાના કે જગ્યા હોય, તો સોદો ના કરવામાં જ સમજદારી છે.

કંપનીના રેકૉર્ડની અવશ્ય તપાસ કરો. શું એના ઘણા બધા ગ્રાહક છે? ખર્ચ અને નફા કેવા છે? સમુદાયમાં એની શું છાપ છે? એની તપાસ સ્થાનિક ચેમ્બર ઑફ કૉમર્સ કે બેટર બિઝનેસ બ્યૂરોના માધ્યમથી કરી શકાય છે. એની પુષ્ટિ એ લોકો સાથે વાત કરીને પણ કરી શકાય છે, જે એ કંપનીની વસ્તુઓ કે સેવાઓનો ઉપયોગ કરે છે.

પ્રસ્તાવિત વેચાણની વાસ્તવિક કિંમતનું આકલન કરવા માટે પોતાના એકાઉન્ટન્ટ/ચાર્ટર્ડ એકાઉન્ટન્ટ પાસેથી સલાહ લો. તેઓ તમારું માર્ગદર્શન કરી શકે છે કે, શું માંગવામાં આવેલો ભાવ યોગ્ય છે. તેઓ કંપનીના નાણાકીય આંકડાઓનું વિશ્લેષણ કરીને એ પણ જાણ લગાવી શકે છે કે, એને કેવી રીતે ચલાવવામાં આવે છે અને એમાં કોઈ છુપાયેલી નાણાકીય સમસ્યાઓ તો નથી. જાણકારી પ્રાપ્ત કરો કે, આપણને કઈ સંપત્તિઓ મળશે? આપણને કયા પ્રકારનું પ્રશિક્ષણ મળશે? ગંભીર બીમારી કે મૃત્યુ જેવી અસામાન્ય પરિસ્થિતિઓને છોડીને

થોડું પ્રશિક્ષણ સોદા અંતર્ગત આપવામાં આવવું જોઈએ. શું વર્તમાન માલિકના કર્મચારી કંપનીમાં સ્થાયી રહેશે? સ્પષ્ટ છે કે, કોઈપણ આ વાતની ગેરંટી નથી આપી શકતું કે, માલિક બદલાયા બાદ કોઈ કર્મચારી ત્યાં જ કામ કરશે, પરંતુ આપણે મૂળ માલિક અને સ્ટાફ સાથે આ વિશે સારી રીતે વાતચીત કરી લેવી જોઈએ. તમારી પાસે એ સ્પષ્ટ તસવીર હોવી જોઈએ કે, કઈ મશીનો, સ્થાયી સામાન, સ્ટોકનો સામાન વગેરે સોદામાં મળશે. સુનિશ્ચિત કરો કે, એમનું મૂલ્ય યોગ્ય લગાવવામાં આવ્યું હોય. હંમેશાં બહીખાતા (ખાતાવહી)માં કોઈ કંપનીની મિલ્કત વધારેલા-ચઢાવેલા ભાવ પર બતાવવામાં આવે છે. પોતાના એકાઉન્ટન્ટો પાસેથી આ આંકડાઓની સાવધાનીપૂર્વક સમીક્ષા કરાવો. જો કંપનીની સદ્ભાવનાની આપણા માટે કિંમત છે (બુક વેલ્યૂથી વધારે ખરીદારી ભાવ, અમૂર્ત સંપત્તિ), તો એ સુનિશ્ચિ કરો કે, એની વ્યાજબી કિંમત માંગવામાં આવી રહી હોય. સૌથી વધીને, એ પાક્કી જાણ લગાવી લો કે, બચેલા ઋણ અને દેણદારીની ચૂકવણી કોણ કરશે? અસંખ્ય વિવરણ હોય છે, જેમને માત્ર તમારા એકાઉન્ટન્ટ અને વકીલ જ પૂરી રીતે સમજી શકે છે. કોઈ કંપનીને ખરીદવામાં સક્ષમ પ્રૉફેશનલ સહાયકને નિયુક્ત કરવાથી લાભ થાય છે. આ પૈસા બચાવવાની જગ્યા નથી.

કેટલાય વ્યવસાયોમાં વિશેષજ્ઞતાપૂર્ણ જ્ઞાન જરૂરી હોય છે અને વિશેષજ્ઞ વકીલ કે એકાઉન્ટન્ટ, સામાન્ય વકીલ કે એકાઉન્ટન્ટ કરતાં વધારે સહાયક સાબિત થાય છે. ઉદાહરણ તરીકે, જો કોઈ વ્યવસાયમાં સરકાર પાસેથી લાયસન્સની જરૂર છે (જેમ કે- દારૂની દુકાન કે રોજગાર, રિયલ એસ્ટેટ કે વીમા એજેન્સી), તો લાયસન્સિંગ પ્રણાલીથી પરિચિત વકીલ સોદાની શરૂઆત કે ગતિને વધારે તેજ કરી શકે છે. જો વ્યવસાય કોઈ પેટેન્ટ કે પેટેન્ટ ધારકથી લાયસન્સિંગ અનુબંધ પર આધારિત છે, તો સામાન્ય વકીલ 'પેટેન્ટ લૉ'માં વિશેષજ્ઞ વકીલ જેટલો સહાયક સાબિત નહીં થાય. આ જ એ એકાઉન્ટન્ટ્સ વિશે પણ સાચું છે, જ્યાં કોઈ ઉદ્યોગનું વિશેષ જ્ઞાન અમૂલ્ય થઈ શકે છે.

એવા વિશેષજ્ઞોની જાણ લગાવવા માટે એમના વેપાર સાથે સંબંધિત સંગઠનોનો સંપર્ક કરો. અન્ય એક સ્રોત ક્ષેત્રમાં વર્તમાનમાં પ્રતિસ્પર્ધી કે સંબદ્ધ વ્યવસાય ચલાવનારા વ્યક્તિ છે. તેઓ હંમેશાં તમને વકીલ કે એકાઉન્ટન્ટનો અભિપ્રાય આપવા માટે તૈયાર રહે છે.

જો કોઈ વિશેષ પરિસ્થિતિઓ ઉપસ્થિત નથી, તો કોઈપણ જાણકાર વકીલ કે એકાઉન્ટન્ટ તમારા વ્યવસાયમાં તમારી મદદ કરી શકે છે. મોટી કાનૂની કે

એકાઉન્ટિંગ કંપનીઓની સેવાઓ લેવાની કોઈ જરૂર નથી. સ્થાનિક બાર અને એકાઉન્ટિંગ સંગઠન પોતાના પ્રતિષ્ઠિત સદસ્યોની સલાહ આપી શકે છે. જે બેંકમાં તમારું ખાતું છે, તે પણ સારો સંદર્ભ-સ્રોત થઈ શકે છે. જ્યારે તમે પોતાના વકીલ કે એકાઉન્ટન્ટને પસંદ કરી લો, તો એમની સાથે પૂરી રીતે પ્રામાણિક રહો, જે પ્રકારે પોતાના ડોક્ટરની સાથે રહો છો. જો આપણે સર્વશ્રેષ્ઠ સલાહ ઇચ્છીએ છીએ, તો એને નવા વ્યવસાય વિશે પોતાના સારા વિચાર અને યોજનાઓ બતાવી દો.

એ યાદ રાખો કે, નિર્ણય આપણે લેવાનો છે. આ વિશેષજ્ઞો પાસેથી કારોબારી નિર્ણય લેવાની આશા ના કરો – માત્ર એની વિશેષજ્ઞતાના ક્ષેત્રમાં સલાહ અને પરામર્શની આશા રાખો.

જો આપણે કોઈ વ્યવસાયનો કોઈ હિસ્સો ખરીદી રહ્યા છીએ અને વર્તમાન માલિક આપણો ભાગીદાર બનવાનો છે, તો આપણને કારોબારની સુચારુ નિરંતરતાનો લાભ તો મળશે જ, સાથે જ આપણને પ્રશિક્ષણ અને પરામર્શ આપવા માટે એક અનુભવી સાથી પણ મળશે. આપણે એ ઊંડાણતાપૂર્વક જોઈ-સમજી લેવું જોઈએ કે, આપણે મળીને કામ કરી શકીએ છીએ અને આપણા વ્યક્તિત્વ પરસ્પર અનુકૂળ છે. કારોબારી ભાગીદારી લગ્નની જેમ હોય છે. જો આપણે હળીમળીને ના રહી શકીએ, તો આપણું જીવન દુઃખમય બની શકે છે.

આપણે એ પણ સુનિશ્ચિત કરવું જોઈએ કે, એની પાસે સફળતાનો ઇતિહાસ હોય, જેથી તમે વધારે શક્તિશાળી બની શકો. જો આપણો નવો ભાગીદાર કમજોર છે, તો તે પોતાના કમજોર વ્યવસાયને બચાવવા માટે આપણી મૂડીના સહારાને જકડી લે છે, આથી એના કારોબારમાં સામેલ થવું કદાચ સારું પગલું નથી.

કોઈ ભાગીદારી વ્યવસ્થામાં (અથવા કોઈ કોર્પોરેશનના શેર ખરીદવામાં) એ સુનિશ્ચિત કરો કે, આપણો વકીલ અનુબંધ બનાવે અથવા તો એનું અનુમોદન કરે, જેથી આપણા રોકાણ અને નિયંત્રણની ઉચિત રક્ષા સુનિશ્ચિત થઈ શકે.

## ફ્રેન્ચાઈઝી લેવી

ફ્રેન્ચાઈઝી લેવી કોઈ નવા વ્યવસાયને શરૂ કરવાનો ત્રીજો વિકલ્પ છે. પોતાના ખુદના વ્યવસાય માટે આ માર્ગ પર વિચારતા સમયે પહેલાં એ ફ્રેન્ચાઈઝી આપનારાઓની શોધ કરો, જે એવો વ્યવસાય કરવાની સુવિધા પ્રદાન કરે છે, જેવો આપણે ચલાવવા ઇચ્છીએ છીએ. એટલા બધા અલગ-અલગ પ્રકારના વ્યવસાયોના વિકલ્પ ઉપલબ્ધ છે કે, હકીકતમાં આપણી પાસે અઢળક વિકલ્પ

હોય છે. ફ્રેન્ચાઈઝી પ્રદર્શનોમાં જાઓ (એ પૂરા દેશમાં આયોજિત થાય છે), વિસ્તૃત વિવરણ આપતી પઠનીય સામગ્રી માંગો અને ઇન્ટરનેટ પર શોધ કરો. પસંદગી કરવા માટે ઘણી બધી ફ્રેન્ચાઈઝી છે, જેમનામાંથી કોઈપણ આપણી કારકિર્દીના નવા લક્ષ્યને પૂરું કરી શકે છે.

એકવાર જ્યારે આપણે મનગમતું ક્ષેત્ર પસંદ કરી લઈએ, તો એના પછી આપણે ફ્રેન્ચાઈઝી આપનારાને પસંદ કરવો જોઈએ. એ પ્રતિષ્ઠિત હોવો જોઈએ. તપાસ કરો કે, ફ્રેન્ચાઈઝી ફીસ ચૂકવવાના બદલામાં આપણને શું મળશે? તે કેવું પ્રશિક્ષણ આપશે, ક્યા ઉપકરણ કે સામાન આપશે અને શુભારંભ પછી ક્યા પ્રકારની મદદ કરશે?

આપણે યથાસંભવ એ સંગઠનના વધારેમાં વધારે ફ્રેન્ચાઈઝી સ્ટોર્સમાં જવું જોઈએ. તપાસ કરો કે, શું એને ચલાવનારા લોકો ફ્રેન્ચાઈઝી આપનારાઓની સેવાઓથી સંતુષ્ટ છે. બીજા માલિકોને મળવા પર આપણને એ પણ જાણકારી પ્રાપ્ત થઈ શકે છે કે, ફ્રેન્ચાઈઝી આપનારા કેટલા પ્રતિભાશાળી લોકોને આકર્ષિત કરવામાં સફળ રહ્યા છે.

કઈ ફ્રેન્ચાઈઝી આપણા માટે સૌથી સારી રહેશે, એ વિશે નિર્ણય લેવાથી પહેલાં પોતાના એકાઉન્ટન્ટ પાસેથી કંપનીની નાણાકીય સ્થિતિની તપાસ કરાવો અને પોતાના વકીલ પાસે અનુબંધનું પરીક્ષણ કરાવો. એ સુનિશ્ચિત કરો કે, ફ્રેન્ચાઈઝી ફીસની અને અન્ય નાણાકીય જવાબદારી પૂરી રીતે સમજી લેવામાં આવી છે. સૌથી સસ્તી વ્યવસ્થા હંમેશાં સૌથી સારી નથી હોતી. એ સુનિશ્ચિત કરો કે, આપણને પૈસાના બદલામાં એ જ મળી રહ્યું છે, જેની આપણને જરૂર અને આશા છે.

**લાભ :** સારી ફ્રેન્ચાઈઝી આપનારા દરેક પગલાં પર આપણી મદદ કરે છે. તેઓ ઉપયુક્ત ઇમારત પસંદ કરવા અને બનાવવા, યથાર્થવાદી બજેટ બનાવવા, આપણને તેમજ આપણા પ્રારંભિક સ્ટાફને પ્રશિક્ષિત કરવામાં મદદ કરશે. તેઓ કારોબારના બધા ચરણોમાં પરામર્શ આપવા માટે તૈયાર રહેશે. તેઓ આપણા વ્યવસાયને પોતાનું મૂલ્યવાન નામ આપશે. સંક્ષેપમાં આપણે પોતાના દમ પર જેટલી ઝડપથી પ્રગતિ કરી શકીએ છીએ, તેઓ એના કરતાં વધારે ઝડપથી પ્રગતિ કરવામાં આપણી મદદ કરશે.

**સીમાઓ :** આપણને પોતાનો ખુદનો કારોબાર શરૂ કરવા માટે જેટલી મૂડીની જરૂર હોય છે, કોઈ ફ્રેન્ચાઈઝીને ચલાવવા માટે એના કરતાં વધારે મૂડીની જરૂર

પડશે. ફ્રેન્ચાઇઝીની ફીસ અલગ-અલગ કારોબારો માટે અલગ-અલગ હોય છે. મોટાભાગના ફ્રેન્ચાઇઝી આપનારા ફ્રેન્ચાઇઝી ફીસ માટે બેંકમાંથી લોન અપાવવાની વ્યવસ્થા કરી આપશે. ફીસ સિવાય આપણે ઉપકરણ, સ્ટોર બનાવવાના સામાન વગેરે ખરીદવા માટે સંમત થઈ શકીએ છીએ. એ સિવાય આપણે ફ્રેન્ચાઇઝી આપનારાને આપૂર્તિ કરવામાં આવી રહેલી સામગ્રી ખરીદવાનું વચન પણ આપવું પડી શકે છે. સેવા વ્યવસાયોમાં ફ્રેન્ચાઇઝી આપનારા સામાન્ય રીતે આપણી કુલ કારોબારી આવક પર રૉયલ્ટી લે છે. કોઈ ફ્રેન્ચાઇઝીને ખરીદવાથી પહેલાં એ સુનિશ્ચિત કરો કે, આપણી જવાબદારી શું છે? અને એ પણ સુનિશ્ચિત કરો કે, આપણે એમને સારી રીતે સમજી ગયા છીએ.

ફ્રેન્ચાઇઝીમાં એક વાત હાનિકારક થઈ શકે છે. કેટલાક ફ્રેન્ચાઇઝી આપનારા પોતાના ફ્રેન્ચાઇઝીઓ પર ખૂબ કઠોર નિયંત્રણ રાખે છે. આપણે ન્યૂનતમ રકમનો કારોબાર કરવાનો હોય છે, નહીંતર આપણી પાસેથી ફ્રેન્ચાઇઝી છીનવી લેવામાં આવશે. સુનિશ્ચિત કરો કે, આપણી પાસે એ વાતની જાણકારી હોય અને અપેક્ષિત લાભ તાર્કિક હોય. સામાન્ય રીતે પ્રારંભિક સમયગાળામાં આ ન્યૂનતમ રકમમાં છૂટ આપવામાં આવે છે અને આપણે આ શરતને અનુબંધમાં સામેલ કરવા પર ભાર આપવો જોઈએ.

## સાર

કારકિર્દી બદલવી આપણા જીવનના સૌથી મહત્ત્વપૂર્ણ નિર્ણયોમાંથી એક હોઈ શકે છે. ભલે આપણે પોતાના વર્તમાન નોકરી/ધંધાથી હળતી-મળતી કારકિર્દી પસંદ કરીએ અથવા બિલકુલ નવા ક્ષેત્રમાં જઈએ, ભલે આપણે નોકરી બદલીએ અથવા પોતાનો ખુદનો વ્યવસાય શરૂ કરીએ, એ સુનિશ્ચિત કરો કે, આ પગલાંનું નિષ્પક્ષતાથી આપણે વિશ્લેષણ કરીએ અને કઠોર, વાસ્તવિક તથ્યોના આધાર પર જ નિર્ણય લઈએ.

- નોકરી કે કારકિર્દી બદલવા જેવા મહત્ત્વપૂર્ણ નિર્ણયોને ઉતાવળમાં ના લેવા જોઈએ. પોતાના કામથી અલ્પકાલીન અપ્રસન્નતાના કારણે કારકિર્દી બદલવી તર્કસંગત નથી.

- કારકિર્દી બદલવી ક્યારેય સરળ કામ નથી હોતું. આપણી ઉંમર જેટલી વધારે હોય છે, આપણા વર્તમાન નોકરી/ધંધામાં આપણો અનુભવ અને પગાર પણ એટલો જ વધારે હોય છે, જે કોઈ બીજા ક્ષેત્રમાં મળવો મુશ્કેલ

થઈ જાય છે. જ્યારે આપણે નિર્ણય લઈ લઈએ, તો આપણે કઠોર મહેનત કરવા માટે તૈયાર રહેવું જોઈએ. એમાં આપણને કદાચ વર્ષો સુધી ફરીથી અધ્યયન કરવું પડશે. સમય, ધન તેમજ પ્રયાસના સંદર્ભમાં ત્યાગ કરવો પડશે અને પોતાના લક્ષ્યને પ્રાપ્ત કરવાના માર્ગમાં કેટલીય નિરાશાઓ માટે તૈયાર રહેવું પડશે.

- કારકિર્દી પરામર્શદાતા કારકિર્દી બદલવાની પૂરી પ્રક્રિયામાં આપણું માર્ગદર્શન કરવામાં મૂલ્યવાન સહાયતા આપે છે.

- આપણું પ્રથમ પગલું પોતાની પૃષ્ઠભૂમિનું વિશ્લેષણ કરવાનું છે. સૌથી પહેલાં એ ક્ષેત્રોનો અભ્યાસ કરો, જેમનામાં આપણી રુચિ હોઈ શકે છે. જ્યારે આપણે એક અથવા વધારે નોકરી/ધંધા પસંદ કરી લઈએ, તો આપણી પૃષ્ઠભૂમિના એ પાસાઓની જાણ લગાવો, જે નવા ક્ષેત્રમાં લાભ પહોંચાડી શકે છે. નોકરીની સફળતામાં મહત્ત્વપૂર્ણ ભૂમિકા નિભાવનારા અમૂર્ત ગુણોને અણજોયા ના કરો : પ્રેરણા, સ્થાયિત્વ, બુદ્ધિમત્તા અને લગન. કારકિર્દી બદલવામાં કેટલાય મહિનાઓ સુધી ફરીથી પ્રશિક્ષણ લેવું અને નાણાકીય ત્યાગ કરવાનું સામેલ થઈ શકે છે. નિર્ણય લેતા સમયે આપણે કારકિર્દી બદલવાના લાભો અને આવનારી મુશ્કેલીઓને તોલી લેવી જોઈએ.

- વિશિષ્ટ કારકિર્દીઓથી સંબંધિત જાણકારી પ્રાપ્ત કરવામાં આપણે કેટલાય સંસાધનોનો ઉપયોગ કરી શકીએ છીએ. આપણે એ ક્ષેત્રના વ્યાપારિક જર્નલ વાંચી શકીએ છીએ, એ ક્ષેત્રમાં કામ કરતી કંપનીઓની વેબસાઇટોનું અધ્યયન કરી શકીએ છીએ અને આપણી રુચિના પદ કે ઉદ્યોગમાં કામ કરી રહેલા લોકો સાથે વાત કરી શકીએ છીએ.

- કેટલીય વાર કારકિર્દી બદલવાની સૌથી સારી રીત એ હોય છે કે, આપણે પોતાનો ખુદનો વ્યવસાય શરૂ કરી દઈએ. કદાચ આપણી પાસે કોઈ પ્રોડક્ટ કે વિચાર હોય છે, જેને આપણે વિકસિત કરવા ઇચ્છીએ છીએ અથવા કદાચ આપણે બસ પોતાના બૉસ ખુદ બનવા ઇચ્છીએ છીએ અને એક સ્વતંત્ર વ્યવસાય ચલાવવા ઇચ્છીએ છીએ.

- વ્યવસાયનો અર્થ છે રોકાણ. સાવધાનીપૂર્વક વિશ્લેષણ કરો કે નવા વ્યવસાયમાં મૂડી, કામકાજી ખર્ચ અને આરક્ષિત નિધિના સંદર્ભમાં શું

જરૂરિયાતો છે. એ પણ વિચાર કરો કે, જ્યાં સુધી કારોબાર સારી રીતે જામી નથી જતો, ત્યાં સુધી શરૂઆતમાં આપણને કેટલાય મહિનાઓ સુધી આવક નહીં થાય. વ્યવસાયમાં જોખમ પણ સામેલ હોય છે. જો આપણે અસફળ થઈ જઈએ છીએ, તો ના માત્ર આપણે એ અવધિ માટે પોતાની આવક ગુમાવી દઈએ છીએ, બલ્કે સંભવતઃ પોતાની અને પોતાના મદદગારોની બચત પણ ગુમાવી દઈએ છીએ.

- બીજી તરફ, કોઈ નવા વ્યવસાયથી ખૂબ મોટો લાભ થઈ શકે છે. ના માત્ર આપણે ઘણાં બધા પૈસા કમાઈ શકીએ છીએ, બલ્કે આપણને શેર પણ મળે છે, જેનાથી આપણી મિલ્કત બને છે. સારા કારોબારને હંમેશાં લાભની સાથે વેચી શકાય છે.

- આપણે જે ક્ષેત્રમાં દાખલ થવાની યોજના બનાવી રહ્યા છીએ, એના વિશે શોધ કરો. સંભાવિત ઉપભોક્તાઓ કે ગ્રાહકોને મળો. તપાસ કરો કે, બજારની વર્તમાન સ્થિતિ શું છે? નિર્ણય લેવાથી પહેલાં બધા તથ્ય પ્રાપ્ત કરો.

Apne Career Ko Nai Disha Kaise Den (Gujrati)